ഖിസ്സ 5

ലാൽബാഗ് എക്സ്പ്രസ് 12607

(നോവൽ)

Malayalam Language
Khissa-5
Lalbag Express 12607
(Novel)
Compiled by
Mashi Editorial

♦

Published in October 2022
by Kairali Books Private Limited
Thalikkavu Road, Kannur.
Ph : 0497-2761200
E-Mail : kairalibooksknr@gmail.com

♦

Cover Design
Prasanth Mangad

♦

Printed at
Printing Park, Tly.

56/22-23/Sl.No.1364/300/NS 18.6
ISBN 978-93-94472-11-2

ഖിസ്സ 5

ലാൽബാഗ് എക്സ്പ്രസ് 12607

(നോവൽ)

ഏകോപനം

മഷി എഡിറ്റോറിയൽ

കൈരളി ബുക്സ്

ലാൽബാഗ് എക്സ്പ്രസ്സ് 12607
ചെന്നൈ സെൻട്രൽ ബാംഗ്ലൂർ ജംഗ്ഷൻ

പലവിധ ആവശ്യങ്ങളും പ്രതീക്ഷകളും മനസ്സിൽപേറി പല ഇടങ്ങളിൽ നിന്നും യാത്ര ആരംഭിച്ചവർ. ഇതിലെ ഓരോ കഥാപാത്രത്തിന്റെയും യാത്രോദ്ദേശ്യം വ്യത്യസ്തമെങ്കിലും, അവർ ഇതുവരെ സഞ്ചരിച്ച വഴികൾ പലതെങ്കിലും ഇനിയങ്ങോട്ടേക്ക് അൽപനേരം അവരുടെ വഴികൾ ഒന്നായിത്തീരുകയാണ്. എന്നിരുന്നാലും ഒരേ വഴിയിൽ സഞ്ചരിച്ചവർ കണ്ട കാഴ്ചകളും അനുഭവങ്ങളും വ്യത്യസ്തമായിരുന്നു. പാതിവഴിയിൽ അവസാനിച്ചു പോയൊരു യാത്രയുടെ തുടർയാത്ര.

ആശയം : **സജ്ന പണിക്കർ**
ഏകോപനം : **മഷി അക്ഷരകൂട്ടായ്മ**

എഡിറ്റോറിയൽ

ദിവ്യ മധു
അനുജ സനൂബ്
സജ്ന പണിക്കർ
പ്രീതി രഞ്ജിത്
ലൂക്കോസ് ചെറിയാൻ
ജോയ് ഡാനിയേൽ
ആതിര സന്ദീപ്

യാത്ര

ദിവസം : 28 ഡിസംബർ 2018
യാത്ര : ലാൽബാഗ് എക്സ്പ്രസ്സ്
ചെന്നൈ (പുറപ്പെടുന്നസമയം) 15:35
ബാംഗ്ലൂർ (എത്തിച്ചേരുന്നസമയം) 21:35

അമേയ

എതിർവശത്ത് ഇരിക്കുന്നയാളിന്റെ തുറിച്ചുനോട്ടം വല്ലാതെ അലോസരപ്പെടുത്തുന്നതായി തോന്നിയപ്പോൾ ട്രെയിനിലെ ജനലിലൂടെ വീശിയടിക്കുന്ന കാറ്റിനെ ചെറുക്കാനെന്നവണ്ണം കൈയിലിരിക്കുന്ന കമ്പിളികൊണ്ട് ദേഹമാകെ മൂടി, അടുത്ത സീറ്റിൽ വെച്ചിരുന്ന ക്രോസ്സ് ബാഗ് നെഞ്ചോട് ചേർത്ത് പിടിച്ചു. തിരിച്ചറിയൽ രേഖകൾ ഭദ്രമായി സൂക്ഷിക്കുന്ന ആ ബാഗ് മാത്രമാണ് ഇന്നത്തെ തന്റെ യാത്രയിലെ സഹചാരി.

ജനാലയിലൂടെ മഴത്തുള്ളികൾ മുഖത്ത് പതിച്ചപ്പോൾ തനിക്ക് കുട്ടിക്കാലം ഓർമ വന്നു. കുവൈറ്റിൽ നിന്നും അമ്മയുടെ ഫോൺ വിളി കാത്തിരിയ്ക്കാറുള്ള നാളുകൾ, വെളുപ്പിനെ തന്നെ ജോലിയ്ക്ക് പോകുന്ന അച്ഛനെ യാത്രയാക്കാൻ ഉറക്കം കളയേണ്ടിവരുന്ന ദിവസങ്ങൾ. എട്ടുവയസ്സ് ആയപ്പോഴേക്കും അത്യാവശ്യം വീട്ടുജോലികളൊക്കെ പഠിച്ചിരുന്നു. തനിയ്ക്ക് അഞ്ചും അനിയത്തിക്ക് മൂന്നും വയസ്സുള്ളപ്പോൾ കുവൈറ്റിൽ ജോലിയ്ക്ക് പോയതാണ് അമ്മ. കുടുംബപ്രാരാബ്ദങ്ങൾ ഒടുങ്ങാത്ത തിരമാലകൾ പോലെയായിരുന്നതുകൊണ്ട് നീണ്ട പതിനഞ്ച് വർഷം അമ്മ അക്കരെയും ഞങ്ങൾ മൂന്നുപേർ ഇക്കരെയുമായി കഴിഞ്ഞുകൂടി. ആദ്യത്തെ രണ്ടുവർഷം അമ്മമ്മ കൂടെ വന്ന് നിന്നെങ്കിലും മുത്തശ്ശന് വയ്യാതായപ്പോൾ അമ്മമ്മയ്ക്ക് പോകേണ്ടി വന്നു. പാടത്തിനക്കരെ താമസിയ്ക്കുന്ന ലക്ഷ്മിയേടത്തി കാലത്ത് വന്ന് അന്നന്നത്തേയ്ക്കുള്ള ഭക്ഷണം ഉണ്ടാക്കിവെച്ചു പോകും. വീണ്ടും വൈകീട്ടെപ്പോളെങ്കിലും നേരമുള്ളപ്പോൾ വന്നു വീട് വൃത്തിയാക്കി, തുണി അലക്കിയിട്ട് പോകും. ലക്ഷ്മിയേടത്തിയാണ് അടുപ്പ് കത്തിയ്ക്കാനും, പാലും ചായയും തിളപ്പിയ്ക്കാനും, തുണി കഴുകാനും ഒക്കെ പഠിപ്പിച്ചത്. അമ്മമ്മ പോയത് പോലെ ലക്ഷ്മിയേടത്തിയും ഒരു നാൾ പോയാലോ എന്ന ഭയം എന്നുമുണ്ടായിരുന്നു. അതുകൊണ്ട് തന്നെ പാറുക്കുട്ടിയുടെ എല്ലാ കാര്യങ്ങളും എട്ടാം വയസ്സിൽ തന്നെ താനേറ്റെടുത്തു. ചേട്ടനല്ല, അമ്മയായിരുന്നു ഈ അരവിന്ദേട്ടൻ അവൾക്ക്.

ക്രോമോസോമുകളുടെ ദുർബ്ബലത കൊണ്ടോ ഈശ്വരന്റെ കൈപ്പിഴകൊണ്ടോ എന്നറിയില്ല ഇടയ്ക്കെപ്പോഴോ തന്റെ മനസിനൊരു ചാഞ്ചാട്ടം. പാറുക്കുട്ടിയെ ഒരുക്കുമ്പോൾ അതുപോലെ ഒരുങ്ങാനൊരു കൊതി. പ്രകൃതിയൊരുക്കുന്ന ദൃശ്യങ്ങളിൽ പോലും സ്ത്രൈണത കണ്ടെത്തിത്തുടങ്ങി. ആർത്തലച്ചൊഴുകി വരുന്ന വെള്ളച്ചാട്ടം കണ്ടാൽ അഴിച്ചിട്ട കേശഭാരവുമായി തിരിഞ്ഞു നിൽക്കുന്ന ഒരു സുന്ദരിയെപ്പോലെ, ആകാശത്ത് നോക്കിയിരിക്കുമ്പോൾ കാണുന്ന പറന്നുയരുന്ന പക്ഷിക്കൂട്ടം ഒരു മാത്ര ഹൃദയാകൃതി കൈവരിച്ച പോലെ.

ഈശ്വരൻ തനിയ്ക്കായി ഒരുക്കിയ ചില സൂചനകൾ പോലെ!

പാറുക്കുട്ടി വലിയ പെണ്ണാകുമ്പോഴേയ്ക്ക് താൻ പത്താം ക്ലാസ്സിൽ എത്തിയിരുന്നു. ആ സമയം അമ്മ നാട്ടിലുണ്ടായിരുന്നു. അതിൽ പിന്നെ പാറുക്കുട്ടി തന്നിൽനിന്ന് കുറച്ച് അകലാൻ തുടങ്ങിയതുപോലെ. ക്ലാസ്സിലും കൂട്ടുകാരില്ല, വീട്ടിലും ആരുമില്ലാത്ത അവസ്ഥ. പത്തിൽ ആയതുകൊണ്ട് പഠനത്തിൽ ശ്രദ്ധിക്കണം എന്നറിയാം, പക്ഷെ സാധിക്കുന്നുമില്ല. ബയോളജി ക്ലാസ്സിലെ പ്രത്യുല്പാദനത്തെക്കുറിച്ചുള്ള ക്ലാസ്സിൽ മാത്രമാണ് മനസ്സിരുത്തിയിരുന്നത്. എന്നാൽ ഒരു പാഠപുസ്തകത്തിലും തനിയ്ക്ക് സംഭവിയ്ക്കുന്ന വ്യതിയാനങ്ങളെക്കുറിച്ച് ഒന്നുമുണ്ടായിരുന്നില്ല. വൈ എക്സ് ക്രോമോസോമുകളെക്കുറിച്ചും, ജീനുകളെയും, ഡി.എൻ.എകളെയും കുറിച്ചുമൊക്കെ ബയോളജി ടീച്ചർ ദീർഘമായി സംസാരിയ്ക്കുമ്പോഴെല്ലാം തന്നെപോലെ മനസ്സിലൊളിപ്പിച്ച സത്തയുമായി സ്വയം നീറിക്കഴിയുന്ന മനുഷ്യരുടെ പ്രശ്നങ്ങളേയും പരിഹാരങ്ങളെയുംപറ്റി പ്രതിപാദിച്ചതേ ഇല്ല.

നിലത്ത് വീണ് കിടക്കുന്ന മഞ്ഞക്കോളാമ്പിപ്പൂക്കളെ ചവിട്ടി മെതിച്ച് പോകുന്ന സഹപാഠികളിൽ നിന്ന് പിൻവലിഞ്ഞ് അതിലൊരു പൂവെടുത്ത് വാസനിയ്ക്കാനുള്ള ആഗ്രഹം. കടയിലെ ചില്ലലമാരിയിലെ ചായക്കടികളുടെ കണക്കെടുക്കുന്ന അവരിൽ നിന്ന് മാറി അടുത്ത കടയിലെ വളകളുടെ വർണ്ണവൈവിധ്യങ്ങളിൽ ആകർഷിയ്ക്കപ്പെട്ടുപോകുന്ന മനസ്സ്. മാനസികമായ മാറ്റങ്ങൾക്കൊത്തല്ല ശരീരം എന്നതിന്റെ ആത്മരോഷം എല്ലാം കൂടി ഭ്രാന്ത് പിടിയ്ക്കുന്ന അവസ്ഥ. വീട്ടിലോ സ്കൂളിലോ മനസ്സ് തുറക്കാൻ ആരുമില്ലാത്ത ആ ദിവസങ്ങളിലൊന്നിലാണ് താൻ നിരാശയുടെ പടുകുഴിയിൽ വീണ് പോയ, സ്വയം പുച്ഛം തോന്നിപ്പോയ, ആ സംഭവം ഉണ്ടായത്. 'നീയൊരു ആണാണോ, അതോ പെണ്ണോ? എനിയ്ക്ക് നാണമാകുന്നു എന്റെ ചേട്ടനാണെന്ന് പറയാൻ'

എന്ന പാറുക്കുട്ടിയുടെ ആക്രോശം. അവളുടെ മുറിയിൽവച്ചിരുന്ന വളകളുടെ ബോക്സ് തുറന്ന് പച്ചയും നീലയും നിറങ്ങളിലുള്ള വളകളുടെ ഭംഗി ആസ്വദിയ്ക്കുമ്പോഴാണ് അതുണ്ടായത്. വളകൾ കൈയിൽ നിന്നൂർന്ന് താഴേയ്ക്ക് വീണു.

പിന്നെയൊരാശ്രയം അമ്മയായിരുന്നു. മുൻവിധികളോടെയായിരുന്നു അമ്മ വന്നത്. മനസ്സിനേറ്റ മുറിവിൽ പിന്നെയും ചോര പൊടിയും വിധമായിരുന്നു അമ്മയുടെ പെരുമാറ്റം. അരവിന്ദൻ എന്ന പേര് പോലും വെറുക്കുന്ന താൻ ഈ ലോകത്ത് ജീവിയ്ക്കാൻ യോഗ്യനല്ലെന്ന് തെളിയിക്കപ്പെട്ട നാളുകൾ. ഒരു രക്ഷപ്പെടലിനായി എങ്ങനെയോ പഠിത്തത്തിൽ മനസ്സ് കേന്ദ്രീകരിച്ചു. ഒരു ജോലി കിട്ടിയാൽ രക്ഷപ്പെടാം എന്ന ചിന്ത മനസ്സിൽ രൂഢമൂലമായി. പരീക്ഷകളുടെ വിജയത്തിൽ പുറത്ത് തട്ടി ഒന്ന് അംഗീകരിക്കാൻ പോലും ആരുമില്ലാത്ത അവസ്ഥ. ജോലിക്കായി ഇന്റർവ്യൂ ബോർഡുകൾക്ക് മുൻപിൽ ചെന്നപ്പോൾ തന്റെ പെരുമാറ്റത്തിലെ അപാകതകൾ കണ്ടുള്ള പരിഹാസം. അതുംകൂടി ആയപ്പോൾ ഈ സമൂഹം തന്നെപ്പോലുള്ളവരെ സ്വതന്ത്രമായി ജീവിക്കാൻ അനുവദിക്കില്ലെന്ന് മനസ്സിലായി. ഒന്നുകിൽ ഉള്ളിലൊളിപ്പിച്ച വ്യക്തിത്വവുമായി കപടമുഖം ധരിച്ച് ജീവിക്കുക, ഇല്ലെങ്കിൽ എല്ലാം അവസാനിപ്പിക്കുക. ഒരു ജഡമായാൽപ്പോലും നീതി ലഭിയ്ക്കില്ലെന്ന് തോന്നിയത് കൊണ്ടാണ് അവസാന യാത്രയ്ക്ക് ട്രെയിൻ തിരഞ്ഞെടുത്തത്.

സീറ്റിലേക്ക് ഒന്നുകൂടി ചാരിയിരുന്നപ്പോൾ കൈകളിൽ ഒരു പേപ്പർ തടഞ്ഞു. ഇടത്കൈ കൊണ്ട് തപ്പിയെടുത്ത് വെറുതെ നോക്കി. ഇന്നത്തെ പേപ്പർ ആരോ വായിച്ചിട്ട് ഉപേക്ഷിച്ച് പോയതാണ്. കാനഡയിലെ കല്യാണം എന്ന തലക്കെട്ട് അരണ്ട വെളിച്ചത്തിൽ കണ്ടു. ട്രാൻസ്ജെൻഡേഴ്സ്, സ്വവർഗാനുരാഗികൾ എന്നൊക്കെയുള്ള വാക്കുകൾ മുഷിഞ്ഞും ചുളുങ്ങിയും കാണാതായ അക്ഷരങ്ങൾക്കിടയിലൂടെ തെളിഞ്ഞു കണ്ടത് കൊണ്ട് വായിച്ച ആ ന്യൂസ് ഒരു പുതിയ ലോകമാണ് തനിയ്ക്ക് മുൻപിൽ തുറന്നിട്ട് തന്നത്. അരവിന്ദന്റെ സ്വപ്നമായ അമേയ ആവാനും ജോലി ചെയ്ത് അന്തസ്സായി ജീവിയ്ക്കാനും നിയമപരമായും സാമൂഹികമായും യാതൊരു തടസ്സങ്ങളുമില്ലാത്ത നാട്.

തുറിച്ചുനോട്ടങ്ങളോ പരിഹാസങ്ങളോ ഇല്ലാത്ത സമൂഹം. ജെൻഡർ ചേഞ്ച് ചെയ്തവർ എന്ന മാറ്റിനിർത്തലില്ലാത്ത ഒരിടം ലക്ഷ്യമാക്കി വെച്ച് കൊണ്ടുള്ള പ്രയാണത്തിന്റെ തുടക്കമാക്കി മാറ്റിയാലോ ഈ

യാത്ര എന്ന ചിന്ത പെട്ടെന്നാണ് മനസ്സിലുണർന്നത്. തലയുയർത്തിപ്പിടിച്ച് അന്തസ്സോടെ ജീവിക്കാനുള്ള ഒരാശ മനസ്സിലെവിടെയോ നാമ്പെടുത്തു. അങ്ങനെയൊരിടത്തേക്ക് പോകാനുള്ള വഴിയൊരുക്കാൻ ബാംഗ്ലൂർ എന്ന സ്വപ്നനഗരത്തിന് കഴിഞ്ഞാലോ!

ചെന്നൈയിലെ ശീതക്കാറ്റിൽ നിന്ന് മാറി ബാംഗ്ലൂരിലെ തണുത്ത കാറ്റിൽ ശരീരം കുളിർന്നു തുടങ്ങിയിരിക്കുന്നു. സ്റ്റേഷൻ ഇറങ്ങുമ്പോൾ ദേഹം തണുത്തു വിറച്ചുവെങ്കിലും മൂടിപ്പുതച്ച കമ്പിളി എടുത്ത് മാറ്റി ആത്മവിശ്വാസത്തോടെ അരവിന്ദൻ അഥവാ അമേയ മുൻപോട്ടു നടന്നു. അപ്പോഴേക്കും തീവണ്ടി പാലം കടന്ന് പോയിട്ടുണ്ടായിരുന്നു.

പോൾ അലക്സ്

യക്ഷൻ : ലോകത്തെ ഏറ്റവും വലിയ അത്ഭുതം എന്താണ്?

യുധിഷ്ഠിരൻ: തന്റെ മുന്നിലുള്ള ഓരോ മനുഷ്യരും മരിക്കുമ്പോളും ഇതൊന്നും തനിക്ക് ബാധകമല്ല എന്ന മട്ടിൽ മനുഷ്യൻ ജീവിക്കുന്നത്

(മഹാഭാരതം. വനപർവ്വം, ഭാഗം യക്ഷപ്രശ്നം)

....

മരണം ഹിമം പോലെയത്രേ.

അത് ഡിസംബർ പോലെ കുളിരുള്ളതും വിചിത്രവും ചോരനെപ്പോലെയും ജാരനെപ്പോലെയും കടന്നുവരുന്നതുമാകുന്നു. നിഴൽപോലെ മരണം കൂടെ ചരിക്കുന്നു. കടന്നുപോയ ഓരോ ചിരിയിലും വരുവാൻ പോകുന്ന പുഞ്ചിരിയിലും മരണത്തിൻറെ കയ്യൊപ്പ് ആഴത്തിൽ പതിഞ്ഞുകിടക്കുന്നു. ചിരിയിൽ മാത്രമല്ല, ചിന്തയിലും അഹന്തയിലും സുഖദുഃഖത്തിലും അത് തണുത്തുറഞ്ഞ് കൂടുന്നു. അറിഞ്ഞിട്ടും അറിയാതെ മരണത്തെ താങ്ങിക്കൊണ്ട് നടക്കുന്ന ജീവജാലങ്ങൾക്ക്, മരണവിറയലുള്ള ഈയ്യാംപാറ്റകളെ ഉറുമ്പുകൾ താങ്ങിക്കൊണ്ട് നടക്കുന്ന വിചിത്രമായൊരു ഘോഷയാത്രയാണ് ജീവൻ.

ചെന്നൈ സെൻട്രലിൽ നിന്നും ലാൽബാഗ് എക്സ്പ്രസ്സിലേക്ക് ചാടിക്കയറുമ്പോൾ പോൾ അലക്സ് മരണമെന്ന ഭീതിയല്ലാതെ മറ്റൊന്നും ചിന്തിച്ചിരുന്നില്ല. എത്ര ഭീതി ഏറിവരുന്നുവോ, അത്രയും വേഗം അവളുടെ അടുത്തെത്തണം എന്നൊരു ആസക്തി മാത്രമേ അവനെ ഭരിച്ചിരുന്നുള്ളൂ. അവളെ ബെംഗളൂരു സ്റ്റേഷനിൽ കാണുന്ന മാത്രയിൽതന്നെ ആഞ്ഞൊന്ന് കെട്ടിപ്പിടിക്കണം, കുപ്പിയിൽ കോർക്കിട്ട് അടച്ച ഭൂതംപോലെ പിടയുന്ന വികാരങ്ങൾ തുറന്നുവിടണം. അവളുടെ ചൂടിൽ മരണമെന്ന തണുപ്പ് അലിഞ്ഞ് അലിഞ്ഞ് അകന്നകന്ന് പോകുന്നതറിയണം.

പെരമ്പൂർ എത്തിയപ്പോൾ പുറത്തേക്ക് നോക്കി. ആളുകൾ കയറു

കയും ഇറങ്ങുകയും ചെയ്യുന്ന ഉത്സവമേളം. ഈ കയറുന്നതും ഇറങ്ങുന്നതും എല്ലാം മരണമല്ലേ? കണ്ണുകൾ മനസ്സിനോട് ചോദ്യങ്ങൾ ഉരുവിട്ടു. ശ്ശെ! താനെന്താണിങ്ങനെ?. ഫ്ളാറ്റിൽ നിന്നും ഇറങ്ങിയോടുമ്പോൾ മുതൽ വേണ്ടാത്ത ചോദ്യങ്ങൾ പിടിമുറുക്കിയിരിക്കുന്നു. കാണുന്നതും കേൾക്കുന്നതും മരണമെന്ന ഒറ്റയിഴക്കയറിൽ കുരുക്കി കൂട്ടിക്കെട്ടുവാൻ വൃഥാ നടത്തുന്നൊരു ശ്രമം. മരണമെന്നത് പുതിയൊരു വാക്കല്ല. താൻ ജനിക്കുന്നതിന് മുമ്പും ഇനി മരിച്ചശേഷവും തുടരുന്നത് തന്നെ.

പിന്നെയെന്തിനാണ് ഈ നിത്യപ്രതിഭാസം പെട്ടെന്നൊരമ്പേറ്റു വീണ പക്ഷിയെപ്പോലെ പിടച്ചിലുണ്ടാക്കുന്നത്?. ബാല്യത്തിൽ എന്നും രാവിലെ മുറ്റത്ത് മരണദൂതുമായി എത്തുന്നത് ദിനപ്പത്രമായിരുന്നു. ആകാംക്ഷയുടെ അടപ്പൂരി അമ്മ പേജുകൾ മറിച്ച് ആദ്യം നോക്കുന്നത് ചരമക്കോളം. ഒരിക്കൽ താനും ഇതുപോലെ പത്രത്തിലെ ചിത്രമായി മാറുമെന്ന ഭാവം അമ്മയിൽ ലവലേശം ഉണ്ടായിരുന്നില്ല. മാത്രവുമല്ല മരണത്തെ താനെങ്ങനെയോ അതിജീവിച്ചിരിക്കുന്നു എന്നമട്ടിലാണ് ആ വാർത്തകൾ വായിച്ച് അഭിപ്രായം ഉരുവിട്ടിരുന്നത്. വീട്ടിലെത്തുന്ന ചർമവാർത്തകളെ അനാഥമാക്കി ഒരിക്കൽ അമ്മയും പോയി. സന്തപ്ത കുടുംബാംഗങ്ങളുടെ പേരിട്ട് പത്രത്തിൽ പടം വരികയും ചെയ്തു.

അമ്മയേക്കാൾ മരണത്തെ ജയിച്ചവനായി സംസാരിച്ചിരുന്നത് അപ്പനായിരുന്നു. അപ്പുറത്തെ അപ്പാപ്പന്റെ ശവസംസ്കാര ചടങ്ങുകൾ കഴിഞ്ഞ് പള്ളിമതിൽ ചാരിനിന്ന് അപ്പന്റെ മുറുക്കാൻ തുപ്പലിനൊപ്പം തെറിച്ചുവീണ വാക്കുകൾ, 'വല്യ വീരശൂര പ്രരാക്രമിയായിരുന്നു അപ്പാപ്പൻ ല്ലേ? എന്നിട്ടെന്താ, എല്ലാം കഴിഞ്ഞില്ലേ?' താനൊഴികെയുള്ള മറ്റെല്ലാ മനുഷ്യരുടെയും കാര്യം ഇത്രയേയുള്ളൂ എന്നൊരു ധ്വനി അതിലുണ്ടായിരുന്നു. പക്ഷേ മൂന്നാം നാൾ അപ്പൻ അടർന്നുവീണു. നിശയുടെ നീലഞരമ്പുകൾ പൊട്ടുന്ന ഏതോ യാമത്തിൽ നെഞ്ചുതിരുമ്മി 'ഈശോ മറിയം യൗസേപ്പേ' വിളിച്ച് ജീവൻ പിടഞ്ഞു, പിന്നെ ഉടഞ്ഞു, പിന്നെ ഉടയവനിലേക്ക് ഉയർന്നു.

ശവസംസ്കാര ശുശ്രൂഷ കഴിഞ്ഞ് അതേ പള്ളിമതിലിൽ ചാരി കാജാബീഡി വലിച്ചുകേറ്റി മൂക്കിലൂടെ പുക തിരിച്ചൂതി ഷാപ്പുകാരൻ ഇമ്മാനുവേൽ ഇപ്രകാരം ഉരചെയ്തു. 'തങ്കപ്പെട്ട മനുഷ്യനായിരുന്നു. ഒറ്റവലിക്ക് നാലുകുടം കള്ള് കേറ്റുമായിരുന്നു. പറഞ്ഞിട്ടെന്താ?'

അതിനുശേഷം ഇമ്മാനുവേലിനെ കണ്ടട്ടില്ല. ജീവിച്ചോ മരിച്ചോ അതോ, ദൈവം നമ്മോടുകൂടെ എന്നമട്ടിൽ കള്ളുകച്ചവടം നിർത്തി

വീണ്ടും ജനിച്ചോ ആവോ?.

ട്രെയിൻ ഒച്ചയെടുത്ത് വേഗതകൂട്ടി മുന്നോട്ട് പോകുമ്പോൾ പുതുതായി കയറിയ മുഖങ്ങളിലേക്ക് പോൾ നോക്കി. തിക്കും തിരക്കും ഒതുങ്ങിയ മുഖങ്ങളിലെല്ലാം ഫ്രീസറിൽ വച്ച ഡെഡ്ബോഡികൾ പോലെ വിറങ്ങലിപ്പ്. മനുഷ്യരെല്ലാം നിശ്ശബ്ദരാകുന്നത് എന്തിനാണ്? ശവക്കുഴിക്കും വിലാപയാത്രയ്ക്കും ഇടയിലുള്ള കുറെയേറെ സമയം പോലെയൊരു യാത്രയാണോ ഇത്?. അതോ തോന്നൽ മാത്രമോ? ചത്ത മനുഷ്യരെ വലിച്ചുകൊണ്ടുപോകുന്ന ശവമഞ്ചമാണോ ലാൽബാഗ് എക്സ്പ്രസ്സ്!

കാര്യങ്ങൾ കീഴ്മേൽ മറിയുന്നതും ഭയം വെട്ടുക്കിളികളെപോലെ പോളിനെ വന്ന് മൂടുന്നതും ക്രിസ്മസ് കഴിഞ്ഞുള്ള ബിയർ പാർട്ടിയിലാണ്. വീട്ടിൽനിന്ന് കൊണ്ടുവന്ന മീൻ അച്ചാർ നാക്കിലേക്ക് തേച്ച് ശ്യാം പറഞ്ഞു 'അളിയാ, ഇന്നലെ ഞാൻ ഡെത്ത് ക്ളോക്കിൽ കേറി സംഭവമങ്ങ് ക്ലിയറാക്കി. ബൈക്ക് ഓടിക്കാനറിയാത്ത എനിക്ക് ബൈക്ക് ആക്സിഡന്റ്. അതും ഇരുപത്തിയാറ് വർഷങ്ങൾക്ക് ശേഷം ഇതുപോലെ തണുത്ത രാത്രിയിൽ. സ്വാമിയേ ശരണമയ്യപ്പോ!!' നാക്ക് കുഴഞ്ഞ് അവൻ കസേരയിലേക്ക് വീണപ്പോൾ പോൾ ചോദിച്ചു.

'അളിയാ, ബൈക്കിന് പുറകിൽ ഇരുന്നാലും ആക്സിഡന്റ് പറ്റാമല്ലോ?' നുരപൊന്തുന്ന ബീയർ തണുപ്പിച്ച തൊണ്ടയിൽ നിന്നും ശ്യാം ചിരിച്ചുമറിഞ്ഞുകൊണ്ട് ഉരുവിട്ടു. 'കറക്റ്റ്. അത് ലാ പോയിന്റ്'

പിറ്റേന്ന് ഫ്ളാറ്റിലെ ഫാനിന്റെ കറക്കത്തിന് കീഴെ കണ്ണുതുറക്കുമ്പോൾ കഷ്ടകാലത്തിനാണ് ആ ബുദ്ധി തോന്നിയത്. സത്യത്തിൽ രണ്ടായിരത്തിമൂന്നിൽ ഇന്റർനെറ്റിന്റെ പടവുകൾ ചവുട്ടി തുടങ്ങുന്ന കാലത്ത്, പാലാരിവട്ടം നെറ്റ് കഫേയിൽ ഇരുന്നപ്പോളാണ് നടത്തിപ്പുകാരൻ ആൽവിൻ ഡെത്ത് ക്ളോക്കിനെപ്പറ്റി ആദ്യമായി പറഞ്ഞത്. 'ഭും..!! ദാ കഴിഞ്ഞു. മനുഷ്യജീവിതം അത്രേയുള്ളൂ, പ്രവചനാതീതം എന്നൊക്കെയല്ലേ പറയുന്നെ?. എന്നാൽ ഇങ്ങോട്ട് നോക്കിയേ, ഡെത്ത് ക്ളോക്ക് ഡോട്ട് കോം. ജനനദിനം, മാസം, വർഷം, ആണോ പെണ്ണോ, ബീഡികുടിക്കുമോ ഇല്ലിയോ ബി.എം.ഐ.... ഇത്രേം കൊടുത്താൽ, എന്റെ പൊന്നേ, ഇനിയെത്ര ദിവസം, മണിക്കൂർ, സെക്കൻഡ് എന്നൊക്കെ ഇട്ടോ ഇർറോ എന്ന് വടിയാകുന്ന ദിവസം ഇങ്ങുപോരും. ഒരുകൈ നോക്കുന്നോ?"

ഗൂഗിളിൽ കയറി നോക്കി. സംഭവം സത്യമാണ്. ജനനം കൊടുത്ത് മരണം വാങ്ങുന്ന വെബ്സൈറ്റ്! നെറ്റിയിൽ വിയർപ്പ് പൊടിഞ്ഞ്

നെറ്റിൽ നിന്നിറങ്ങി പുറത്തേക്ക് പോകുമ്പോൾ ഇളിച്ചുനിൽക്കുന്ന ആൽവിൻ മരണക്കുരുക്കുമായി നിൽക്കുന്ന കാലന്റെ പ്രതിരൂപംപോലെയായിരുന്നു. പതിറ്റാണ്ട് കഴിഞ്ഞപ്പോളും ഐ.റ്റി. സങ്കേതമാക്കിയപ്പോളും പിന്നീടൊരിക്കലും ആ വെബ് പേജിൽ കയറിയില്ല. എന്നാൽ വെള്ള പൂശിയ ആ കുഴിമാടം പതയുന്ന ബിയർ ദിനത്തിൽ ശ്യാം കുത്തിത്തുറന്ന് മുന്നിലിട്ടിരിക്കുന്നു!. യാന്ത്രികമായി ലാപ്ടോപ്പ് ഓൺ ചെയ്തു. യെസ്, വെബ്സൈറ്റ് ഇന്നും നിലവിലുണ്ട്. എറണാകുളം പാലാരിവട്ടത്ത് നെറ്റ് കഫെയിൽ അന്നിരുന്ന അതേ കൗതുകത്തോടെ പോൾ ജനനം ചൂണ്ടയിൽ കൊരുത്ത ഇരപോലെ ഇട്ടുകൊടുത്തു.

മരണം! മരണദിനം കൺമുമ്പിൽ പീലിവിടർത്തുന്നു!. ലാപ്ടോപ്പിൽ പ്രത്യക്ഷമായ തീയതിയിൽ കണ്ണുകൾ ഉടക്കി. കണ്ണും മനസ്സും ശരീരത്തിലെ ഓരോ കോശവും ഭയത്താൽ നിറഞ്ഞുപോയി.

നാളെ... നാളെയാണ് ആ മരണദിനം! അതും ബസ്സ് അപകടം!. കഴുത്തിനുനേരെ നീണ്ടുവരുന്ന കൂർത്ത പല്ലുകൾ. ഒരേയൊരു ദിവസം മാത്രമായി ജീവിതും ചുരുങ്ങുന്നു. ഇനിയൊരു പ്രഭാതമില്ല. ഇരുട്ട് മാത്രം. നിത്യമായ നിശ.... അന്ധകാരം!

രേഷ്മയെ ഉടനടി കാണണമെന്ന് അപ്പോൾ പോളിന് തോന്നി. രണ്ട് ദിവസം മുമ്പ് ഫോണിൽ തമ്മിൽ വിളിച്ച തെറികളെല്ലാം വെള്ളത്തിൽ അലിഞ്ഞുപോയ ഉപ്പുപരൽപോലെയായി. ഫ്രിഡ്ജ് തുറന്ന് മടമടാന്ന് തണുത്ത വെള്ളം കുടിച്ചുതീർത്ത് മൊബൈലെടുത്തു. “ഡീ... എനിക്ക് നിന്നെ കാണണം. ഇപ്പൊ, ഇപ്പൊത്തന്നെ”

നിശബ്ദതയിൽ നിന്നും നിശ്ശബ്ദതയിലേക്ക് വീണുപോയ നാക്ക് വാക്കിന് ബലം കൊടുത്തു.

“എന്നതാടാ കൊച്ചേ? ക്രിസ്മസ് കലിപ്പും കുത്തിക്കഴപ്പും ഒക്കെ കഴിഞ്ഞോ? നിന്നോടിനി എന്റെ പട്ടി സംസാരിക്കാൻ വരുമെന്നല്ലേ മിനിഞ്ഞാന്ന് കീറുവാണം അടിച്ചത്. ഇപ്പൊ എന്നതാ?”

“രേഷ്മ... പ്ലീസ്..”

“എന്നതാടാ? നീ കീടം അടിച്ചിട്ടുണ്ടോ?” പോളിന്റെ വിലാപത്തിന്റെ വിലാപ്പുറത്തേക്ക് അവൾ വീണ്ടും അണിയടിച്ചു.

“യൂ... ബ്ലഡി...” അവൻ പല്ല് ഞറുമ്മി.

“ബിച്ച്, കൂത്തിച്ചി. പറ, പറയടാ പട്ടീ. സ്നേഹം കേറുമ്പോളും ഇറങ്ങുമ്പോളും വായിൽ നിന്ന് വയറിളക്കം വരുന്നതൊക്കെ വിളിക്കുപുല്ലേ”

“രേഷ്മാ.... ഡീ പ്ലീസ്. സത്യമായിട്ടും എനിക്ക് പേടിയാ. പേടിച്ചിട്ടാ

നിന്നെ വിളിച്ചേ. പ്ലീസ് അണ്ടർസ്റ്റാൻഡ് മീ, ഡി" അവൻ വിതുമ്പി.

"ആർ യു സീരിയസ്?!" രേഷ്മ ഗൗരവത്തിലേക്ക് പക്ഷിയെപ്പോലെ പറന്നിറങ്ങി വന്നപ്പോൾ പോൾ മനസ്സ് തുറന്നു. ഭീതിയുടെ തണുത്ത കാറ്റ് ആശുപത്രിയുടെ പരിസരത്തെവിടെയോ വീശിയടിക്കുന്നത് അവളറിഞ്ഞു. അപകടം, അതും പ്രിയപ്പെട്ടവരുടേതാകുമ്പോൾ വിറയലും മരവിപ്പും ഏറും. മരവിപ്പിൽ നിന്നുണർന്നപ്പോൾ അവൾ സ്വകാര്യം പറഞ്ഞു.

"ഡാ, നീയിങ്ങോട്ടേക്ക് വാ. ഒന്നിച്ച് രണ്ടു ദിവസം നിക്ക്. പേടിയെല്ലാം ഞാൻ മാറ്റിത്തരാം"

"ഉം" അവൻ മൂളി. അപ്പോൾ അവളുടെ ചിരിയിൽ പൊതിഞ്ഞ അടുത്ത സ്വകാര്യം. "അതേ... ബസ്സിൽ കയറി വരണ്ട. ട്രെയിനിൽ വന്നാ മതി. ഇങ്ങുവരുമ്പോൾ ഡെത്ത് ക്ലോക്ക് തിരഞ്ഞു കറങ്ങുന്നത് കാണിച്ചു തരാം ട്ടോ"

ആരക്കോണം ജങ്ഷൻ. ചിന്തകളുടെ മൂശയിൽ പോൾ ഉരുകുമ്പോൾ വീണ്ടും കയറ്റിറക്കങ്ങൾ.

മരണം കയറുന്നു, മരണം ഇറങ്ങുന്നു, അതിനിടയിൽ അവൾ. "എന്നാലും എടാ പൊട്ടാ, നീയിത്ര പേടിത്തൂറി ആയിപ്പോയല്ലോ. ആണത്തം തൂക്കിയിട്ട നിന്റെ കൊമ്പൻ മീശ വെട്ടിക്കളയെടാ കൊമ്പൻചെല്ലി"

"ആണത്തം തൂക്കിയിട്ടു.... പോടീ പുല്ലേ" പോൾ ചീറി.

"ങ് ഹാ, പറ, ബാക്കി കൂടി പറയെടാ നത്തെ. അത് കേക്കാൻ തന്നെയാ ഞാനങ്ങനെ പറഞ്ഞെ. നിന്റെ ഒടുക്കത്തെ ഒരു ഐ.റ്റി. സത്യത്തിൽ നീ ഐ.റ്റി എഞ്ചിനീയർ അല്ല. പി.റ്റി എഞ്ചിനീയറാ. പേടിതൂറി എഞ്ചിനീയർ"

"ഓ, നീയൊരു ധൈര്യശാലി. നഴ്സിംഗ് പഠിക്കുമ്പോ ലേബർ റൂമിൽ പേറും പെറപ്പും കണ്ട് തലകറങ്ങി വീണവളല്ലേ? ഫക്കിങ് നഴ്സിംഗ് എന്ന് കഴിഞ്ഞ മാസവും അലക്കിയ മോളല്ലേ നീ?"

"ഡാ..ഡാ..ഡാ. ജോലിക്കെടെ അങ്ങനെ പലതും പറയും. പിന്നെ പേറുകണ്ട് പതറുന്നതൊക്കെ അന്തക്കാലം. ഡെത്ത് എന്ന് കേട്ടപ്പോൾ മുള്ളിയ നീ വലിയ വർത്തമാനം പറയല്ലേ. ഞാനിന്നേ, സ്വന്തമായി കാശുണ്ടാക്കുന്ന കോട്ടയംകാരിയാ. ലാൻഡ് ഓഫ് ലേഡീസ്.... ലാൻഡ് ഓഫ് ലാറ്റക്സ്. ശേഷം ഭാഗം സ്ക്രീനിൽ"

അവൾ ഫോൺ കട്ട് ചെയ്തു. അമ്മയ്ക്ക് പ്രസവവേദന. പള്ളം പവ്വർഹൗസ് കാരിക്ക് വീണവായന. സത്യം, അപ്പോൾ ട്രെയിനിന്റെ

ഹോൺ ഉയർന്നു.

കാഡ്പാഡി ജങ്ഷൻ എത്തിയപ്പോൾ അവൻ ആലോചിച്ചു. സത്യത്തിൽ അടുത്തകാലത്ത് താൻ അവളോട് ആത്മാർത്ഥ സ്നേഹം കാണിച്ചിട്ടുണ്ടോ? തിരക്ക് പറഞ്ഞ് പൂത്തുലഞ്ഞുവരുന്ന പ്രണയപ്രളയം തട്ടിമാറ്റുകയായിരുന്നില്ലേ പലപ്പോളും? നിസ്സാര കാര്യങ്ങൾക്ക് ശുണ്ഠി. ഇപ്പോൾ ലോകം മുന്നിൽ ഇല്ലാതാകുന്നു എന്നൊരു നിമിഷം മുന്നിൽ തോന്നിയപ്പോൾ എന്തുകൊണ്ടാണ് അവളെമാത്രം ഓർത്തത്?. പെണ്ണിന്റെ പ്രണയം സൂപ്പർ ഗ്ലൂ പോലെ എന്നാണവൾ പറയാറ്. ഒട്ടിയാൽ മുടിഞ്ഞ ഒട്ടൽ, ഒട്ടിയില്ലേൽ മൂഞ്ചിയ പൊട്ടൽ.

നിശയിൽ നിര്യാണക്കുറിപ്പിലെ അക്ഷരങ്ങളെപ്പോലെ കുറെയേറെ സഹയാത്രികർ. എല്ലാം ഫ്രീസറിൽ വച്ച ശവശരീരങ്ങൾ. ഇടയ്ക്ക് ടിക്കറ്റ് ചെക്ക് ചെയ്യാൻ വന്ന ടി.ടി.ഇ ക്ക് പോലും ചത്ത കണ്ണുകളായിരുന്നു. അയാൾക്ക് മരണശുശ്രൂഷയുടെ കറുത്ത കുപ്പായം. അടുത്തിരിക്കുന്നവൻ ചത്തപോലെ ആടുന്നു. വേറൊരാൾ ധനുമാസക്കുളിരിൽ ശവപ്പെട്ടിയിൽ എന്നപോലെ ചുരുണ്ടുകൂടി കിടക്കുന്നു. ഇടയ്ക്ക് മഞ്ഞവെട്ടം മിന്നൽപോലെ കടന്നുപോകുമ്പോൾ സ്റ്റേഷന്റെ പേരുവായിക്കാൻ പോൾ ശ്രമിച്ചു. മുന്നിൽ ഇരുന്നും കിടന്നും ചരിഞ്ഞും മരണം പേറുന്ന കുറെയേറെ മനുഷ്യരുടെ ജീവനും മരണവും മാറ്റുരയ്ക്കുന്ന ശ്വാസഗതികൾ. ഹോ... രേഷ്മ അടുത്തുണ്ടായിരുന്നെങ്കിൽ! അവളുടെ ആശുപത്രിമണമുള്ള നെഞ്ചിലേക്ക് ചാരികിടന്നെങ്കിൽ. അവൻ കണ്ണുകൾ ഇറുക്കിയടച്ചു. എന്നിട്ട് അവളെ അമർത്തിപ്പിടിച്ചു. പ്രിയേ, ഈ യാത്ര എനിക്കുള്ളതല്ല. നിനക്കുള്ള പാപബോധവും പശ്ചാത്താപവുമാകുന്നു. ട്രെയിനിന്റെ കടകട ശബ്ദത്തിൽ മുഴങ്ങുന്നത് ഒരു കുമ്പസാരം. നിന്റെ നിണവും മാംസവും കുടിക്കാനും ഭുജിക്കാനുമുള്ള പാപപരിഹാര ബലി. ഇവിടെ ഞാൻ മാത്രം മരിക്കുന്നില്ല. പിന്നെയോ ജീവിക്കുന്നു. മരിച്ചാലും ആണിപ്പഴുതുകളോടെ ഉയിർക്കുന്ന ദേഹവും ദേഹിയും എനിക്കുണ്ട്. ഡെത്ത് ക്ളോക്ക്.. വിഡ്ഢികളുടെ വെബ്സൈറ്റ്. ഇനി എനിക്ക് ഒന്നിനെയും ഭയമില്ല. നീയെന്റെ അഭയശിലയും സങ്കേതവും. വിരലിൽ എണ്ണാവുന്ന റെയിൽവേ സ്റ്റേഷനുകൾ പിന്നിട്ടാൽ ഞാനിതാ നിന്നുടെ മേച്ചിൽസ്ഥലങ്ങളിലേക്ക് എത്തിച്ചേരുന്നു. നീർച്ചാലുതേടുന്ന മാൻപേടയായി നീ, നീയവിടെ കാത്തുനിൽക്കുന്നു.

പോൾ ശക്തിമാനായി. ബുദ്ധിമാനായി. മരണത്തെ അതിജീവിക്കുന്നവനുമായി.

പാലാരിവട്ടത്തെ നെറ്റ് കഫേയിലോ ചെന്നൈയിലെ കീടമടി പാർട്ടിയിലോ ചകിതനാകുന്നവനല്ല ഇപ്പോൾ പോൾ അലക്സ്. അവൻ പത്തും അറുപതും എഴുപതും മേനി വിള കൊയ്യേണ്ടവൻ. രേഷ്മയുടെ നെഞ്ചത്ത് ചൂടും തണുപ്പും ആകേണ്ടവൻ. അവർ കിടക്കയിൽ കമ്പളവും നാഗങ്ങളും ആകേണ്ടവർ. കിതപ്പും കിലുക്കവും നിറയേണ്ട രാപ്പകലുകളുടെ ഉടയവർ. സായിപ്പിന്റെ നിർമ്മിതബുദ്ധി അറബിക്കടലിൽ.

നീരാളിപ്പിടുത്തമിട്ടിരുന്ന ഭയം വിട്ടുമാറി. ട്രെയിനിൽ നിന്നും പുറപ്പെടുന്ന കടകടകടകട നാദം അകന്നുപോകുന്ന മരണത്തിന്റെ അലകളായി. ഈ ട്രെയിൻ പോലെ ജീവിതവും ഓടിക്കൊണ്ടേയിരിക്കും. ഒഴുകികൊണ്ടേയിരിക്കും. അമ്പൂർ, ജോലാർപേട്ട... സ്റ്റേഷനുകളിൽ നിർത്തി ലക്ഷ്യസ്ഥാനത്ത് യാത്ര എത്തിച്ചേരും. ഒന്ന് വിശ്രമിച്ച് വീണ്ടും യാത്ര. നല്ല നിലത്ത് വീണ വിത്തുപോലെ ജീവിതം തളിരണിയേണ്ടത് ഇനിയുമാണ്.

കണ്ണുകൾ കൂമ്പിയടഞ്ഞു. ബംഗളൂരുവിൽ കമ്പിളി പുതച്ച് കയ്യിലൊരു പനിനീർ പൂവും പിടിച്ച് ചുണ്ടിൽ ഒരായിരം ചുംബനങ്ങളും കാത്തുവച്ച് അവളുണ്ടാകും. ചെറിയൊരു പുഞ്ചിരി. വലിയൊരു ആലിംഗനം. ചെവിയിൽ പറയുന്ന 'പട്ടി കഴുവർഡാ മോളെ' എന്നൊരു തെറിവിളി.

പാതിമയക്കത്തിൽ എന്നോണം പോൾ കണ്ണുകൾ അടച്ചിരുന്നു. ജനറൽ കമ്പാർട്ട്മെന്റിൽ ആൾത്തിരക്ക് കുറഞ്ഞെങ്കിലും ലഗേജുകൾ എടുക്കാനും ചെരുപ്പും ഷൂസും തപ്പാനും കൈകാലുകളുടെ തിരക്ക്. ഫ്രീസറിൽ നിന്നും ഉണർന്നെണീറ്റവർ വായ തുറക്കുകയും ചലിയ്ക്കുകയും ചിലയ്ക്കുകയും ചെയ്യുന്നു.

അവൻ അതൊന്നും അറിഞ്ഞില്ല. പുറത്ത് കയ്യിൽ ഹരിതവർണ്ണത്തിനിടയിൽ ഉയർന്നുനിൽക്കുന്ന റോസാപ്പൂ മാത്രമായിരുന്നു ആ കണ്ണുകൾക്ക് മുന്നിൽ. ആരാമത്തിലെ ആയിരം പൂക്കൾക്ക് സമമായ പുഞ്ചിരി മാത്രമായിരുന്നു ദിവ്യദൃഷ്ടിയിൽ മുഴുവൻ.

കോകില

"മുരുകണ്ണാ ..."

"എന്നാ കോകില നീ കാലേലെ എങ്ക പോറേ?"

"അണ്ണാ വണ്ടിയെട് സെൻട്രൽ പോക വേണ്ടും."

"ഏൻ പുള്ളെ ഉൻ മൂഞ്ചിയെ പാത്താലെ റൊമ്പ സോകമാർക്കു നീ തൂങ്കലയാ, യതാവതു പ്രച്ചനം ഇറുക്കാ?"

"മുരുകണ്ണാ നീങ്ക ഇപ്പൊ റിക്ഷാവേ എടുക്കറിയാ, ഇല്ലൈ എൻട്രാൽ നാൻ അന്ത വണ്ടിലെ പോകട്ടുമാ?"

"കോപപ്പെടതെ രാസാത്തി, വണ്ടിയിലെ ഏറമ്മ" മുരുകണ്ണ ചിരിയോടെ പറഞ്ഞു.

രാവിലെ സമയം ഏതാണ്ട് പത്തരയോടു അടുക്കുന്നതെ ഉണ്ടായിരുന്നുള്ളു. ചെന്നൈ നഗരം തിരക്കുകൾ കൊണ്ട് നിറഞ്ഞിരുന്നു. കോകില വെറുതെ പുറത്തേക്ക് കണ്ണും നട്ടിരുന്നു.

റോഡിന്റെ ഇരുവശത്തുമായി തണൽമരങ്ങൾ പടർന്നു പന്തലിച്ചു നിൽക്കുന്നുണ്ട്, കാൽനടയാത്രക്കാരും കുറവല്ല. റോഡിലെ തിരക്കു കാരണം റിക്ഷ വളരെ പതുക്കെയാണ് പോകുന്നത്. അവൾക്കത് വല്ലാത്ത അരോചകമായി തോന്നുന്നുണ്ടായിരുന്നു.

മുരുകണ്ണ കണ്ണാടിയിലൂടെ പിൻസീറ്റിലേക്ക് നോക്കി, കോകില കണ്ണുകൾ അടച്ചു മറ്റേതോ ലോകത്താണ്. ഇടക്ക് അവളുടെ ചുണ്ടുകളിൽ പുഞ്ചിരി വിടരുന്നുണ്ട്.

"ഇന്ത കൊളന്ത കാലേലെ എങ്കപോറേ, ഇവ ഊരിലെ ഇവള്ക്കെന്നു സൊല്ലിക്ക ആറുമില്ലേ, തനിയാവെ ഇവ എങ്കുമേ പോകാമാട്ടേൻ, അനാ ഇന്നേക്ക് ഇവ കയ്യിലെ പെരിയ ബാഗ് ഇറുക്കെ, നല്ല പൊടവ കെട്ടിറുക്കെ" എന്തോ ഓർത്തപോലെ മുരുകണ്ണ വിളിച്ചു, "കോകിലാ.."

"സെൻട്രൽ എത്തിയാച്ചാ?" ധൃതിയിൽ അവൾ ചോദിച്ചു.

"ഏൻ പുള്ളെ, എന്ന ആച്ചു ഉനക്, ശിവ ഊരിലെ ഇല്ലയാ, അവ ഇല്ലാമേ നീ എങ്ക പോറേ?"

"ബാംഗ്ലൂർ" കോകില മറുപടി പറഞ്ഞു.

"അവളവ് ധൈര്യം ഇറുക്കാ പുള്ളൈ ഉനക്ക്, നീ തനിയാവെ എങ്കയും പോകാമാട്ടേനെ, ബാംഗ്ലൂർ യാര് ഇറുക്കാ?"

അവൾ ഒന്ന് മന്ദഹസിച്ചു. നിറഞ്ഞു വന്ന കണ്ണുകൾ ഇറുക്കിയടച്ചു തല ചായ്ച്ചിരുന്നു.

അത്രമേൽ പ്രിയപ്പെട്ടവർക്കരികിലേക്കാണ് അവളുടെ യാത്ര. മറ്റൊന്നും അവളുടെ മുന്നിൽ തടസ്സമില്ല, പേടിയോ ദൂരമോ യാത്രയോ ഒന്നും അവളെ ബാധിക്കില്ല. അവളുടെ ഉള്ളം തൊട്ടറിഞ്ഞ ആത്മാവിൽ ഇടമുള്ളവരുടെ അടുത്തേക്കാണ് യാത്ര. ഹൃദയംകൊണ്ട് മാത്രം ഏതകലത്തുനിന്നും ചേർത്തു പിടിക്കാൻ കഴിയുന്നവരുടെ അരികിലേക്ക്, ഉള്ളിൽ അടക്കിപ്പിടിച്ച തേങ്ങലുകൾ ആരും കാണാതെ പെയ്തൊഴിയുമ്പോൾ ആശ്വാസമായി മാറുന്നവരുടെ അടുത്തേക്ക്, ഉള്ളിലെ നൊമ്പരങ്ങൾ പറയാതെ ഒപ്പിയെടുക്കുന്നവരുടെ അരികിലേക്ക്.

സൗഹൃദത്തിന് പരിധികൾ ഇല്ലെന്ന് വീറോടെ പറയുന്ന ഗായത്രിയുടെയും, ചുണ്ടിലെപ്പോഴും കുസൃതിയാലൊരു ചിരി വരുത്തി കുറുമ്പ് പറയാറുള്ള, സംഗീതം ഉപാസനയാക്കണം എന്ന് അടിക്കടി പറയാറുള്ള അരുണിമയുടെ അടുത്തേക്കാണ് എല്ലാം മറക്കാനായി ഉള്ള ഈ യാത്ര.

ചെന്നൈയിൽ അധികമാർക്കും അറിയാത്ത ഒരു കോകില ഉണ്ടായിരുന്നു, ബാംഗ്ലൂരിൽ ഡിഗ്രിക്ക് പഠിച്ചിരുന്ന, കഥകൾ പറയാൻ ഇഷ്ടമുള്ള, എപ്പോഴും കൂട്ടുകാരികളോട് കലപില പറയാൻ ഇഷ്ടമുള്ള കോകില. അതൊക്കെ എവിടയോ അന്യമായിരിക്കുന്നു. അവൾക്കു ഇടവും വലവും എപ്പോഴും അവരുമുണ്ടായിരുന്നു. അരുണിമയും ഗായത്രിയും. മുറിഞ്ഞു പോയ ഛായപെൻസിലുകൾ കൊണ്ട് മനോഹരമായ ചിത്രങ്ങൾ വരയ്ക്കാൻ കഴിയുമെന്ന് കാണിച്ചു തന്നവർ, ചുമലിലെ ഭാരം മുഴുവൻ നേർത്തൊരാലിംഗനത്തിനാൽ തുടച്ചു നീക്കാൻ അവരോളം തന്നെ അറിയുന്നവർ മറ്റാരുമില്ല.

കോളേജ് ജീവിതത്തിന്റെ എല്ലാ വർണ്ണങ്ങളും നിറഞ്ഞു ചിരിച്ചു പറഞ്ഞു നടന്നിരുന്ന കാലം. ഓർമ്മകളുടെ പറുദീസയിലേറി ചിറകുകൾ വിരിച്ചു അവൾ മെല്ലെ പറന്നുയർന്നു. ജീൻസും ടോപ്പും അണിഞ്ഞു കൂട്ടുകാരികൾക്കൊപ്പം കഥകൾ പറഞ്ഞു കോളേജിന്റെ ഇടനാഴിയിലൂടെ..പുൽമേടകൾ നിറഞ്ഞ തണൽ വീഥികളിലൂടെ പാറിപ്പറന്നങ്ങനെ ഒഴുകി ഒഴുകി നടന്നു.

വളരെ അപ്രതീക്ഷിതമായിട്ടാണ് അവർക്കിടയിലേക്ക് ശിവ കടന്നു വന്നത്. സൗമ്യമായ ചെറുപുഞ്ചിരിയോടെ വാക്കുകൾ അളന്നു മുറിച്ചു മാത്രം സംസാരിച്ചിരുന്ന ശിവ അവർക്കിടയിൽ പെട്ടെന്ന് തന്നെ അടുപ്പക്കാരനായി മാറി. അരുണിമയും ഗായത്രിയും അറിയാതെ എപ്പോഴോ കോകില ശിവയിലേക്കടുത്തിരുന്നു. സൗഹൃദത്തെ മറ്റൊരു വഴിയിലേക്ക് നയിക്കരുതെന്ന് പ്രിയപ്പെട്ടവർ തിരുത്തികൊടുത്തിട്ടും അവൾക്കെന്തുകൊണ്ടോ പിന്മാറാൻ സാധിച്ചില്ല.

പഠനം പാതിവഴിയിൽ ഉപേക്ഷിക്കേണ്ടിവന്നു. ഇണങ്ങിയും പിണങ്ങിയും ഇടവും വലവും നിന്ന കൂട്ടുകാരികൾ പറഞ്ഞതൊക്കെയും അവരുടെ മനസ്സിനെ വേദനിപ്പിക്കുകയാണ് എന്ന് അറിഞ്ഞു കൊണ്ടുതന്നെ തള്ളിക്കളഞ്ഞു, അച്ഛനോളം കടാക്ഷമുള്ള അമ്പലങ്ങളോ അമ്മയോളം കരുണയുള്ള വിഗ്രഹങ്ങളോ ഉലകത്തിൽ ഇന്നോളമെങ്ങും ഉണ്ടായിട്ടില്ല. ഏക മകളായ തന്റെ വാശിക്കുമുമ്പിൽ ആ ദൈവങ്ങൾക്ക് മുട്ടുമടക്കേണ്ടി വന്നു.

ചെന്നൈയിൽ ജേർണലിസം പാസ്സായ ശിവ മൂന്നുമാസത്തെ ട്രെയ്നിങ്ങിന്റെ ഭാഗമായാണ് ബാംഗ്ലൂർ എത്തിയത്. അവനെക്കുറിച്ചു അധികമൊന്നും അവർക്കറിയില്ല. നാട്ടിലെത്തി വീട്ടിൽ സമ്മതം വാങ്ങി വിളിക്കാമെന്ന ഉറപ്പിന്മേൽ ശിവ ചെന്നൈയിലേക്ക് മടങ്ങി. പിന്നീട് രണ്ടാഴ്ചയോളം ഒരു വിവരവും ഉണ്ടായില്ല, മൊബൈൽ ബന്ധപ്പെടാൻ ശ്രമിച്ചെങ്കിലും നിരാശയായിരുന്നു ഫലം.

രണ്ടാഴ്ച്ചക്ക് ശേഷം അപരിചിതമായ ഒരു നമ്പറിൽ നിന്നും കോകിലയ്ക്ക് ഒരു കാൾ വന്നു.

“ഹലോ, കോകിലവാ, കണ്ണമ്മ പേശ്റേൻ.. ശിവാവോടെ അമ്മ. പുള്ളെ, ശിവ എല്ലാമേ സൊല്ലിട്ട.’

കോകില ഫോൺ അവളുടെ അച്ഛന്റെ കയ്യിലേക്ക് കൊടുത്തു മാറി നിന്നു. അവർ തമ്മിൽ എന്തൊക്കെയോ പറഞ്ഞശേഷം ഫോൺ വച്ചു. കുറച്ചു നേരത്തെ ആലോചനക്ക് ശേഷം ഒരു ദീർഘനിശ്വാസമെടുത്തു ആ അച്ഛൻ അവളോടായി പറഞ്ഞു, ‘കാലൈലെ ചെന്നൈക്ക് സെല്ല വേണ്ടും‘ ആ യാത്ര ഏറെ ആകാംക്ഷ നിറഞ്ഞതായിരുന്നു.

ആദ്യമായി അച്ഛനും അമ്മയ്ക്കും ഒപ്പം സെൻട്രൽ സ്റ്റേഷൻ വന്നിറങ്ങുമ്പോൾ പ്രതീക്ഷിച്ചതു പോലെ ശിവ ആയിരുന്നില്ല സ്വീകരിക്കാൻ ഉണ്ടായിരുന്നത്, മുരുകണ്ണ ആയിരുന്നു അവരെ ശിവയുടെ വീട്ടിൽ എത്തിച്ചത്. വീട് എത്തുമ്പോഴേക്കും ചെറിയ ചാറ്റൽ മഴ ഉണ്ടായിരുന്നു. തങ്ങളെ കണ്ടിട്ടെന്നവണ്ണം തൊട്ടടുത്തുള്ള കൃഷി തടത്തിൽ നി

ന്നും പ്രായമുള്ള ഒരു സ്ത്രീ ഓടിവന്നു. തല നനയാതിരിക്കാൻ ഒരു വട്ടിക്കുട വച്ചിട്ടുണ്ട്, എങ്കിലും പാടത്തെ ചെളിമണ്ണു സാരിയിലും അടിപ്പാവാടതുമ്പിലും പറ്റിച്ചേർന്നു പിടിച്ചു വല്ലാതെ മുഷിഞ്ഞിരുന്നു അവർ. മഴക്കൊപ്പം വാശി പോലെ വീശിയടിക്കുന്ന കാറ്റിൽ മുറ്റത്തെ ചെണ്ടുമല്ലികൾ നിലം പൊത്തി വീണിട്ടുണ്ട്. കോകില അവിടമാകമാനം കണ്ണുകൾ കൊണ്ട് പരതി. അവർക്കിടയിൽ തളംകെട്ടി നിന്ന നിശബ്ദതയെ ഭഞ്ജിച്ചുകൊണ്ട് കോകിലയുടെ അച്ഛൻ സംസാരിച്ചു തുടങ്ങി.

"ശിവായെ പാക്കലാമാ?"

കോകില ചുറ്റും അമ്പരന്നു നോക്കി, "എന്നാച്ചു ,ശിവ എങ്കെ?"

അവൾക്കൊന്നും മനസ്സിലായില്ല.

കണ്ണമ്മ അവളുടെ കയ്യിൽ മെല്ലെ തൊട്ടു,

"ശിവ എന്നോടെ ഒരേ പുള്ള താൻ, അവ കൊളന്തയായി ഇറുക്കുമ്പോഴേ അവനോടെ അപ്പ എറന്തിട്ടേൻ. എന്നോടെ ലോകമേ അവനെ താൻ. ഉന്നോടെ വിഷയമെല്ലാം അവൻ തിരുമ്പി വന്ത നാളിലെ സൊല്ലിട്ടേൻ, എന്നോട് സമ്മതം വാങ്ങി ഫ്രണ്ട്സോടെ ഊരുചുറ്റാൻ പോയിട്ടെൻ. വഴിയിലെ ആക്സിഡന്റ് ആച്. ആക്സിഡന്റിലെ അവനോടെ വലതു കൈ ചേതമടയിന്തത്."

കോകില ഞെട്ടലോടെ ആണ് എല്ലാം കേട്ടിരുന്നത്.

"അവളുടെ കണ്ണിൽ ഇരുട്ടു കയറും പോലെ തോന്നി. ആരോ മുഖത്ത് വെള്ളം തളിച്ചു. കോകില കണ്ണു തുറന്നു ചുറ്റും നോക്കി, ഒരു പൊട്ടിക്കരച്ചിലിൽ എത്തിനിന്നു. കണ്ണുനീരിനിടയിൽ അവൾ കണ്ടു പരിക്കുകളുമായി വീൽചെയറിൽ ഇരുന്നു തന്നെ നോക്കുന്ന ശിവയെ. പുറമെ ഉള്ള പരിക്കുകൾ വളരെ പെട്ടന്ന് തന്നെ ഭേദമാകും. എങ്കിലും കയ്യുടെ സ്വാധീനം തിരികെ കിട്ടുന്നതിൽ ഉറപ്പില്ല. ഒരു ജേർണലിസ്റ്റ് ആയ ശിവക്ക് അവന്റെ ആയുധം കൈകളാണ്. അതിനു കഴിയില്ലെങ്കിൽ മുന്നോട്ടുള്ള ജീവിതം ദുസ്സഹമാകും.

അവളുടെ പിടിവാശി അറിയുന്നത് കൊണ്ട് തന്നെ ഇനിയും ഒന്നും പറഞ്ഞു തിരുത്താൻ കഴിയില്ലെന്ന് അവർക്കറിയാമായിരുന്നു. മനസ്സില്ലാ മനസ്സോടെ അവർ എല്ലാത്തിനും സാക്ഷികളായി മൗനമായി നിന്നു ഒപ്പം അവൾക്കേറെ പ്രിയപ്പെട്ട അരുണിമയും ഗായത്രിയും. വിവാഹശേഷം മുന്നോട്ടുള്ള ദിവസങ്ങൾ ദുസ്സഹമായിരുന്നു. ശിവയിൽ വല്ലാത്ത മാറ്റങ്ങൾ കണ്ടുതുടങ്ങി.

കണ്ണമ്മയുടെ വരുമാനത്തിൽ ആണ് ദിവസങ്ങൾ തള്ളിനീക്കിയത്. ശിവ മെല്ലെ മെല്ലെ സാധാരണ ജീവിതത്തിലേക്ക് മടങ്ങിത്തുട

ങ്ങിയിരുന്നു. നാട്ടുവൈദ്യൻമാരുടെ സഹായത്തോടെ കൈ മെല്ലെ അനക്കിത്തുടങ്ങി. എങ്കിലും ചില രാത്രികളിലെല്ലാം ശിവ അസ്വസ്ഥനാകുന്നത് അവൾ അറിഞ്ഞിരുന്നു. എന്തൊക്കെയോ പിറുപിറുക്കുകയും ഇടത് കൈമുഷ്ടി ചുരുട്ടി പിടിക്കുന്നതും അവളിൽ വല്ലാത്ത ഭയം ഉളവാക്കി.

ഒരു രാത്രി എല്ലാ സങ്കോചങ്ങൾക്കും പരിഭവങ്ങൾക്കും വിടനൽകി പ്രണയനിലാവിൽ പൂത്തുലഞ്ഞു ഇരുവരും ഉറക്കത്തിലേക്ക് വീണു. ഉറക്കത്തിന്റെ മൂർദ്ധന്യാവസ്ഥയിൽ ശ്വാസം കിട്ടാത്തതുപോലെ കോകില പിടഞ്ഞു. കണ്ണുകൾ തള്ളിത്തുറന്നു അവൾ കണ്ട കാഴ്ച ഞെട്ടിക്കുന്നതായിരുന്നു.

ശിവ ഒരു ഭ്രാന്തനെ പോലെ അവളെ ആക്രമിക്കുകയാണ്, കണ്ണുകൾ ചുമന്നിട്ടുണ്ട്, ഒരു ഭീകര സത്വത്തിനെ പോലെ, അവനിലെ അവനെ നഷ്ടപ്പെട്ടു മറ്റാരോ ആയിക്കഴിഞ്ഞിരുന്നു അപ്പോൾ. കുറച്ചു സമയത്തിനു ശേഷം ശിവ തളർന്നുറങ്ങി. ആ രാത്രി കണ്ണമ്മയും കോകിലയും നേരം പുലരുവോളം അവനു കൂട്ടിരുന്നു. അടുത്ത ദിവസം രാവിലെ ശിവയുടെ പെരുമാറ്റം രണ്ടാളെയും ഒരുപോലെ ഞെട്ടിച്ചു. കഴിഞ്ഞ രാത്രിയിൽ നടന്നതൊന്നും അവന്റെ ഓർമ്മയിൽ ഇല്ല.

പിന്നീടുള്ള പല രാത്രികളിലും ഇതാവർത്തിച്ചു. കോകില വല്ലാതെ തളർന്നിരുന്നു, ജീവിതം കൈവിട്ടുപോകും പോലെ അവൾക്കു തോന്നി. സങ്കടങ്ങൾ മറ്റാരെയെങ്കിലും അറിയിക്കാതെ ഉള്ളിലൊതുക്കി. കോകിലയുടെയും കണ്ണമ്മയുടെയും സംസാരത്തിൽ നിന്നും ശിവ തിരിച്ചറിഞ്ഞു തുടങ്ങിയിരുന്നു, തനിക്കെന്തൊക്കെയോ മാറ്റങ്ങൾ സംഭവിക്കുന്നുണ്ടെന്ന്.

തൊട്ടടുത്ത ദിവസം രണ്ടാളും ശിവയെ ചികിൽസിച്ചിരുന്ന ഡോക്ടറുമായി സംസാരിച്ചു, എല്ലാം കേട്ട് കഴിഞ്ഞ് അദ്ദേഹം പറഞ്ഞത് ഉൾക്കൊള്ളാൻ ഇരുവരും സമയമെടുത്തു. ലക്ഷങ്ങളിൽ ചിലർക്കു മാത്രം വരാറുള്ള ബൈപോളാർ ഡിസോർഡർ ഈ രോഗത്തിന് ചികിത്സ പൂർണ്ണമായും കണ്ടെത്തിയിട്ടില്ലത്രെ. എങ്കിലും മരുന്നുകൾ കൊണ്ട് ഒരു പരിധിവരെ പിടിച്ചു നിർത്താൻ കഴിയും എന്നാണ് അറിഞ്ഞിട്ടുള്ളത്. ചികിത്സയുടെ ഭാഗമായി ശിവ കുറച്ചുനാൾ നാട്ടിൽ നിന്നും മാറി നിൽക്കേണ്ടി വരും.

മുരുകണ്ണ സ്റ്റേഷനിൽ തിരക്കില്ലാത്ത ഭാഗത്തായി റിക്ഷ ഒതുക്കി നിർത്തി. അപ്പോഴും കോകില കണ്ണുകൾ ഇറുകി അടച്ചു അവളുടെ ലോകത്തിൽ വട്ടം തിരിയുകയായിരുന്നു. മുരുകണ്ണ അവളെ തട്ടി വി

ളിച്ചു, അവൾ ഞെട്ടലോടെ കണ്ണുകൾ തുറന്നു.

"അണ്ണെ എത്തിയാച്ചാ?"

"കോകിലാ ഉന്നോടെ അപ്പാവും അമ്മാവും ആക്സിഡന്റിലെ എറന്തിട്ടു ഒരു വർഷം ആകതു ഇല്ലയാ? ഊരിലെ ഉനക്കെന്നു സൊല്ലിക്കയാർ ഇറുക്ക?ഉനക്ക് പോയി താൻ ആകണമാ?"

"പോണം അണ്ണെ, ഉങ്കൾക്കു എല്ലാ വിഷയവും തെരിയും ഇല്ലയ? കൊഞ്ചം നിൻമതിയായി ഇരിക്കവേണം, തനിയാ ഇറുക്കണം."

"മനസ്സിലാക്കതു പുള്ളെ, നീ എനക്കെൻ ചിത്ര പോണ്ണു മാതിരി. തെരിയും നീ റൊമ്പ ഒലഞ്ഞു പോയിട്ടെൻ. എന്നാലും കണ്ണമ്മ, ശിവ അവങ്കെ ഉന്നെ റൊമ്പ ഇഷ്ടപ്പെടർതു അത് പുരിയമേ നീ കെളമ്പിട്ടാൽ?"

മുരുകണ്ണ പാതിയിൽ നിർത്തി. അവളോട് നിർബന്ധിച്ചു പറയാൻ അയാൾക്കും കഴിയുമായിരുന്നില്ല. അത്രമേൽ അവൾ അനുഭവിച്ചു ഈ ചെറിയ പ്രായത്തിൽ.

"ലാൽബാഗ് എക്സ്പ്രസ്സ് 3.30 നു അല്ലയാ, ടിക്കറ്റ് എടുക്കവേണ്ടമാ?"

"വേണ്ട അണ്ണെ, ഇനിയും ടൈം ഇറുക്കില്ലയാ, നാനെ റെഡി പണ്ണിഡ്രെൻ."

"നീ എപ്പൊ തിരുമ്പി വരുവേൻ? നിശ്ചയമാ തിരുമ്പി വരുമല്ലയാ?"

അവൾ മറുപടി നൽകിയില്ല, ബാഗും ചേർത്തുപിടിച്ചു അവൾ മുൻപോട്ടു നടന്നു. അത്രമേൽ നിരാശ അവളിൽ ബാധിച്ചിരുന്നു. ഈ കാലമത്രെയും അവൾക്കയായി രാത്രികളെ പകലാക്കി അവൾ പറയുന്നതൊക്കെയും വേദനയോടെ കാതങ്ങൾക്കപ്പുറം കേട്ടിരുന്ന അവളുടെ പ്രിയപ്പെട്ടവരുടെ അരികിലേക്ക് ഓടിയെത്തുവാൻ അവളുടെ ഹൃദയം വെമ്പൽകൊണ്ടു.

പ്ലാറ്റ്ഫോമിൽ നല്ല തിരക്കു അവൾക്ക് അനുഭവപ്പെട്ടു. എങ്കിലും ഒരാളും മറ്റൊരാളെ ശ്രദ്ധിക്കുന്നില്ല. മൈക്കിലൂടെ അനൗൺസ്മെന്റ് വന്നു തുടങ്ങി, പത്തു മിനിറ്റിനകം ലാൽബാഗ് എക്സ്പ്രസ്സ് സ്റ്റേഷനിൽ എത്തിച്ചേരും. അവൾ അക്ഷമയോടെ കാത്തിരുന്നു. ട്രെയിൻ വന്നു നിന്ന് നിമിഷങ്ങൾക്കകം യാത്രക്കാരെല്ലാം ട്രെയിനിലേക്ക് കയറി. ജനാലക്കരികിലായി അവളുടെ നമ്പർ കണ്ടുപിടിച്ചു ഇരിപ്പിടം ഉറപ്പിച്ചു. ട്രെയിൻ മെല്ലെ കൂകിവിളിച്ചു അനങ്ങി തുടങ്ങി.

ഏകാന്ത യാത്രകൾ ഒരു വിരസത ആണെങ്കിലും പ്രിയപ്പെട്ടവരുടെ അടുത്തേക്കാണെന്ന ചിന്ത അവളുടെ ഉള്ളിൽ പ്രതീക്ഷയുടെ

പൊൻതിരി തെളിച്ചു. നല്ല ചിന്തകളോടെ കരുത്തുള്ള മനസ്സോടെ യാത്രകൾ അവൾക്ക് മുന്നോട്ട് കൊണ്ടുപോയേ കഴിയൂ. ഹൃദയഭാരമെല്ലാം അവരുടെ മടിത്തട്ടിലേക്ക് ഇറക്കിവച്ചു പറയാൻ ബാക്കി വച്ചതൊക്കെയും പ്രണയത്തിൽ ചാലിച്ചു അവന്റെ കാതോരം പറയാൻ അവൾ മടങ്ങിയെത്തും. അവളുടെ പ്രിയപ്പെട്ടവർ അവളെ അതിനു പ്രാപ്തയാക്കും. പറയാൻ ബാക്കി വച്ച, വസന്തകാലത്തിന്റെ പാതിയിൽ എവിടയോ മുറിഞ്ഞു പോയ പ്രണയത്തെ ചേർത്തുപിടിക്കാൻ അവൾക്കു മടങ്ങി വരാതിരിക്കാൻ കഴിയില്ല.

സ്റ്റേഷനുകൾ പലതു പിന്നിട്ടു. അപരിചിതരായ പലരും ഇറങ്ങുകയും കയറുകയും ചെയ്യുന്നുണ്ട്. ചില മുഖങ്ങൾ കണ്ടാലറിയാം തങ്ങളുടെ പ്രിയപ്പെട്ടവരെ പിരിഞ്ഞു പോകുന്ന വേദന. ബാംഗ്ലൂർ നഗരത്തിൽ ജോലിതേടി പോകുന്നവരാകാം, തങ്ങൾക്കേറെ പ്രിയപ്പെട്ടവരുമായി ഉന്നത നിലവാരമുള്ള ചികിത്സ തേടി പോകുന്നവരുമുണ്ട് കൂട്ടത്തിൽ. കോകില അപ്പോഴും വല്ലാത്തൊരു അസ്വസ്ഥതയോടെ കണ്ണുകൾ പൂട്ടി ചാരി ഇരിക്കുകയാണ്. ഇടക്കവൾ ആശങ്കയോടെ സമയം നോക്കുന്നുണ്ട്. ഇനിയും ഏതാണ്ട് ഒരുമണിക്കൂർ സമയം ഉണ്ട് ബാംഗ്ലൂർ എത്തിച്ചേരാൻ. തന്റെ വരവും കാത്തുനിൽക്കുന്നുണ്ടാവും അവർ. ഉറപ്പായും തന്റെ പ്രവർത്തികളെ അവർ കുറ്റപ്പെടുത്തിയേക്കും, ശാസനയോടെ പിണക്കം നടിച്ചേക്കും, എല്ലാത്തിനുമൊടുവിൽ തന്നെ ചേർത്തുപിടിച്ചു അവർ പൊട്ടിക്കരയും. തന്നെ ആശ്വസിപ്പിക്കാൻ വാക്കുകൾക്കായി അവർ പരസ്പരം മത്സരിച്ചേക്കും. സൗഹൃദങ്ങളെ കുറിച്ച് ഓർത്തപ്പോഴേക്കും അവളുടെ കണ്ണുകൾ ചുമന്നു കലങ്ങി.

ഇനിയുമൊരു അഞ്ചു കിലോമീറ്റർ കൂടെ പിന്നിട്ടാൽ സ്റ്റേഷൻ എത്തിച്ചേരും. അവളുടെ ഹൃദയതാളം വല്ലാതെ ഉയർന്നു. എത്രയും വേഗം അവർക്കിടയിലേക്കെത്താൻ അവൾ വെമ്പൽ കൊണ്ടു. ട്രെയിന്റെ വേഗത കുറഞ്ഞുവന്നു. അവൾ ജനാലയിലൂടെ ബോർഡ് വായിച്ചു ബാംഗ്ലൂർ എന്ന് കണ്ടതും അവളുടെ കണ്ണുകൾ വിടർന്നു. ധൃതിയിൽ ബാഗ് കയ്യിലെടുത്തു മെല്ലെ ഡോർ ലക്ഷ്യമാക്കി നടന്നു. സൂക്ഷ്മതയോടെ ചുറ്റുപാടും നോക്കി മെല്ലെ പ്ലാറ്റ്ഫോമിലേക്ക് ഇറങ്ങി. മുന്നോട്ട് നടക്കാൻ തുടങ്ങിയ അവൾക്ക് പിന്നിൽ നിന്നും ആരോ വിളിക്കുംപോലെ തോന്നി, പിന്തിരിഞ്ഞു നോക്കിയപ്പോൾ കണ്ടു നിറഞ്ഞ ചിരിയോടെ നിറകണ്ണുകളോടെ തന്നെ സ്വീകരിക്കാൻ കാത്തുനിൽക്കുന്ന അരുണിമയും ഗായത്രിയും. കോകില അവർക്കരുകിലേക്ക് ഓടിയടുത്തു അവളുടെ തണലിടം തേടി.

അനാമിക

'നമീ.. നിന്നെ എവിടെയെല്ലാം തിരക്കി! മുത്തശ്ശനും അമ്മാവനും നിന്നെ അന്വേഷിക്കുന്നുണ്ട് കേട്ടോ'. ജനാലപ്പടിയിൽ നിന്നും അമ്മ ഇത് വിളിച്ചു പറയുമ്പോൾ തറവാട്ട് പറമ്പിന്റെ വടക്കുഭാഗത്തെ ഇലഞ്ഞിമരത്തിലെ ഊഞ്ഞാലിൽ മരച്ചില്ലകളുടെ കരിമ്പച്ച വകഞ്ഞു മാറ്റി കണ്ണെത്താ ദൂരത്തെ നീലാകാശത്തിലേക്ക് കണ്ണ് നട്ടിരിക്കുകയായിരുന്നു അനാമിക. ഇലഞ്ഞിപ്പൂക്കൾ വീണു മൂടിപ്പോയ മടിയിലെ പുസ്തകം അവൾ തട്ടിക്കുടഞ്ഞു. ലളിതാംബിക അന്തർജനത്തിന്റെ 'അഗ്നിസാക്ഷി'യാണത്. അനാമികക്കൊരുപാടിഷ്ടമുള്ള പുസ്തകം. തറവാട്ടുമുറ്റത്തെ ഊഞ്ഞാലിൽ ഇരുന്നവൾ വായിച്ചുതീർത്ത ഒരു വലിയ ലോകമുണ്ട്, അവളുടെ മനസ്സിൽ തീയും കനലും കോരിച്ചൊരിഞ്ഞവ, ദാഹിച്ചു വലഞ്ഞപ്പോൾ തെളിനീരുറവ കാട്ടികൊടുത്തവ, പ്രതീക്ഷയും നിരാശയും നല്കിയവ, നിശബ്ദമായി പ്രണയം ചൊരിഞ്ഞവ, അമ്മയുടെ സ്നേഹവും അച്ഛന്റെ തലോടലും നല്കിയവ, ജീവിതത്തിന്റെ അനിശ്ചിതത്വവും സങ്കീർണതയും ഇഴകീറി കാണിച്ചു കൊടുത്തവ.. അങ്ങനെയങ്ങനെ പോകാത്ത നാടുകളെയും അറിയാത്ത ആളുകളെയും ഈ ഊഞ്ഞാലിനു ചുറ്റും കൊണ്ടുനിർത്തി അവൾക്കു കാണിച്ചു പരിചയപ്പെടുത്തിക്കൊടുത്തിട്ടുള്ള അവൾക്കേറ്റവും പ്രിയമേറിയ ഇടമാണത്.

ബാംഗ്ലൂരിലെ ഇന്ത്യൻ ഇൻസ്റ്റിറ്റ്യൂട്ട് ഓഫ് സൈക്കോളജി ആൻഡ് റിസേർച്ച് സെന്ററിലെ രണ്ടാം വർഷ എം.എസ്.സി സൈക്കോളജി വിദ്യാർത്ഥിനിയാണ് അനാമിക. എം.എ സൈക്കോളജിക്കു പകരം ബാംഗ്ലൂർ പോയി എം.സ്.സി സൈക്കോളജി പഠിക്കണം എന്നൊക്കെ പറഞ്ഞപ്പോൾ ആദ്യം ആരും സമ്മതിച്ചിരുന്നില്ല. അമ്മാവനും മുത്തശ്ശനും ഒക്കെ എതിർപ്പായിരുന്നു. പിന്നീട് ചെന്നൈയിൽ ജോലി ചെയ്യുന്ന ഏട്ടൻ അനാമികയോടൊപ്പം അതേ ശക്തിയോടെ ഉറച്ചു നിന്നതുകൊണ്ടാണ് അവളുടെ ആ തീരുമാനം വിജയിച്ചത്. നന്നേ ചെറുപ്പത്തിലേ അച്ഛൻ നഷ്ടപ്പെട്ട കുട്ടികളാണ് അനാമികയും അർജുനും. പിന്നീട് അമ്മയുടെ തറവാട്ടിൽ അമ്മാവന്റെയും മുത്തശ്ശന്റെയും സംരക്ഷണത്തിൽ ആവശ്യത്തിൽ കു

ടുതൽ സ്നേഹം കിട്ടി വളർന്നവരാണ്. മക്കളില്ലാത്ത അമ്മാവനും അമ്മായിക്കും കണ്ണിലെ കൃഷ്ണമണികൾ പോലെയാണ് രണ്ടാളും.

ഇരുപത്തിയഞ്ചാം വയസ്സിൽ ഭർത്താവ് നഷ്ടപെട്ട സ്ത്രീയാണ് അമ്മ. നിറം മങ്ങിപ്പോയ ജീവിതത്തിനു പിന്നീടൊരിക്കലും ചായം കൊടുക്കാതെ ജീവിച്ച സ്ത്രീ. വീണ്ടുമൊരു വിവാഹത്തിന് തയ്യാറാകാതിരുന്ന മകളെയും, പറക്കമുറ്റാത്ത രണ്ടു കുഞ്ഞുങ്ങളെയും ഒരു കുറവും അറിയിക്കാതെയാണ് മുത്തശ്ശൻ ഇത്ര കാലം സംരക്ഷിച്ചു പോന്നത്. എങ്കിലും ഏതൊരു പൊട്ടിച്ചിരിയുടെ ഇടയിലും അമ്മയുടെ കണ്ണിലെ നിർവികാരത മുതിർന്നു കഴിഞ്ഞപ്പോൾ ഏട്ടനേക്കാൾ ആഴത്തിൽ അനാമികയുടെ ഉള്ളിൽ നീറ്റലുണ്ടാക്കാറുണ്ട്. മക്കളെ മുന്നിൽ കാണുമ്പോൾ മാത്രമേ ആ കണ്ണുകളിൽ എന്തെങ്കിലും ഒരു തരി വെളിച്ചം തെളിഞ്ഞിരുന്നുള്ളു. അർജുനെക്കാൾ അനാമികയുടെ ഇഷ്ടങ്ങൾക്ക്, ലക്ഷ്യത്തിന്, സ്വപ്നങ്ങൾക്ക് അമ്മ എന്നും ഒരുപാട് കൂട്ടിരുന്നിരുന്നു, ഒരുപാട് കരുതലുണ്ടായിരുന്നു ആ മനസ്സിൽ അനാമികയോട്. എന്നിരുന്നാലും മുത്തശ്ശന്റെയും അമ്മാവന്റെയും പല തീരുമാനങ്ങൾക്കും അഭിപ്രായങ്ങൾക്കും മുന്നിൽ പലപ്പോഴും സ്വന്തം അഭിപ്രായങ്ങൾക്ക് ശബ്ദം കൊടുക്കാതെ മൗനിയായി നിൽക്കുന്ന അമ്മയെ കണ്ടാണ് അനാമികയും അർജുനും വളർന്നിട്ടുള്ളത്. അതുകൊണ്ടുതന്നെ ഒരു പെൺകുട്ടിയായിരിക്കെ സ്ത്രീയായിരിക്കെ തീർച്ചയായും അനാമിക സ്വന്തം താല്പര്യങ്ങളെക്കുറിച്ച് പൂർണ്ണബോധവതിയും, നിശ്ചയദാർഢ്യമുള്ളവളും, ഇഷ്ടങ്ങളും അഭിപ്രായങ്ങളും ഉച്ചത്തിൽ പറയാൻ ശക്തിയുള്ളവളും ആയിരിക്കണമെന്ന് അർജുനും വളരെ നിർബന്ധമായിരുന്നു.

തികച്ചും യാഥാസ്ഥിതികമായ ഒരു തറവാടാണ് അവരുടേത്. സംരക്ഷണം എന്നത് ആണിന്റെ മാത്രം ചുമതലയാണെന്നും പെൺകുട്ടികൾ എപ്പോഴും സംരക്ഷിക്കപ്പെടേണ്ടവരാണെന്നും എല്ലാ ഇരുട്ടും അവർക്ക് അപകടമാണെന്നും മാത്രം വിശ്വസിച്ചു പോരുന്നവരാണ്, പഴമയുടെ നിശ്വാസം പോലും പ്രൗഢിയായി കൊണ്ടുനടക്കുന്നവരാണ്. താൻ ഏറെ ഇഷ്ടപ്പെടുന്ന വിഷയം, ആഗ്രഹിക്കുന്ന കോളേജിൽ പഠിക്കാനുള്ള അനാമികയുടെ ആഗ്രഹംപോലും അർജുൻ എന്ന ആൺ ശബ്ദം ശക്തമായിരുന്നതുകൊണ്ട് മാത്രമാണ് നിഷേധിക്കപ്പെടാതിരുന്നത്. ഒരു ഏട്ടനായിരിക്കെ ഒരിക്കലും ഒരു വല്യേട്ടൻ കുപ്പായം അണിയാത്ത ആളാണ് അർജുൻ. നമിയുടെ സ്വാതന്ത്ര്യത്തിനും അഭിപ്രായങ്ങൾക്കും ഒരു അതിർത്തി വയ്ക്കാത്ത ഏട്ടനാണ്, നമിയുടെ എല്ലാമെല്ലാമാണ്.

അനാമിക കടന്നു ചെല്ലുമ്പോൾ നടുത്തളത്തിൽ മുത്തശ്ശനും അമ്മാവ

നും കാര്യമായ ചർച്ചയിലാണ്. അമ്മയും അമ്മായിയും കൂടെയിരിപ്പുണ്ട്.

'ഏട്ടനെവിടെ അമ്മേ?' നമി ചോദിച്ചു.

'അവനേതോ കൂട്ടുകാരനെ കാണാൻ പോകുന്നു എന്ന് പറഞ്ഞു പുറത്തേക്കിറങ്ങിയിട്ടുണ്ട്'.

'ഓ! കറങ്ങാൻ പോയതാവും, ഛേ! ഞാനും കൂടെ പോയേനെ, ഏട്ടനെന്താ പറയാതെ പോയത്?' നമി പരിഭവിച്ചു.

'ഇനിയിപ്പോ ഏട്ടന്റെ കൂടെയുള്ള കറക്കമൊക്കെ മതിയാക്കാറായി നമീ..'

'നിനക്ക് ഞങ്ങൾ ഒരു ചെക്കനെ കണ്ടുപിടിച്ചിട്ടുണ്ട്, അത് നിനക്ക് ബോധ്യായീന്നുവച്ചാൽ ബാക്കി നാടൊക്കെ കാണാൻ നിനക്കൊരു കൂട്ടായീലോ' മുത്തശ്ശൻ തമാശ രൂപത്തിൽ പറഞ്ഞു.

ഇതിപ്പോ പതിനെട്ടു തികഞ്ഞപ്പോൾ തുടങ്ങിയ ചെക്കൻ കാണലും പെണ്ണുകാണലും ആണ്, നമി അത് കാര്യമാക്കിയില്ല.

'എന്റെ മുത്തശ്ശാ പരീക്ഷയ്ക്കുള്ള പുസ്തകങ്ങളവിടെ അലമാരയിൽ എന്നെ നോക്കി ചിരിച്ചോണ്ടിരിപ്പുണ്ട്. ആ തലവേദന തന്നെ ഇപ്പൊ എനിക്ക് ധാരാളമാണ്. ഇനി അടുത്ത സെമസ്റ്റർ തുടങ്ങാൻ ആകെയുള്ളത് കഷ്ടിച്ച് ഒരാഴ്ചയാണ്. അതിനിടയിൽ കറങ്ങാൻ പോകാനും നാടു കാണാനും ഒരാളെ എന്റെ വലതുവശത്തു സ്ഥിരമായി നിർത്താൻ എനിക്കിപ്പോ തീരെ താല്പര്യമില്ല. നമുക്കിതിന് വേണ്ടി ഒരു അഞ്ചുകൊല്ലം കാത്തിരിക്കാം. എന്ത് പറയുന്നു? അല്ലെങ്കിൽ തന്നെ ഈ കല്യാണമൊക്കെ കഴിച്ചിട്ടെന്തിനാ? ഞാൻ കല്യാണമേ കഴിച്ചില്ലങ്കിലോ എന്നാ ഇപ്പൊ ആലോചിക്കണേ' നമി പൊട്ടിചിരിച്ചുകൊണ്ട് അമ്മായിയെ നോക്കി കണ്ണിറുക്കി കാണിച്ചു.

മുത്തശ്ശനും അമ്മാവനും ഒരു നിമിഷം മുഖത്തോടു മുഖം നോക്കി ഇരുന്നു. 'ഞങ്ങൾക്കൊക്കെ പ്രായമായി വരാണ്, ഞാൻ ഇനി എത്ര കാലം ഉണ്ടാകും എന്നൊന്നും ഒരു നിശ്ചയില്ല. നിന്നെ ഒരാളുടെ കൈ പിടിച്ചേല്പിച്ചു, നിങ്ങൾ സമാധാനമായി ജീവിക്കുന്നത് കണ്ടു വേണം എനിക്ക് കണ്ണടയ്ക്കാൻ. അച്ഛനില്ലാത്ത കുട്ടിയാണ് നീ, ഭഗവാൻ എനിക്ക് ഇത്ര കാലം ആയുസ്സു നീട്ടി തന്നതുപോലും നിനക്ക് വേണ്ടിയാണ്. ഇത്രകാലം വന്ന ആലോചനകൾ മുഴുവൻ നിന്റെ നിർബന്ധത്തിനു വഴങ്ങി ഞങ്ങൾ വേണ്ടെന്നു വച്ചു. ഇനി അത് പറ്റില്ല. സമയമായി കുട്ടീ ഒരു കുടുംബമൊക്കെ ആകാൻ'.

മുത്തശ്ശന്റെ സംസാരം കേട്ട് അനാമികയുടെ മുഖം ചുവന്നു. മനസ്സിൽ ഒരു കടലിരമ്പുന്ന ഭാരം അവൾക്കനുഭവപ്പെട്ടു. എന്നിരുന്നാലും

മറുപടി ഒന്നും പറയാൻ അവൾക്കു തോന്നിയില്ല. അവൾ അമ്മയെ നോക്കി. ആ മുഖത്തെ പരിഭ്രമത്തിന്റെ അർത്ഥം എന്താണെന്നു അവൾക്ക് അപ്പോൾ മനസ്സിലായില്ല. അമ്മയുടെ മുഖത്തേക്ക് അൽപ നേരം അവൾ അങ്ങനെ നോക്കി നിന്നു. അമ്മ ഒന്നും പറഞ്ഞില്ല.

'അമ്മേ എനിക്ക് വിശക്കണൂ, ഭക്ഷണം എടുത്തു വയ്ക്കോ?'

'ഉച്ചകഴിഞ്ഞു ഒരുപാട് ജോലിയുണ്ട്, സെമസ്റ്റർ ബ്രേക്ക് തീരും മുന്നേ വയ്ക്കേണ്ട ഒന്ന് രണ്ടു പേപ്പർ വർക്ക് ഇതുവരെ കഴിഞ്ഞിട്ടില്ല!'.

'നമീ, ബോംബെയിൽ നിന്നും അമ്മായിയുടെ ആങ്ങളയും കുടുംബവും കഴിഞ്ഞമാസം നാട്ടിൽ എത്തിയിട്ടുണ്ട്, അവര് ഞായറാഴ്ച ഇവിടെ വരെ വരുന്നുണ്ട്, എന്ന് പറഞ്ഞാൽ നിന്നെ കാണാൻ വരുന്നുണ്ട്. 'അശ്വിൻ' നിനക്കറിയാവുന്ന പയ്യനല്ലേ? നീ എന്ത് പറയുന്നു? ഒരു തീരുമാനം ഇപ്പോ തന്നെ പറയാൻ അല്ല അമ്മാവൻ പറയുന്നത്. ഈ ആലോചനയെപ്പറ്റി നീ കാര്യമായിട്ട് ഒന്നാലോചിക്ക്'. അമ്മാവൻ പറഞ്ഞത് കേട്ട് ഏറെ പകപ്പോടെ നമി തിരിഞ്ഞു നോക്കി. എല്ലാ കണ്ണുകളും അവളെ തന്നെ ഉറ്റുനോക്കിക്കൊണ്ടിരിന്നു. അമ്മയുടെയും അമ്മായിയുടെയും മുഖത്ത് നിന്നും ഇത്തവണ കാര്യം ഗൗരവമാണെന്നു അവൾക്ക് മനസ്സിലായി.

'ഇതെന്താ അമ്മാവാ പെണ്ണുകാണലോ?' അനാമിക അമ്മയുടെ അരികിലേക്ക് നീങ്ങി നിന്നു.

'വളരെ പെട്ടെന്നാണ് ഞങ്ങൾ ഇത് നിന്നോട് പറയുന്നത് എന്നെനിക്കറിയാം മോളെ' അമ്മാവൻ തുടർന്നു, 'അവർക്ക് ഇങ്ങനെ ഒരു താല്പര്യം ഉണ്ടെന്നു ഇന്നലെയാണ് ഞങ്ങളെ അറിയിച്ചത്. ആലോചിച്ചപ്പോ വളരെ നല്ലൊരു ബന്ധം ആണെന്ന് ഞങ്ങൾക്ക് തോന്നി. എന്ന് കരുതി ഒരിക്കലും നിന്നെ ഇതിനു വേണ്ടി നിർബന്ധിക്കുകയുമല്ല. മകളായിട്ട് ഞങ്ങൾക്ക് നീ മാത്രമേയുള്ളു. നിന്നെ കല്യാണശേഷവും ഇതുപോലെ നമ്മുടെ കുടുംബത്തിൽ തന്നെ കാണാം എന്ന് വച്ചാൽ അതൊരു ദൈവാനുഗ്രഹമായിട്ടാണ് ഞങ്ങൾക്കെല്ലാവർക്കും തോന്നിയത് അതുകൊണ്ടാണ് നിന്നോട് ഇത്ര വേഗം ഇതിനെക്കുറിച്ചു സംസാരിക്കാം എന്ന് തീരുമാനിച്ചത്, അവര് ഇവിടെ വരെ ഒന്ന് വന്നിട്ട് പൊയ്ക്കോട്ടേ നീ അതൊരു പെണ്ണുകാണലൊന്നും ആയിട്ട് എടുക്കണ്ട. അശ്വിനെ നിനക്ക് നേരത്തെ അറിയാവുന്നതല്ലേ? കൂട്ടുകാര് തമ്മിൽ കുറച്ചു കാലങ്ങൾക്ക് ശേഷം കാണുന്നു എന്ന് കരുതിയാൽ മതി. ബാക്കി എല്ലാം നിന്റെ ഇഷ്ടമാണ്, ഈ ബന്ധം തന്നെ വേണം എന്ന് ഞങ്ങൾ ആരും നിന്നെ നിർബന്ധിക്കുകയില്ല'.

'ഒരുനിമിഷത്തെ മൗനത്തിനു ശേഷം അവൾ അമ്മാവനെ നോക്കി, 'ആരെയും മനസ്സിൽ വച്ചിട്ടല്ല അമ്മാവാ ഞാനിത് പറയുന്നത്, ആരോടെങ്കിലുമുള്ള ഇഷ്ടമോ ഇഷ്ടക്കേടോ ഒന്നുമല്ല എന്നെകൊണ്ട് ഇത് പറയിപ്പിക്കുന്നത്. എനിക്ക് പഠിക്കണം, ഒരുപാട് ദൂരമുണ്ട് എന്റെ ലക്ഷ്യത്തിലേക്കിനി മുന്നോട്ട്. അതിനിടയിൽ ഒരു കല്യാണമോ കുടുംബമോ ഒന്നും ചിന്തിക്കാനേ കഴിയില്ലെനിക്ക്'.

'മോളെ അവര് ബോംബായിലൊക്കെ ജീവിച്ചു ശീലിച്ചവരാ, നിന്റെ പഠിത്തത്തിനും ജോലിക്കുമൊന്നും അവർ ഒരു തടസ്സവും പറയില്ല. പെൺകുട്ടികൾ പ്രായമാകുമ്പോൾ അത് കരണവന്മാർക്ക് വലിയൊരു ഉത്തരവാദിത്വം ആണ്. നിന്റെ ജീവിതം സുരക്ഷിതമായ കൈകളിൽ ഏല്പിക്കുകയെന്നത് ഞങ്ങളുടെ കടമയാണ്'.

'ഇല്ല മുത്തശ്ശാ, ഒരു കല്യാണത്തിനെക്കുറിച്ചു നിങ്ങൾ എന്തൊക്കെ പറഞ്ഞാലും എനിക്കിപ്പോ ചിന്തിക്കാനേ കഴിയില്ല.'

'ഇനി നിന്റെ മനസ്സിൽ ആരെങ്കിലും ഉണ്ടെങ്കിൽ ധൈര്യമായി അത് നീ ഞങ്ങളോട് പറയൂ, അതും നമുക്ക് ആലോചിക്കാം'. അമ്മാവന്റെ ഉറപ്പ് കേട്ട് അവൾക്ക് ചിരിവന്നു.

'ഏതോ ഒരു വീട്ടിൽ ആരുടെയെങ്കിലും കൈകൾക്കുള്ളിൽ സുരക്ഷിതയെന്നു സ്വയം വിശ്വസിച്ചു ജീവിക്കാൻ എനിക്കാകില്ല അമ്മാവാ, എന്റെ സുരക്ഷിതത്വം ഉറപ്പുവരുത്തേണ്ടത് ഞാൻ ആണ്. ആ ഉറപ്പ് സ്വയം നേടിയെടുക്കാൻ വേണ്ടിയാണ് ഞാൻ ഈ പ്രയത്നിക്കുന്നത്'. അമ്മയുടെ നിറഞ്ഞു വരുന്ന കണ്ണുകളിലെ പ്രതീക്ഷയുടെ തിളക്കം ആ നേരം അവളുടെ ശബ്ദത്തിനു കൂടുതൽ ശക്തിയേകി.

അനാമിക തുടർന്നു, 'ഒരേ സ്കൂളിലാണ് ഞാനും ഏട്ടനും പഠിച്ചത്, മുതിർന്നപ്പോൾ തിരഞ്ഞെടുത്തത് അവരവർക്കിഷ്ടപെട്ട വിഷയങ്ങളാണ്, മനസ്സിന് ഏറ്റവും ഇഷ്ടപെട്ട ജോലിയാണ് ഏട്ടൻ ചെയ്യുന്നത്, ഞാനും ഏട്ടനെപ്പോലെ എന്റെ ലക്ഷ്യത്തിലേക്കെത്താനാണ് പരിശ്രമിക്കുന്നത്. ഏട്ടന് നിങ്ങൾ അനുവദിച്ചു കൊടുത്ത തടസ്സങ്ങൾ ഒന്നുമില്ലാത്ത വഴി എനിക്കും വേണം. ഒരു പെൺകുട്ടിയായതുകൊണ്ട് നിങ്ങളുടെ ഉത്തരവാദിത്വത്തിന്റെ ഭാരം കൂടി എന്റെ തലയിൽ കൊണ്ടുവന്നു വയ്ക്കരുത്. ഞാൻ പഠിച്ചുകൊണ്ടിരിക്കുന്നത് മനുഷ്യന്റെ മനസ്സിനെയാണ്. ഈ സമയത്തു ഒരു കല്യാണമൊന്നും എനിക്ക് എന്റെ ജീവിതത്തിൽ സങ്കല്പിക്കാനേ കഴിയില്ല. പരിചയമില്ലാത്ത നാടുകളിലേക്ക്, വഴികളിലേക്ക് ഒറ്റയ്ക്കു നടന്നു ചെല്ലണം, ഒരുപാട് യാത്രകൾ ചെയ്യണം. അതിനു എനിക്ക് സ്വാതന്ത്ര്യം വേണം. മാനസികമായി, ശാരീരികമായി, സാമ്പത്തി

കമായി എല്ലാം സ്വതന്ത്രയാകുമ്പോഴാണ് നിങ്ങൾ പറയുന്നതുപോലെ ഞാൻ സുരക്ഷിതയാവുക, അതിലും വലിയ സുരക്ഷിതത്വമൊന്നും ഒരു താലിമാലയിലൂടെ എനിക്ക് നേടിത്തരാൻ നിങ്ങൾക്ക് ആകില്ല'.

അരികിൽ ഇരുന്ന അമ്മയുടെ മുഖത്തേക്ക് നോക്കിക്കൊണ്ടവൾ സ്വന്തം മുറിയിലേക്ക് നടന്നു. ആ നേരം അമ്മയുടെ മുഖം കണ്ടിട്ടവൾക്ക് ശ്വാസം മുട്ടുന്നത് പോലെ തോന്നി. ഒരു പൊട്ടുവയ്ക്കാറില്ല, ഇഷ്ടമുള്ള വസ്ത്രം ധരിക്കാറില്ല, തലമുടിയിൽ തനിക്കേറ്റവും ഇഷ്ടമുള്ള പൂവ് ചൂടാറില്ല, ആഡംബരങ്ങൾ ഒന്നുമില്ല. ആർക്കു വേണ്ടിയാണു അമ്മ ഇങ്ങനെ നീറി നീറി ജീവിക്കുന്നത്? സ്വന്തം സന്തോഷങ്ങളും, ഇഷ്ടങ്ങളും ആരുടെ ചിതയോടൊപ്പമാണ് അമ്മ എരിച്ചു കളഞ്ഞത്? എന്ന് മുതലാണ് ചില സദസ്സുകളിലെങ്കിലും അമ്മ അവസാന വരിക്കാരിയായത്? ഒരായിരം ചോദ്യം അവളുടെ തലച്ചോറിലേക്കിരച്ചുകയറി. ജീവിതവഴിയിൽ ഒരിത്തിരി നാൾ കൈപിടിച്ചയാൾ, അമ്മയുടെ സംരക്ഷണം മുത്തശ്ശന്റെ കൈകളിൽ നിന്നും ഏറ്റുവാങ്ങിയ ആൾ, അയാളോടൊപ്പം ആ ചെറുപ്രായത്തിലേ അമ്മ യാത്രയാക്കിയത് അമ്മയുടെ ആത്മാവിനെയാണ്. ചിരിയില്ലാതെ, ചിന്തകളില്ലാതെ, അഭിപ്രായങ്ങളും ഇഷ്ടങ്ങളുമില്ലാതെ ജീവനറ്റ വെറും ശരീരം മാത്രമായി അമ്മ ഈ തറവാട്ടിൽ ഞങ്ങൾ രണ്ടു മക്കൾക്ക് വേണ്ടി മാത്രം ശ്വസിച്ചുകൊണ്ടേയിരുന്നു. മിഴി നിറഞ്ഞൊഴുകി മുന്നിലെ വഴി കാണുന്നില്ലായിരുന്നു അവൾക്കപ്പോൾ.

വാതിലിൽ ഏട്ടന്റെ മുട്ട് കേട്ടാണ് പിന്നീടവൾ കണ്ണ് തുറന്നത്.

'നീ ഉറങ്ങുവാണോ?'

'അല്ല ഏട്ടാ ഒരു തലവേദന പോലെ വെറുതെ കണ്ണടച്ച് കിടന്നതാ'.

'ശരി എന്തായിരുന്നു മുത്തശ്ശനും അമ്മാവനും ഒക്കെ ആയിട്ട് ഗംഭീര സംസാരമൊക്കെ ഉണ്ടായെന്ന് അമ്മ പറഞ്ഞു'.

'എനിക്ക് വയ്യ ഏട്ടാ നമ്മുടെ അമ്മയെ നമ്മൾ കാണുന്നതല്ലേ? എനിക്ക് ധൈര്യമില്ല ഇപ്പൊ എല്ലാവരും പറയുന്നത് പോലെ ഒരു കല്യാണം കഴിക്കാൻ. ഏട്ടനു എന്നെ മനസ്സിലാകും അല്ലെ?'

'ഉം. ഏട്ടന് മനസ്സിലാകും, പക്ഷെ അമ്മാവനും മുത്തശ്ശനും അത്ര എളുപ്പത്തിൽ എല്ലാം മനസ്സിലാകില്ല, അവരുടെ ലോകം എന്ന് പറയുന്നത് നമ്മുടേത് പോലെ അല്ല അത് നീയും മനസ്സിലാക്കണം.'

'ഏട്ടനപ്പോൾ അവരുടെ ഭാഗത്താണോ?'

'അങ്ങനെ ഞാൻ പറഞ്ഞോ? അവരോട് ദേഷ്യം പിടിച്ചിട്ട് നീ ഭക്ഷണം ഒന്നും കഴിച്ചില്ല എന്ന് അമ്മ പറഞ്ഞു, അതുകൊണ്ട് പറഞ്ഞു എന്ന് മാത്രം'.

‘ദേഷ്യം പിടിച്ചതല്ല ഏട്ടാ, എനിക്ക് ആ നേരം വല്ലാത്ത ഭയം ആണ് തോന്നിയത്. കാൽ ചുവട്ടിലെ മണ്ണ് മുഴുവൻ ഒലിച്ചുപോകുന്ന പോലെ തോന്നി, ആരുമില്ലായിരുന്നു എനിക്ക് വേണ്ടി ഒരു വാക്ക് മിണ്ടാൻ അന്നേരം അവിടെ’.

‘ആര് പറഞ്ഞു നിനക്കാരുമില്ലെന്നു? ഞാൻ ഇല്ലേ ഇവിടെ, നിന്റെ ഒരു ആഗ്രഹവും നിനക്ക് എവിടെയും ഉപേക്ഷിച്ചു പോകേണ്ടി വരില്ല, ഉറക്കെ സംസാരിക്കാനുള്ള ധൈര്യം ഇല്ലെങ്കിലും അമ്മയും അമ്മായിയും എല്ലാം നിന്റെ ഭാഗത്താണ്, നീ ധൈര്യമായിരിക്കൂ’. അർജുന്റെ വാക്കുകൾ കേട്ട് തെല്ലൊരാശ്വാസത്തോടെ നമി പറഞ്ഞു, ‘ആ സമയം എനിക്ക് എന്തൊക്കെയാ പറയാൻ തോന്നിയെ എന്നറിയില്ല ഏട്ടാ, ഞാൻ എന്തൊക്കെയോ പറഞ്ഞു’.

അർജുൻ ചിരിച്ചു കൊണ്ട് അവളുടെ അരികിലേക്കിരുന്നു. ‘മുത്തശ്ശനോടും അമ്മാവനോടും ഞാൻ സംസാരിച്ചിട്ടുണ്ട്, നിന്റെ സംസാരം അവർക്ക് അത്ര സ്വീകാര്യമായിരുന്നില്ലെങ്കിലും കാര്യങ്ങൾ ഞാൻ വിശദമായി, സമാധാനമായി പറഞ്ഞിട്ടുണ്ട്. അത്ര പെട്ടെന്ന് അവർക്ക് നമ്മളെ മനസ്സിലാക്കണമെന്നില്ല. പക്ഷെ പതുക്കെ പതുക്കെ നിന്റെ സ്വപ്നങ്ങൾ എത്ര മനോഹരമായിരുന്നു എന്ന് അവരെ കാണിച്ചു കൊടുക്കാൻ നിനക്ക് കഴിയും. ധൈര്യമായിരിക്ക് എല്ലാം ശെരിയാകും’. അവൾ വീണ്ടും സംശയത്തോടെ അർജ്ജുനെ നോക്കി.

‘ഇല്ല വിഷമിക്കണ്ട നമീ, ഇന്ന് നീ തീർച്ചയായും സംസാരിക്കേണ്ട ദിവസം തന്നെ ആയിരുന്നു. ഇങ്ങനെയുള്ള സന്ദർഭങ്ങളിൽ സംസാരിക്കാൻ കഴിയാതെ പോകുന്നിടത്താണ് പിന്നീട് വാക്കുകൾക്ക് പ്രസക്തിയില്ലാതാകുന്നത്. പഴയ ആളുകളാണ്, നിന്റെ ജീവിതത്തിൽ ഏറ്റവും നല്ലതിൽ കുറഞ്ഞതൊന്നും ആരുടേയും മനസ്സിലില്ല, സമാധാനമായി ഇരിക്കൂ’.

നമിയുടെ ഫോണിൽ വാട്സാപ്പ് സന്ദേശത്തിന്റെ ശബ്ദം കേട്ട് അർജുൻ ഫോൺ എടുത്തു അവൾക്ക് നൽകി.

‘ആകാശ് ആണ്’ അവൻ പറഞ്ഞു. അവളുടെ മുഖത്തെ തെളിച്ചം കണ്ടു അർജുൻ ഒരു നിമിഷം കൂടി അവളെ തന്നെ നോക്കി നിന്നു.

‘എന്താ ഏട്ടാ ഇങ്ങനെ ചിരിക്കണേ?’ ഏട്ടന്റെ മുഖത്തെ കുസൃതിച്ചിരി കണ്ട് നമി ചോദിച്ചു.

‘ഒന്നൂല്ല്യാ ഇനി നിനക്ക് ഈ വഴി ലോകം ചുറ്റാൻ വല്ല പദ്ധതിയുമുണ്ടെങ്കിൽ ഒന്ന് നേരത്തെ കൂട്ടി പറഞ്ഞേക്കണേ’.

‘ഒന്ന് പോ ഏട്ടാ, ഈ വഴിയെന്നല്ല ഒരു വഴിയിലേക്കും തല്ക്കാലം

ഇവിടുന്നു എനിക്കൊരു പദ്ധതിയുമില്ല, ഞങ്ങളെ ഏട്ടനറിയണതല്ലേ?'

'ഞാൻ വെറുതെ നിന്നെ ഒന്ന് ഉഷാറാക്കാൻ പറഞ്ഞതല്ലേ പെണ്ണേ? പിന്നേയ് ഞാൻ നാളെ ചെന്നൈക്ക് പോകും. എനിക്ക് അത്യാവശ്യമായി ഒന്ന് രണ്ടു പ്രെസെന്റേഷൻസ് ഉണ്ട്. ന്യൂ ഇയർ കഴിഞ്ഞിട്ടാണ്, പക്ഷെ കുറച്ചു തയ്യാറെടുപ്പുകൾ നടത്താനുണ്ട്. എന്താ നിന്റെ പരിപാടി? പെണ്ണുകാണൽ എന്തായാലും ഒരു അറിയിപ്പുണ്ടാകുംവരെ മാറ്റി വച്ചിട്ടുണ്ട്' അർജുൻ ചിരിച്ചുകൊണ്ട് പറഞ്ഞു.

'ഉം... എങ്കിൽ ഏട്ടാ ഞാനും കൂടെ വന്നാലോ? എനിക്കെന്തോ ഇവിടെ നിക്കാൻ തോന്നുന്നില്ല. എന്തായാലും അവധി ഇനി ഒരാഴ്ചകൂടിയേ ഉള്ളൂ. ഹോസ്റ്റലിൽ ആണെങ്കിൽ സമാധാനമായി എനിക്കെന്റെ പേപ്പർ വർക്ക്സ് തീർക്കാം. ന്യൂ ഇയർ ആഘോഷിക്കാൻ ഇത്തവണ എന്റെ പട്ടാളം മുഴുവൻ ഹോസ്റ്റലിൽ നേരത്തെ ഹാജരാകും. ഞാൻ ഒഴിഞ്ഞു നിന്നിരുന്നതാണ്. ഇനിയിപ്പോ ഏട്ടനും കൂടി പോകുന്നതുകൊണ്ട് ഞാനും വരുന്നുണ്ട്. ചെന്നൈയിൽ നിന്ന് ഞാൻ ട്രെയിനിൽ പൊയ്ക്കോളാം ബംഗളൂർക്ക്, ഏട്ടൻ കൊണ്ട് വിടണമെന്നില്ല. ലാൽബാഗ് എക്സ്പ്രസ്സ് ഉണ്ടാകും ഞാൻ ബുക്കിംഗ് നോക്കട്ടെ, ഇരുപത്തിയെട്ടിനാകുമ്പോൾ റേച്ചലും കാണും അതേ ട്രെയിനിൽ'.

'എന്നാ ശെരി, നീ അമ്മയോട് പറഞ്ഞിട്ട് എന്താന്ന് വച്ചാൽ ചെയ്യൂ'.

'ശെരി ഏട്ടാ'.

അവൾ ഫോണിൽ ആകാശിന്റെ മെസ്സേജിലേക്ക് നോക്കി.

'ഏയ് നമീ.. മേഘങ്ങൾ തണൽ വിരിച്ച മരുഭൂമിയിലെ വഴികൾ കണ്ടിട്ടുണ്ടോ നീ? ഒരു പുൽനാമ്പു പോലുമില്ലാത്ത പ്രകൃതിയുടെ സൗന്ദര്യം കണ്ടിട്ടുണ്ടോ? മഴമേഘങ്ങളില്ലാത്ത ആകാശത്തിൽ ഇനിയും കണ്ടിട്ടില്ലാത്ത നിറഭേദങ്ങൾ കാണാൻ പോരുന്നുണ്ടോ?'

ഒരു ഒറ്റവരിപ്പാതയിൽ ആയിരം മഴവില്ലുകൾ വിരിഞ്ഞതിനേക്കാൾ മനോഹരമായ ആകാശത്തിന്റെ കീഴിൽ ഒറ്റയ്ക്കിരിക്കുന്ന അവന്റെ ബുള്ളറ്റിന്റെ ഫോട്ടോയിൽ അനാമിക ഏറെ നേരം നോക്കിയിരുന്നു .

പെട്ടെന്ന് ഫോൺ ബെല്ലടിച്ചു, ആകാശാണ്.

'ഏയ് നീ എവിടെയായിരുന്നു, എത്ര ദിവസമായി വിളിച്ചിട്ടും കിട്ടുന്നില്ല മെസേജും പോകുന്നില്ല, എവിടെയെങ്കിലും പോകുമ്പോൾ ഒരു സ്റ്റാറ്റസ് എങ്കിലും അപ്ഡേറ്റ് ചെയ്തൂടെ നിനക്ക്?' അനാമിക പരിഭവിച്ചു.

'ഹ! ഹ! ഞാൻ ഭൂമിയുടെ ഏതാണ്ട് വലത്തേയറ്റം പിടിച്ചൊരു യാത്ര പോയി. ഇപ്പോൾ ബാംഗ്ലൂരുണ്ട്. പറഞ്ഞിട്ട് പോകുന്ന യാത്രകളേക്കാൾ

പറയാതെ പോകുന്ന യാത്രകൾക്കാണ് മനോഹാരിത കൂടുതൽ നമീ, ആകാശ് ഉറക്കെ ചിരിച്ചു.

അവൾക്കു പെട്ടെന്ന് ദേഷ്യം വന്നു. എന്നാലേ മറ്റെന്നാൾ വൈകിട്ട് ഞാൻ ചെന്നൈയിൽ നിന്ന് ബാംഗ്ലൂർക്കു കയറുന്നുണ്ട്. അവിടെ എത്തുന്ന സമയം ഞാൻ മെസ്സേജ് ഇടാം. സമയമുണ്ടെങ്കിൽ സർ ഒന്ന വിടം വരെ വാ, ടാക്സി പൈസ എങ്കിലും ലാഭായല്ലോ'.

'ഉത്തരവ് പോലെ മാഡം'. രണ്ടുപേരും ചിരിച്ചു.

യാത്രകൾ ഒരുപാടിഷ്ടമുള്ള ആളാണ് ആകാശ്. നമിയുടെ സഹപാഠി. പോകുന്ന സ്ഥലങ്ങളിലെയും കാണുന്ന ആളുകളിലെയും ആത്മാവിനെ കൂടെ കൂട്ടുന്നയാൾ. ബാംഗളൂരിലെ കോളേജ് ജീവിതകാലത്തിന്റെ ആദ്യ ദിവസങ്ങളിൽ ഹോസ്റ്റലിലെ ഭക്ഷണരീതിയുമായി തീരെ പൊരുത്ത പ്പെടാൻ കഴിയാതെ ഉച്ചഭക്ഷണം ഉപേക്ഷിച്ചു ക്യാമ്പസ് എക്സ്പ്ലോർ ചെയ്യാൻ നടന്നിരുന്ന ദിവസങ്ങളിലൊന്നിലാണ് രണ്ടുപേരും കൂട്ടാവു ന്നതും കൂട്ടുകാരാവുന്നതും. പിന്നീടുള്ള യാത്രകളിൽ ക്യാമ്പസിന് പുറത്തെ തണൽമരങ്ങൾ പന്തലുകെട്ടിയ വഴികളും, ഗുൽമോഹർ പൂക്ക ളാൽ മൂടിക്കിടക്കുന്ന ഉദ്യാന നഗരിയിലെ ഇടവഴികളും, നഗരത്തിന്റെ മുഴുവൻ തിരക്കുകളെയും നെഞ്ചിലേറ്റുന്ന വാഹന നിബിഡമായ പാത യോരങ്ങളും, വഴികച്ചവടക്കാരും തട്ടുകടകളും നിറഞ്ഞ ബാംഗ്ലൂരിന്റെ രുചിഭേദങ്ങളുടെ ചരിത്രമുറങ്ങുന്ന കച്ചവടത്തെരുവുകളും അവരുടെ പറ ഞ്ഞാൽ തീരാത്ത വിശേഷങ്ങളുടെ വേദിയായി. ആകാശിന്റെ ചിന്താശ കലങ്ങൾ കേൾക്കാൻ അനാമികയ്ക്കെന്നും ഒരുപാടിഷ്ടമാണ്, ലോക ത്തുള്ള എന്തിനെക്കുറിച്ചും വളരെ വ്യത്യസ്തമായ ഒരു കാഴ്ചപ്പാടിൽ കാര്യങ്ങൾ വിശദീകരിക്കുന്ന ആളാണ് ആകാശ്. പഠനം, രാഷ്ട്രീയം, സാമൂഹികം തുടങ്ങി വിഷയം ഏതായാലും അതിൽ ആകാശിന്റെ ശബ്ദം കേൾക്കാൻ ഏറെ ഇഷ്ടപ്പെടുന്ന ആളാണ് അനാമിക. യാത്രകളോടുള്ള പ്രണയത്തിന്റെ വിത്ത് അനാമികയുടെ മനസ്സിലേക്കിട്ടു കൊടുത്ത കൂട്ടു കാരനാണ്. ജീവിതമാകുന്ന യാത്രയ്ക്കിടയിൽ നമ്മൾ കടന്നുപോകുന്ന വഴികളുടെ ഇരുവശവും കണ്ണോടിച്ചുകൊണ്ട് നമ്മൾ കാണുന്ന കാഴ്ച കളല്ല നമുക്ക് അനുഭവങ്ങളുടെ ചൂട് നൽകുന്നത്, ആ യാത്രകളിൽ നമ്മൾ ദിവസേന കാണുന്ന മുഖങ്ങളിലെ പുഞ്ചിരിയിലല്ല യഥാർത്ഥ മനുഷ്യനെ കാണാൻ കഴിയുന്നത് എന്ന് എപ്പോഴും അവളോട് പറയാ റുള്ള, വെറും പാഠപുസ്തകങ്ങളിലല്ല നമീ നീ പഠിക്കുന്ന മനുഷ്യമന സ്സിന്റെ രഹസ്യങ്ങൾ ഒളിഞ്ഞിരിക്കുന്നത് എന്ന് പറഞ്ഞ് അവളെ കളി യാക്കാറുള്ള കൂട്ടുകാരനാണ്.

'ഈ ഭൂമി മുഴുവൻ രഹസ്യങ്ങൾ ആണ് നമീ, എത്ര യാത്ര ചെയ്താലും, എത്ര മനുഷ്യരെ കണ്ടുമുട്ടിയായാലും പൂർണ്ണമായി അഴിച്ചെടുക്കാൻ കഴിയാത്തത്ര കെട്ടുപിണഞ്ഞു കിടക്കുന്ന രഹസ്യങ്ങൾ. അടുക്കുന്തോറും ദൂരേയ്ക്ക് ദൂരേയ്ക്ക് പോകുന്ന ആ രഹസ്യങ്ങളെ തേടിയുള്ള ഓരോ യാത്രയും ഓരോ അനുഭവങ്ങളായിരിക്കും, ചിലപ്പോൾ ഒന്നിലേറെ അനുഭവങ്ങളായിരിക്കും. ഒരേ വാതിലിലാണ് ഇന്ന് നമ്മൾ എത്തി നിൽക്കുന്നത്. ഇനി മുമ്പോട്ടുള്ള വഴി തിരഞ്ഞെടുക്കേണ്ടത് നീയാണ്. നീ ആഗ്രഹിക്കുന്നതെല്ലാം നിനക്ക് വേണ്ടി ഈ പ്രപഞ്ചം കരുതി വച്ചിട്ടുണ്ട് നമീ, നീ അതിലേക്ക് യാത്ര ചെയ്തെത്തും വരെ ആരും കാണാത്ത ഒരു നിധി പോലെ അവയെല്ലാം നിനക്കായി കാത്തിരിക്കും'. നമി ആകാശിന്റെ വാക്കുകൾ ഓർത്തങ്ങനെ ഇരുന്നു പോയി.

ഡിസംബർ ഇരുപത്തിയെട്ടിനു വൈകിട്ട് 3.30 ന്റെ ലാൽബാഗ് എക്സ്പ്രസ്സിൽ ജനറൽ കംപാർട്മെന്റിലാണ് അനാമികയ്ക്ക് ഇടം കിട്ടിയത്. അമ്മയോടും അമ്മായിയോടും യാത്ര പറഞ്ഞു, മുത്തശ്ശന്റെയും അമ്മാവന്റെയും അടുത്തെത്തിയപ്പോൾ മുത്തശ്ശന്റെ അടുത്തുനിന്നും ഒരു മൂളൽ മാത്രമാണ് മറുപടിയായി അവൾക്കു കിട്ടിയത്, അമ്മാവൻ പോയി വരാൻ പറഞ്ഞു. എന്നത്തേയും പോലെ നെറ്റിയിലൊരുമ്മയോ, കെട്ടിപിടിക്കലോ ഒന്നും ഉണ്ടായില്ല, കാലുതൊട്ട് അനുഗ്രഹം വാങ്ങാനൊന്നുമുള്ള ധൈര്യം അവൾക്കും ഉണ്ടായില്ല. തറവാടിന്റെ പടികൾ ഇറങ്ങി ഏട്ടന്റെ കൂടെ കാറിൽ കയറി ഇരിക്കുംവരെ ശ്വാസം അടക്കിപിടിച്ചാണ് അവൾ നടന്നത്.

വെളുപ്പിനെ അഞ്ചു മണിക്ക് ഇറങ്ങിയതാണ് വീട്ടിൽ നിന്നും, പാലക്കാടുനിന്നും ചെന്നൈവരെ ഏഴു മണിക്കൂർ യാത്രയുണ്ട്, ഉച്ചക്ക് ഏകദേശം ഒന്നര മണി കഴിഞ്ഞപ്പോൾ രണ്ടാളും ചെന്നൈയിൽ എത്തി. അർജുന്റെ ഫ്ളാറ്റിൽ ഇത്തിരി നേരം വിശ്രമിച്ച ശേഷം, അവന്റെ കൂടെ തന്നെ അവൾ റെയിൽവേ സ്റ്റേഷനിലേക്ക് തിരിച്ചു. പ്രതീക്ഷിച്ച പോലെ തന്നെ നല്ല തിരക്കായിരുന്നു സ്റ്റേഷനിൽ, സീറ്റ് ബുക്ക് ചെയ്യുമ്പോൾ തന്നെ പ്രതീക്ഷിച്ചതാണ് ഈ തിരക്ക്. കൃത്യസമയത്തു തന്നെ ട്രെയിൻ എത്തി, തിരക്കുകൾക്കിടയിലൂടെ അവൾ ജനറൽ കംപാർട്മെന്റ് ലക്ഷ്യമാക്കി നടന്നു. സ്വസ്ഥമായി തന്റെ സീറ്റിൽ ഇരുന്ന് വല്ലാത്തൊരു ആശ്വാസത്തോടെ അവൾ കണ്ണുകൾ ഇറുകെ അടച്ചു. ഒരു 15 മിനിറ്റിനകം ട്രെയിൻ പേരമ്പൂർ സ്റ്റേഷൻ എത്തും. അവിടെ നിന്നാണ് റേച്ചൽ കയറുന്നത്. കൂട്ടുകാരിയോട് പറയാൻ ഇത്തവണ ഒരുപാട് വിശേഷങ്ങൾ ഉണ്ട് അനാമികകയ്ക്ക്.

തന്നെ വല്ലാതെ വരിഞ്ഞു മുറുക്കിയിരുന്ന എന്തോ ഒന്നിന്റെ നൂലു പൊട്ടിയപോലെ ഒരു ആശ്വാസം അവളിൽ നിറഞ്ഞു. ശ്വസിക്കുന്ന വായുവിന്റെ തണുപ്പ് അവൾ ആവോളം ആസ്വദിച്ചുകൊണ്ടിരുന്നു. പേരമ്പൂർ നിന്നും റേച്ചൽ കേറുമ്പോൾ, കൂടെ രണ്ടുപേരു കൂടി ഉണ്ടായിരുന്നു. അവൾ അവരെ അനാമികയ്ക്ക് പരിചയപ്പെടുത്തി.

'ഇത് വിനു, കൂടെയുള്ളത് വിനുവിന്റെ അമ്മമ്മയാണ്, രണ്ടുപേരും കൂടി ബാംഗ്ലൂരിലേക്ക് പോകുകയാ, സ്റ്റേഷനിൽ ഒറ്റയ്ക്കിരുന്നപ്പോൾ ഞങ്ങൾ നല്ല കൂട്ടായി'. അനാമിക ചിരിച്ചുകൊണ്ട് സ്വയം പരിചയപ്പെടുത്തി. നിമിഷനേരത്തിനുള്ളിൽ ട്രയിൻ അടുത്ത സ്റ്റേഷൻ ലക്ഷ്യമാക്കി കുതിച്ചു. അനാമിക റേച്ചലിനെയും കൂട്ടി താൻ ഇരുന്നിടത്തു വന്നിരുന്നു. അപ്പോൾ വിനുവും അമ്മമ്മയും അവരുടെ ബാഗെല്ലാം ഒതുക്കി വച്ച് സീറ്റിൽ ഇരിക്കാനുള്ള ഒരുക്കത്തിൽ ആയിരുന്നു.

വിശേഷങ്ങൾ എല്ലാം കേട്ടുകൊണ്ടിരുന്ന റേച്ചൽ ഇടയ്ക്ക് അവളെ കെട്ടിപിടിച്ചു. ആ നേരം രണ്ടുപേരുടെയും കണ്ണുകൾ നിറഞ്ഞിരുന്നു. ഒരേ സ്വപ്നങ്ങളുമായി ഒരേ വഴിയിൽ സഞ്ചരിക്കുന്ന രണ്ടുപെൺകുട്ടികൾ പരസ്പരം മനസ്സിലാക്കുന്നതിൽകൂടുതൽ നന്നായി ആർക്കാണ് അവരെ മനസ്സിലാകുക?

വർത്തമാനങ്ങൾക്കിടയിൽ വിനുവിന്റെ അമ്മമ്മ ശാരദ റേച്ചലിനെ അരികിലേക്ക് വിളിച്ചു രണ്ടുപേർക്കും താനുണ്ടാക്കിയ ഉണ്ണിയപ്പം നൽകി, അനാമികയും അവരുടെ കൂടെ ഇരിക്കാൻ തുടങ്ങിയപ്പോഴാണ് ഫോണിൽ ആകാശിന്റെ കാൾ വന്നത്.

'നിങ്ങൾ സംസാരിച്ചിരിക്കൂ ഞാൻ ഇപ്പോ വരാം' അവൾ തിരികെ തന്റെ സീറ്റിൽ പോയിരുന്നു.

'എന്തായി ട്രെയിൻ പുറപ്പെട്ടോ?'

'ആ, ടാ ഞാൻ ഒരു 9.30 ആകുമ്പോൾ ബാംഗ്ളൂർ എത്തും. നീ നേരത്തെ എത്തിയേക്കണേ..'

ആകാശിനോട് സംസാരിച്ചു കൊണ്ടിരിക്കുന്ന നേരം എല്ലാം അവളുടെ മിഴികൾ വിനുവിന്റെയും ശാരദയുടെയും കൂടെ ചിരിച്ചുകളിച്ചിരിക്കുന്ന റേച്ചലിന്റെ മുഖത്തായിരുന്നു, അവളുടെ മുഖത്തെ നിലാവിന്റെ തെളിച്ചമുള്ള ചിരി കാണുമ്പോൾ തന്റെ മനസ്സിൽ ഇനി ബാക്കിയായ ആശങ്കകൾ പോലും മാഞ്ഞു പോകുന്നതുപോലെ തോന്നി അവൾക്കപ്പോൾ.

ഫോണിലെ സംസാരത്തിനുശേഷം അനാമികയും അവരുടെ സംസാരത്തിൽ പങ്കുചേർന്നു. പിന്നീടുള്ള യാത്ര, കഥകൾ പറഞ്ഞും കേട്ടും

അവരൊന്നിച്ചായിരുന്നു.

ട്രെയിൻ ബാംഗ്ലൂർ സ്റ്റേഷൻ എത്തുമ്പോൾ എവിടെയും ഒരു അഞ്ചു മിനിട്ടു വൈകി എത്തുന്ന പതിവുതെറ്റിക്കാതെ ആകാശ് ഹോസ്റ്റലിൽ നിന്നും പുറപ്പെട്ടിട്ടേ ഉണ്ടായിരുന്നുള്ളു.

എന്തായാലും ആകാശ് എത്താൻ സമയം എടുക്കും നമുക്കൊരു ചായ കുടിച്ചു പിരിഞ്ഞാലോ എന്ന് ചോദിച്ചത് വിനുവാണ്.

'എനിക്ക് ചായ വേണ്ട. പക്ഷെ നല്ല ചൂട് പഴംപൊരി കിട്ടിയാൽ കഴിക്കാം'. അനാമികയുടെ മറുപടി കേട്ട് റേച്ചലിനു ചിരി വന്നു.

'ഈ നേരത്ത് എവിടുന്നാടി പഴംപൊരി, വേണെങ്കിൽ രണ്ടു ഉണ്ണിയപ്പം കൂടെ തരാം'. പ്ലാറ്റ്ഫോമിലെ തിരക്കിൽ അവർ അഞ്ചുപേരുടെയും ചിരിയൊച്ചകൾ അലിഞ്ഞില്ലാതായി.

മൈഥിലി

ലാൽബാഗ് എക്സ്പ്രസ് ഷോളിങ്ങൂർ ജഗ്ഷൻ കടന്നു പോയിരിക്കുന്നു. ഷോളിങ്ങൂർ ജംഗ്ഷനിൽ നിന്നും വളരെ ചുരുക്കം ആളുകൾ മാത്രമാണ് ട്രെയിനിൽ കയറിയത്. ട്രെയിൻ പതുക്കെ പതുക്കെ വാലാജ ജംഗ്ഷനിലേക്ക് നിരങ്ങി നിരങ്ങി കേറാൻ തുടങ്ങി. ആകെ രണ്ടു മിനിറ്റ് മാത്രം ട്രെയിൻ നിൽക്കുന്ന വാലാജാ സ്റ്റഷനിലേക്ക് വണ്ടി കേറി തുടങ്ങിയെപ്പോളേക്കും ഓരോ ഭാഗങ്ങളിൽ നിലയുറപ്പിച്ചിരുന്ന യാത്രക്കാർ ധൃതി പിടിച്ചും അക്ഷമയോടെയും ട്രെയിനിനരികിലെക്ക് നീങ്ങി തുടങ്ങി.

വാലാജ ജംഗ്ഷനിൽ മൈഥിലി കാത്തിരിക്കാൻ തുടങ്ങിയിട്ട് അര മണിക്കൂറിലേറെ ആയി. മധുലിഖ ഇനിയും വന്നിട്ടില്ല. അവളുടെ കൂടെ ഒരുമിച്ചു കേറാൻ വേണ്ടിയാണ് എല്ലാ തവണത്തെയും പോലെ ഇത്തവണയും സ്റ്റേഷനിൽ വന്നിങ്ങനെ കാത്തിരിക്കുന്നത്. ജീൻസിന്റെ പോക്കറ്റിൽ നിന്നും അവൾ ഫോൺ എടുത്തു ഒന്നു കൂടെ വിളിച്ചു. ഇല്ല, കിട്ടുന്നില്ല. മധുവിന്റെ ഫോൺ ഓഫ് ആണ്. വാട്സാപ്പിൽ ലാസ്റ്റ് സീൻ മൂന്നു മണിയും. അപ്പോൾ ആണ് അവൾ ലാസ്റ്റ് മെസ്സേജ് ഇട്ടതും.

സ്റ്റേഷനിൽ നിന്നും ട്രെയിൻ പോകാനുള്ള അലാറം മുഴങ്ങി, മൈഥിലി പതുക്കെ ട്രൈനിലേക്ക് നീങ്ങി. നീങ്ങുന്നതിനിടയിലൊക്കെ അവൾ തിരിഞ്ഞു നോക്കി കൊണ്ടിരുന്നു. ഇല്ല മധു വരുന്നില്ല! ഡിസംബർ മാസത്തെ ചെറിയ പൊടിക്കാറ്റു അവളുടെ ബോബ് ചെയ്തു വെട്ടിയിട്ട മുടിയിഴകളെ തഴുകി കടന്നു പോയി. അവൾ തന്റെ വലതു കൈകൊണ്ടു മുടി കൊതിയൊതുക്കി നീങ്ങിത്തുടങ്ങിയ ട്രെയിനിലേക്ക് പതുക്കെ ഓടി കയറി.

അവൾ കയറിയ കംപാർട്മെന്റ് പതിയെ നിറയാൻ തുടങ്ങിയിരുന്നു. ഒഴിഞ്ഞ ഒരു സീറ്റിലേക്ക് ഇരുന്നുകൊണ്ട് ജനലിലൂടെ അവൾ പുറത്തേക്ക് നോക്കി. അവളുടെ ആ നോട്ടത്തിൽ ഒരായിരം ചോദ്യശരങ്ങൾ ഉണ്ടായിരുന്നു. ട്രെയിൻ സ്റ്റേഷൻ വിട്ട് പുറത്തേക്ക് കടന്നിരു

ന്നു. പച്ചക്കറിക്കൊട്ടകളുമായി ട്രെയിനിൽ കച്ചവടം നടത്തുന്ന പയ്യന്മാർ ചാടി ഇറങ്ങുന്നു. സ്റ്റേഷനരികെ ഉള്ള ചായക്കടയുടെ ബോർഡ് കാറ്റിൽ ആടുന്നുണ്ട്. വാലാജാ ജംഗ്ഷൻ എന്നെഴുതിയ മഞ്ഞ ബോർഡ് പിന്നിട്ട് ട്രെയിൻ പ്ലാറ്റ്ഫോമിൽ നിന്നും പുറത്തേക്കിറങ്ങി.

മൈഥിലി ബാഗ് മടിയിലേക്ക് വെച്ചു അവളുടെ ഫോൺ പോക്കറ്റിൽ നിന്നെടുത്തു. ഒന്നു കൂടെ മധുലിഖയുടെ നമ്പർ ഡയൽ ചെയ്തു. ഇല്ല കിട്ടുന്നില്ല ഫോണിന്റെ ബാറ്ററി ചാർജ് ചുകപ്പിലേക്ക് നീങ്ങിത്തുടങ്ങിയിരുന്നു. അവൾ പതിയെകണ്ണുകൾ അടച്ചു.

നാലു വർഷങ്ങൾക്ക് മുൻപാണ് മധുലിഖ തന്റെ ജീവിതത്തിലേക്ക് കടന്നു വരുന്നത്. സെൻട്രൽ യൂണിവേഴ്സിറ്റി ബാംഗ്ലൂരിലെ ഇന്റഗ്രേറ്റഡ് എം.ബി.എ ആദ്യ വർഷം. തന്റെ തൊട്ടടുത്ത റോൾ നമ്പർ. മുട്ടറ്റം മുടിയും വെള്ളയും ചുമപ്പും നിറമുള്ള ദാവണി സെറ്റിൽ മധുലിഖ. തലമുടിയിൽ ഒരൽപ്പം മുല്ലപ്പൂവും. സീനിയർ പിള്ളേരുടെ ആദ്യദിനത്തിലെ റാഗിങ് അവളിൽ നിന്നായിരുന്നു തുടങ്ങിയത്. പിന്നെ ആദ്യദിനം തന്നെ കൂളിംഗ് ഗ്ലാസ് വെച്ചു ബോബ് ചെയ്ത മൾട്ടികളർ മുടിയുള്ള താനും. റാഗിങ് കഴിഞ്ഞു കരഞ്ഞു തളർന്ന അവളെ ചേർത്തു പിടിച്ചപ്പോ താൻ മധുവിന്റെ ജീവിതത്തിലെ ഒരു വഴിത്തിരിവാകുമെന്ന് സ്വപ്നത്തിൽ പോലും കരുതിയില്ല. പിന്നെയങ്ങോട്ടോരുമിച്ചായിരുന്നു ജീവിതം. ഹോസ്റ്റലിൽ ഒരേ മുറിയിൽ നാലു വർഷം. പതിനേഴു വർഷത്തെ ജീവിതത്തെ നാലുവർഷം കൊണ്ടു തിരിച്ചറിഞ്ഞവർ. എല്ലായ്പ്പോഴും ഒരുമിച്ചല്ലാതെ ആരും ഞങ്ങളെ കണ്ടിട്ടില്ല. അവളെക്കാൾ വലുതായി തന്റെ ജീവിതത്തിൽ ഇനിയൊരു വ്യക്തി ഉണ്ടാകുമോ എന്നു പോലും അറിയില്ല.

ഒരിക്കലും ഒത്തുപോകില്ല എന്നു മനസ്സിലായ അച്ഛനും അമ്മക്കും അവരുടെ ജീവിതത്തിൽ തടസ്സമായത് എന്നും ഞാൻ ആയിരുന്നല്ലോ. തന്നെ മുത്തശ്ശിയുടെ കൂടെയാക്കി അമേരിക്കയിലേക്ക് അച്ഛൻ പറക്കുമ്പോൾ അമ്മ പുതിയ ഭർത്താവിനെ സ്വീകരിക്കാൻ ഒരുങ്ങുക ആയിരുന്നു. മധുവിന്റെ ജീവിതവും ഒരുപാട് വ്യത്യസ്തമൊന്നും അല്ല. അവളാണേൽ അച്ഛന്റെയും ഏട്ടന്മാരുടെയും അടിമയും. അമ്മയില്ലാതെ വളർന്നവൾ. അവൾ ജനിച്ചു ദിവസങ്ങൾക്കുള്ളിലാണ് അമ്മ മരിക്കുന്നത്. അമ്മയുടെ സ്നേഹവും വാത്സല്യവുമൊക്കെ ഒരിക്കലും അനുഭവിക്കാൻ യോഗമില്ലാത്തവൾ. പഠിക്കാൻ ബാംഗ്ലൂരിലേക്ക് അവൾ വന്നത് തന്നെ ആ വീട്ടിൽനിന്നുമുള്ള ഒളിച്ചോട്ടമാണ്. ഇരുവർക്കും വീടുകളിലേക്ക് പോകാൻ താൽപ്പര്യം ഇല്ലാതിരുന്നത് ആകാം

ഹോസ്റ്റലിലെ ഞങ്ങളുടെ അടുപ്പത്തിനു ആക്കം കൂട്ടിയത്.

ഒരിക്കലും കല്യാണം കഴിക്കില്ല എന്നു തീരുമാനം എടുത്ത രണ്ടു പേർ. ഏതൊക്കെയോ ആൺപിള്ളേരുടെ പ്രണയാഭ്യർത്ഥനകൾ ഒക്കെ തട്ടിക്കളയുമ്പോൾ രണ്ടുപേർക്കും ഉള്ളിൽ സന്തോഷം മാത്രമായിരുന്നു.

കഴിഞ്ഞ വർഷത്തെ പൂജ അവധിക്കാണ് ആ സംഭവം ഉണ്ടായത്. പൂജ അവധിക്ക് ഹോസ്റ്റലിൽ നിൽക്കാൻ പറ്റില്ല. നിർബന്ധമായും ഹോസ്റ്റൽ അടച്ചിരിക്കും. ആ ലീവു സമയത്ത് ആണ് മധുവിനെ പെണ്ണ് കാണാൻ അവളുടെ മുറമാമൻ വരുന്നത്. ഔദ്യോഗികമായ പെണ്ണു കാണൽ. ലീവ് കഴിഞ്ഞു തിരിച്ചു വന്നപ്പോൾ ആണ് മധു അത് അവതരിപ്പിക്കുന്നത്.

"മധു നീയതു സമ്മതിച്ചോ?"

"എന്നോട് ആരും സമ്മതം ചോദിച്ചില്ല മിത്തൂ... ഞാൻ ആകെ ഷോക്ക് ആയിപ്പോയി. പണ്ടെങ്ങോ പറഞ്ഞു വെച്ച കല്യാണം ആണത്രേ. കല്യാണം ഈ കോഴ്സ് കഴിഞ്ഞു മതി എന്നാണ് എല്ലാവരുടെയും തീരുമാനം. എനിക്ക് അറിയില്ല എന്താ വേണ്ടത് എന്ന്!"

തന്റെ മിഴികൾ നിറയാൻ തുടങ്ങിയിരുന്നു. "മധു നീ കൂടെ പോയാൽ ഞാൻ പിന്നെ ആർക്ക് വേണ്ടിയാണ് ഇങ്ങനെ....?" വാക്കുകൾ ഇടറി വീണു. താനവളെ ഇറുകെ കെട്ടിപ്പിടിച്ചു കരഞ്ഞു.

"നിന്നെ വിട്ട് ഞാൻ പോകില്ല മിത്തൂ...." അവൾ തന്റെ നെറ്റിയിലും കവിളിലും വെച്ച ഉമ്മകൾക്കും താൻ അവളെ ചേർത്തു പിടിച്ചതിനും എല്ലാം വേറെ അർത്ഥതലങ്ങൾ അന്നവർ കണ്ടു. താൻ അവളെ ഒന്നു കൂടെ ചേർത്തു പിടിച്ചപ്പോൾ അവൾ തന്നോട് ചേർന്നു നിന്നത് ഇന്നും ഓർക്കുന്നു.

"മിത്തൂ എനിക്ക് നിന്റെ കൂടെ ജീവിക്കണം. നീയെന്റെ ആണ്. ഞാൻ നിന്റെയും. നമുക്ക് നമ്മൾ മതി മിത്തൂ.. " അവളുടെ തലമുടിയിലെ പിച്ചിപ്പൂവിന്റെ മണം തന്റ മൂക്കിലേക്കടിച്ചു കയറുന്നുണ്ടായിരുന്നു. പിച്ചിപ്പൂവിന് ഇത്രയേറെ സുഗന്ധമുണ്ടെന്നു താൻ തിരിച്ചറിഞ്ഞതും അന്ന് മുതൽ ആണല്ലോ.

പിന്നെയങ്ങോട്ടുള്ള കഴിഞ്ഞ ഒരു വർഷം ഞങ്ങളൊരുമിച്ചായിരുന്നു. ഞങ്ങളുടെ കണ്ണുകളും നോട്ടങ്ങളും പ്രവർത്തികളും കണ്ടു പലരും പലതും പറഞ്ഞു. അധ്യാപകർ അർത്ഥം വെച്ചും സംശയത്തോടെയും നോക്കി. ജൂനിയർ ബാച്ചിലെ പിള്ളേർ അടക്കം പറഞ്ഞു "അവർ ഇല്ലേ ഫൈനൽ ഇയറിലെ ആ രണ്ടു പിള്ളേർ, അവർ ലെസ്ബിയൻസ് ആണത്രേ!"

"മുത്തശ്ശി, ഞാൻ മധുവിനെ ഇങ്ങോട്ട് കൊണ്ട് വരട്ടെ? അവളെ വിട്ട് എനിക്ക് എങ്ങോട്ടും പോകാൻ കഴിയില്ല" മുത്തശ്ശി എന്തോ താമശ കേട്ടപോലെ ചിരിച്ചു.

"Daddy I wish to bring Madhulikha to our home and to my life forever. I don't want to lose her and we love each other.." അച്ഛന് കഴിഞ്ഞ ആഴ്ച അയച്ച മെസേജ് അവൾ ട്രെയിനിലിരുന്നു ഒന്നു കൂടെ നോക്കി..

"Mythili are you a Lesbian?"

അച്ഛന്റെ ആ മെസ്സേജിന് അവൾ റിപ്ലൈ കൊടുത്തില്ല. അല്ലെങ്കിലും അത്രക്കും ശ്രദ്ധയുള്ള അച്ഛനോ അമ്മയോ ആയിരുന്നെങ്കിൽ ഒന്നു ഫോൺ ചെയ്യാനുള്ള സമയമെങ്കിലും കണ്ടെത്തുമായിരുന്നല്ലോ.

ലെസ്ബിയൻ എന്ന വാക്ക് കേട്ടു കേട്ടിപ്പോൾ ചെവി തഴമ്പിച്ചിരിക്കുന്നു. അല്ലെങ്കിലും അതിന് ഉത്തരം ഇനി ആവശ്യമുണ്ടോ? ഒരു സ്ത്രീക്ക് ജീവിതം ജീവിച്ചു തീർക്കാൻ ഒരു പുരുഷൻ കൂടെ വേണമെന്നത് എന്നും സമൂഹത്തിന്റെ മാത്രം നിർബന്ധം അല്ലെ? കല്യാണം കഴിക്കുക, കുഞ്ഞുങ്ങളെ പ്രസവിക്കുക, അതോടെ ഓരോ പെണ്ണിന്റെയും ജീവിതം ധന്യമായെന്നു വിശ്വസിക്കുന്ന സമൂഹം. തന്നെ പോലെ ആർക്കും വേണ്ടാത്ത കുഞ്ഞുങ്ങൾ പലപ്പോളും അവളുടെ ഉറക്കത്തിൽ വന്നു അവരുടെ അച്ഛനെയും അമ്മയെയുമോർത്ത് തേങ്ങി കരയുമ്പോൾ അവൾ ഞെട്ടിയെഴുന്നേറ്റിരുന്നു. ഇപ്പൊ ആ ഉറക്കത്തിലെ ഞെട്ടലിൽ ചേർത്തു പിടിക്കാൻ മധു ഉണ്ട്. അവളെക്കാൾ നന്നായി ഇനിയാർക്കാണീ ജന്മം തന്നെ മനസ്സിലാക്കാൻ കഴിയുക. മൈഥിലി ഒരു ദീർഘനിശ്വാസത്തോടെ ചുറ്റും കണ്ണോടിച്ചു.

ദൂരെ അപ്പോളും പൊടിക്കാറ്റ് വീശുന്നുണ്ട്. വിദൂരതയിലേക്ക് കണ്ണും നട്ടിരിക്കുന്ന കുറച്ചാളുകളുണ്ട് ആ കംപാർട്മെന്റിൽ. അവരുടെയൊക്കെ മുഖത്തു പരിഭ്രമം നിഴലിച്ചു നിൽക്കുന്നു. തന്റെ പരിഭ്രമത്തിന്റെ നിഴലുകൾ ആകാം അതെന്നു അവൾ ആശ്വസിച്ചു കൊണ്ട് വീണ്ടും ഫോണിലേക്ക് മുഖം താഴ്ത്തി.

സമയം 6.15 ആയിരിക്കുന്നു. പെട്ടെന്ന് ഇരുട്ട് ആയ പോലെ. ലാൽ ബാഗ് എക്സ്പ്രസ്സ് ആംബുർ ജംഗ്ഷനിലേക്ക് കയറുന്നു. ഇവിടുന്നു കിട്ടുന്ന ആംബുർ എഗ്ഗ് ബിരിയാണി മധുവിനു എന്നും വീക്നെസ് ആണല്ലോ. എപ്പോളും വാങ്ങാറുള്ള പോലെ അവൾ രണ്ടു ബിരിയാണി വാങ്ങി. രണ്ടു മിനിറ്റു കൊണ്ട് കച്ചവടം നടത്താനുള്ള ധൃതിയിൽ കച്ചവടക്കാർ പരക്കം പാഞ്ഞോടുന്നുണ്ടായിരുന്നു.

ഇനി ഏട്ടന്മാർ എങ്ങാനും അവളെ കാറിൽ ബാംഗ്ലൂരിൽ കൊണ്ട് വിട്ടിട്ടുണ്ടാകുമോ? അങ്ങിനെ എങ്കിൽ തന്നോട് ഒന്നു പറഞ്ഞാൽ എന്താ? വെക്കേഷൻ ദിവസങ്ങളിൽ എന്നും എന്നെ മിസ്സ് ചെയ്യുന്നു എന്ന് പറഞ്ഞു മെസ്സേജ് അയച്ചവൾ ആണ്, എന്നിട്ടിപ്പൊ ഒരുപാട് കാത്തിരുന്നു കാണാൻ വന്നപ്പോ അവൾ വന്നില്ല. മൈഥിലിക്ക് ദേഷ്യവും സങ്കടവും ഒക്കെ വരാൻ തുടങ്ങി. ട്രെയിൻ ആംബുർ സ്റ്റേഷൻ വിടുമ്പോൾ മധു ഒരു മിന്നായം പോലെ കണ്ടു. ഓടി വരുന്ന ദാവണിക്കാരി. അവൾ പെട്ടെന്നെഴുനേറ്റു ആ നീലയും തുരുമ്പും പിടിച്ച ജനലിലൂടെ ഏന്തി വലിഞ്ഞു നോക്കി. ഇല്ല, കാണാൻ ഇല്ല. തന്റെ തോന്നാലാകും. അവൾ വീണ്ടും സീറ്റിലേക്ക് ഒരു നേടുവീർപ്പോടെ ചാഞ്ഞു.

****

ഷോളിങ്ങൂർ ജംഗ്ഷനിൽ നിന്നും ഒരു എട്ടു കിലോമീറ്റർ അകലെയുള്ള ഗ്രാമത്തിലെ മധുലിഖയുടെ വീടിനു മുൻവശം ആളുകളെ കൊണ്ട് നിറഞ്ഞിരുന്നു. മധുവിന്റെ വലിയ ഏട്ടന്റെ കയ്യിൽ വിലങ്ങുമായി പോലീസുകാർ പുറത്തേക്കു വന്നു. വീട്ടിലെ പണിക്കുവരുന്ന കനകമ്മ അടുത്തു നിന്നിരുന്ന അവളുടെ നാത്തൂനോട് പറയുന്നുണ്ടായിരുന്നു

“ഞാൻ കാണുന്നതല്ലേ, ആ കുട്ടി എപ്പോളും ഫോണിൽ ആണ്. ചിരിയും കളിയും വർത്തമാനവും. ഇന്ന് വൈകുന്നേരം കുട്ടിക്ക് റെയിൽവേസ്റ്റേഷൻ പോകാൻ ഉള്ളതല്ലേ. കൊച്ചുമുതലാളി മധുകുട്ടീടെ ഫോണിൽ ആരെയോ വിളിക്കാൻ നോക്കിയപ്പോ എന്തോ മെസ്സേജ് കണ്ടു പറഞ്ഞു തുടങ്ങിയ ബഹളം ആയിരുന്നു.”

കനകമ്മടെ വാർത്തമാനം കേട്ടു രണ്ടു മൂന്നു സ്ത്രീകൾ കൂടെ അടുത്തേക്ക് നീങ്ങി നിന്നു. കനകമ്മക്ക് ഒന്നു കൂടെ ആവേശമായി.

“ഒന്നും രണ്ടും പറഞ്ഞു വഴക്കായി മധുകുട്ടി ബാഗ്ഗ് ഒക്കെ എടുത്തു ഇറങ്ങി പോകും എന്ന് പറഞ്ഞു നിന്നു. ആ ദേഷ്യത്തിന് കൊച്ചു മുതലാളി അടുക്കളയിൽ പോയി വലിയ അരിവാൾ എടുത്തു വന്നു. ഞാൻ കരുതി പേടിപ്പിക്കാൻ ആകുമെന്ന്. കുടുംബത്തിന്റെ അഭിമാനം കളയാൻ നിനക്ക് വേറെ ആരെയും പ്രേമിക്കാൻ കിട്ടിയില്ലേ എന്നു അലറിയിട്ട് ഒരു ഒറ്റ വെട്ടായിരുന്നു മധുകുട്ടിടെ കഴുത്തിൽ..”

കൂടെ ഉണ്ടായിരുന്ന പെണ്ണുങ്ങൾ വിറയലോടെ കേട്ടു നിന്നു.

“ഞാൻ അടുക്കളയിൽനിന്നോടി വന്നപ്പോളേക്കും രണ്ടാമത്തെ വെട്ടു കഴിഞ്ഞിരുന്നു. എന്റെ മുന്നിൽ വെച്ചാ പിടഞ്ഞു പിടഞ്ഞു...”

“പ്രേമമൊക്കെ ഉണ്ടെങ്കിൽ അത് അങ്ങു പറഞ്ഞു മനസ്സിലാക്കിയാൽ പോരായിരുന്നോ?” കനകമ്മയുടെ നാത്തൂൻ മൂക്കത്ത് വിരൽ വെച്ചു

ചോദിച്ചു.

"അതേയ് മധുകുട്ടിക്ക് എന്തോ ബാധ കേറിയതോ മറ്റോ ആണെന്നാ എന്റെ തോന്നൽ. കുട്ടിക്ക് പ്രേമം ഏതോ പെൺകുട്ടിയോടായിരുന്നുത്രേ.. എന്താ കഥ..ല്ലേ"

ചുറ്റും കൂടി നിന്നു കേട്ടവരൊക്കെ അമ്പരന്നു പരസ്പരം നോക്കി.

ഒരു വെള്ളത്തുണി പുതപ്പിച്ചു കൊണ്ട് മധുലിഖയുടെ ചേതനയറ്റ ശരീരം ആംബുലൻസിലേക്ക് കയറ്റി.

അവളുടെ നീളമുള്ള മുടിയിലെ പിച്ചിപ്പൂവിന്റെ ഗന്ധം അവിടെയെല്ലാം പരന്നു. അപ്പോളൊരു കാറ്റു ശക്തിയായി വീശി. അവളെ പുതപ്പിച്ച വെള്ള തുണിയുടെ ഒരു വശത്തുകൂടി അവളുടെ നീല ദാവണി പുറത്തേക്കു തൂങ്ങി നിന്നിരുന്നു.

******

മൈഥിലി ഫോൺ എടുത്തു അക്ഷമയോടെ ഒന്നു കൂടെ സമയം നോക്കി. മധു അവസാനമായി അയച്ച രണ്ടുവരി മെസ്സേജുകൾ അവൾ വീണ്ടും വീണ്ടും വായിച്ചു.

"മിത്തൂ, നീയില്ലാതെ എന്ത് വിരസമായിരുന്നീ ദിവസങ്ങൾ എന്നോ? നമ്മുടെ ഫൈനൽ ഇയർ കഴിഞ്ഞാൽ നമ്മുടെ സ്നേഹം അംഗീകരിക്കുന്ന ഒരു ലോകത്തേക്ക് നമ്മൾക്ക് പോകണം. സമൂഹത്തിന്റെ കഴുകൻ കണ്ണുകൾ കൊത്തി വലിക്കാത്ത ലോകത്തേക്ക്.. ഐ ലൗ യൂ മിത്തൂ".

ഫോണിലെ ബാറ്ററി വീണ്ടും ചുകപ്പ് സിഗ്നൽ കാണിക്കാൻ തുടങ്ങിയപ്പോൾ മൈഥിലി ഫോൺ ഫ്ളൈറ്റ് മോഡിലേക്കു മാറ്റി. ജനലിലൂടെ പുറത്തേക്ക് നോക്കുമ്പോളൊക്കെ ഒരു നീലദാവണിയുടുത്ത രൂപം നിഴൽ പോലെ അവളുടെ കണ്ണുകളിൽ തെളിഞ്ഞു വരും. ബാംഗ്ലൂര് എത്താൻ ഇനിയും മൂന്നു മണിക്കൂർ കൂടെ ഉണ്ട്. അവൾ കണ്ണടച്ചു സീറ്റിലേക്ക് ചാരി കിടന്നു. ഇടയിലെപ്പോളോ അവൾ ഉറക്കത്തിലേക്ക് വീണു.

ട്രെയിൻ ബാംഗ്ലൂർ റെയിൽവേ സ്റ്റേഷനിലേക്ക് കയറാൻ തുടങ്ങി. മൈഥിലി അപ്പോളും നല്ല ഉറക്കത്തിൽ തന്നെയായിരുന്നു. പെട്ടെന്ന് മൈഥിലി ഞെട്ടിയെഴുന്നേറ്റു. ആരോ അവളെ വിളിച്ചെഴുന്നേൽപ്പിച്ച പോലെ. ചോരക്കറ പുരണ്ട ഒരു നീല ദാവണി അവളുടെ മുഖത്തിലൂടെ ഉരസികടന്നു പോയപോലെ!

സ്റ്റേഷനിൽ ഇറങ്ങി മൈഥിലി മുൻപോട്ടു നടന്നു .ഓൺലൈൻ മാ

ധ്യമങ്ങളിലും വാർത്താചാനലുകളിലും അപ്പോൾ കൊലപാതകത്തിന്റെ കൊടുമ്പിരി കൊണ്ട ചർച്ചകൾ നടക്കുകയായിരുന്നു.

ഇതൊന്നുമറിയാതെ ചുറ്റും നിൽക്കുന്നവർക്കിടയിലെല്ലാം അവൾ മധുവിനെ തേടുന്നതോടൊപ്പം ഫോൺ ഫ്ളൈറ്റ് മോഡിൽ നിന്നും മാറ്റി വീണ്ടും അവളുടെ ഫോണിലേക്കു വിളിച്ചുകൊണ്ടേയിരുന്നു.

ശാരദ

"അമ്മമ്മാ.. ദേ ഇങ്ങോട്ട് ഇരുന്നോ"

വിനു ചൂണ്ടിക്കാട്ടിയ ഒരു ബെഞ്ചിലേക്ക് ശാരദ ഇരുന്നു.

ആളുകൾ തിരക്കിട്ടു പ്ലാറ്റ്ഫോമിലേക്ക് വരികയും പോവുകയും ചെയ്യുന്നുണ്ട്. കുറേപ്പേർ അടുപ്പക്കാരോട് സംസാരിച്ചു നിൽക്കുന്നു. അടുത്ത് നിൽക്കുന്ന മധ്യവയസ്കൻ ആരോടോ ഫോണിൽ കയർക്കുകയാണ്. അധികമാളുകളും ഫോണിന്റെ സ്ക്രീനിലേക്ക് കണ്ണുകളെറിഞ്ഞു മറ്റേതോ ലോകത്തു തിരക്കിലാണ്. ജാതിയും വർണ്ണവും അങ്ങനെ എണ്ണിയാലൊടുങ്ങാത്ത കാര്യങ്ങൾ പറഞ്ഞു മനുഷ്യന്മാർ തരം തിരിഞ്ഞപ്പോൾ ഒരു മാസ്ക് കൊണ്ട് പ്രകൃതി തന്നെ എല്ലാവരെയും ഒരുമിപ്പിച്ചിരിക്കുന്നു.

ശാരദയുടെ കണ്ണുകൾ പതുക്കെ ആ നീളൻ റെയിൽപ്പാളങ്ങളെ പിന്തുടർന്നു. വിദൂരതയിലേക്ക് നോക്കി അവർ എന്തോ ചിന്തിച്ചിരുന്നു. അപ്പോഴാണ് അടുത്ത് ഒരു പെൺകുട്ടി വന്നിരുന്നത് ശ്രദ്ധിച്ചത്. അവളെ നോക്കിയൊന്നു ചിരിച്ചു, ആ പെൺകുട്ടിയുടെ മുഖത്തും ഒരു പുഞ്ചിരി വിടർന്നു. ഇപ്പോൾ കണ്ണുകളിലൂടെ, ചിരിയോ, പരിഭവമോ.. ഭാവങ്ങൾ വായിച്ചെടുക്കുവാൻ മനുഷ്യർ പഠിച്ചു കഴിഞ്ഞു.

"മലയാളി ആണല്ലേ?" ശാരദ ആ പെൺകുട്ടിയോട് ചോദിച്ചു.

"അതെ അമ്മ, റേച്ചൽ. പക്ഷെ ജനിച്ചതും വളർന്നതുമൊക്കെ ഇന്നാട്ടിലാ, ഇപ്പൊ ബാംഗ്ലൂർ പഠിക്കുന്നു. ക്രിസ്തുമസ് കഴിഞ്ഞു വീട്ടീന്ന് തിരിച്ചു പോകുവാ. പുതുവർഷാഘോഷം കൂട്ടുകാരുടെ കൂടെ."

ഒരു ചോദ്യത്തിന് ഒരുപാട് ഉത്തരങ്ങൾ പറഞ്ഞ ആ വായാടിയെ ശാരദയ്ക്ക് ഇഷ്ടമായി.

"മോള് ഒറ്റയ്ക്കാണോ?"

"അല്ല, ചെന്നൈന്നു കൂട്ടുകാരി അനാമികയും ഈ ലാൽബാഗ് എക്സ്പ്രസ്സിൽ ഉണ്ടാകും, അവളുടെ കൂടെയാ യാത്ര. അമ്മ എങ്ങോട്ടാ?"

അവളുടെ ചോദ്യം ശാരദയുടെ കണ്ണുകളിൽ ഒന്നുകൂടെ പ്രകാശം വിതറിയത് പോലെ തോന്നി.

"ബാംഗ്ലൂർക്കാ മോളെ."

"ഒറ്റയ്ക്കാ..?"

"അല്ലാ, കൊച്ചുമകൻ ഉണ്ട്." ശാരദ വിനുവിന് നേരെ നോക്കി. അവൻ അത് കണ്ടു അമ്മമ്മയുടെ അടുത്ത് വന്നിരുന്നു.

"ഇതാണ് മോൻ വിനു". ശാരദ വിനുവിനെ പരിചയപ്പെടുത്തി.

"ഹൈ, ആം റേച്ചൽ" റേച്ചൽ വിനുവിന് നേരെ ഷേക്ക് ഹാൻഡിനായി കൈ നീട്ടി.

സംസാരിച്ചിരുന്നു വളരെ വേഗത്തിൽ തന്നെ അമ്മമ്മയും കൊച്ചു മോനുമായി റേച്ചൽ സൗഹൃദത്തിലായി.

"ഇതിപ്പോൾ രണ്ടാളും കൂടി ടൂർ പോവാണോ?"

"അല്ലാ റേച്ചൽ, ഒരു ആളെ കാണുവാൻ" വിനുവാണ് മറുപടി പറഞ്ഞത്.

"ഓക്കേ." പറഞ്ഞു റേച്ചൽ നോക്കുമ്പോൾ ശാരദയുടെ മുഖത്ത് വിഷാദമോ, പ്രതീക്ഷയോ അങ്ങനെയെന്തൊക്കെയോ ഭാവങ്ങൾ മിന്നി മറയുന്നത് കണ്ടു.

"യാത്രിയോം കൃപയാ ധ്യാൻ ദീജിയെ.." അന്നൗൺസ്മെന്റ് കേട്ട് തുടങ്ങിയിരുന്നു. അൽപ സമയത്തിനകം ട്രെയിൻ വന്നു പ്ലാറ്റ്ഫോമിൽ നിന്നു. വിനു ശാരദയെ ശ്രദ്ധയോടെ കൈപിടിച്ച് ട്രെയിനിൽ കയറ്റി, സീറ്റിൽ ചെന്നിരുന്നു. തൊട്ടു വശത്തെ ബർത്തിൽ ആയിരുന്നു റേച്ചലും. കൂട്ടുകാരി അനാമിക റേച്ചലിനെയും പ്രതീക്ഷിച്ചു അവിടെ ഉണ്ടായിരുന്നു. റേച്ചൽ അനാമികയെ എല്ലാവർക്കുമായി പരിചയപ്പെടുത്തി. അവധിദിവസങ്ങളുടെയും പുതുവർഷാരംഭത്തെയും കുറിച്ചെല്ലാം സംസാരിച്ചുകൊണ്ട് ഇരുകൂട്ടരും സ്വന്തം കാര്യങ്ങളിലേക്ക് ഊളിയിട്ടു.

അല്പസമയം കഴിഞ്ഞപ്പോൾ ശാരദ ബാഗിൽ നിന്നും ഉണ്ണിയപ്പം എടുത്തു വിനുവിന് നൽകി. റേച്ചലിനെ കൈകാട്ടി വിളിച്ചു അടുത്തു വരുവാൻ ആംഗ്യം കാണിച്ചു. അനാമികയുമായി എന്തോ കാര്യമായി സംസാരിച്ചിരുന്ന റേച്ചൽ ശാരദ വിളിച്ചതുകേട്ട് അങ്ങോട്ട് ചെന്നു. റേച്ചലിനും അനാമികയ്ക്കും ഓരോ ഉണ്ണിയപ്പം വീതം കൊടുത്തു കൊണ്ട് ശാരദ പറഞ്ഞു "മക്കള് കഴിച്ചോ. ഞാൻ ഉണ്ടാക്കിയതാ.."

റേച്ചൽ സന്തോഷത്തോടെ ആ ഉണ്ണിയപ്പം മേടിച്ചു അവരുടെ അടുത്തുള്ള ഒഴിഞ്ഞ സീറ്റിൽ ഇരുന്നു.

"നല്ല രുചിയുണ്ട് അമ്മാ.." റേച്ചലിന്റെ അഭിനന്ദനം ശാരദയെ സന്തോഷിപ്പിച്ചു.

"വാ ഇരിക്കടാ" അനാമികയെയും റേച്ചൽ അടുത്തേക്ക് വിളിച്ചു. പെട്ടെന്നാണ് അനാമികയുടെ ഫോൺ ശബ്ദിച്ചത്.

"ഇല്ലടാ.. എനിക്കൊരു ഫോൺ ചെയ്യാനുണ്ട്. നീ അങ്ങോട്ട് വന്നാൽ മതി"

ശാരദയെയും വിനുവിനെയും പുഞ്ചിരിച്ചു കാട്ടി ഫോണിന്റെ സ്ക്രീനിലേക്കും നോക്കി അനാമിക അവരുടെ സീറ്റിലേക്ക് പോയി.

"ബാക്കി വന്നതാണ് റേച്ചൽ നമുക്ക് കിട്ടിയത്. ഏതോ സ്പെഷ്യൽ സംവൺ നു വേണ്ടി ഉണ്ടാക്കിയതാ.." വിനു പൊട്ടിച്ചിരിച്ചുകൊണ്ട് പറഞ്ഞു.

"അതാരാ ആ വൺ" റേച്ചൽ ആകാംക്ഷയോടെ ശാരദയുടെ മുഖത്തേക്ക് നോക്കി.

"ഒന്നുല്ല മോളെ, ഇവൻ വെറുതെ.."

"വെറുതെയൊന്നുമല്ല. ഇയാൾക്കൊരു കാര്യമറിയോ അമ്മമ്മ ആൾടെ പഴയ ലവർനെ കാണുവാൻ പോവാണ്" വിനു അമ്മമ്മെ കളിയാക്കുന്നത് പോലെ കാണിച്ചു.

"അയ്യോ, ലവർ ഒന്നുമല്ല മോളെ.. എന്റെ ഒരു സുഹൃത്തിനെ" ശാരദ തുടർന്നു

"പണ്ടെവിടെയോ നഷ്ടപ്പെട്ടു പോയ ഒരു സുഹൃത്തിനെ".

"ആഹാ പറ പറ കേൾക്കട്ടെ. എന്താ ഒരു ഫ്ളാഷ്ബാക്ക്" റേച്ചലിനു ആകാംക്ഷ അടക്കുവാനായില്ല. "അതെന്നോട് പോലും പറഞ്ഞിട്ടില്ലടോ. ആരെയോ കാണണം എന്ന് പറഞ്ഞു എന്നെയും കൂട്ടി പോന്നതാ. അച്ഛനോടും അമ്മയോടും ബാംഗ്ലൂരുള്ള എന്റെ കൂട്ടുകാരന്റെ പെങ്ങളുടെ കല്യാണം കൂടുവാൻ പോകുകയാണെന്ന് പറഞ്ഞാ ഇറങ്ങിയത്. പിന്നെ അവന്മാരൊക്കെ എന്റെ ഈ അമ്മമ്മക്കുട്ടിയോടും കൂട്ടായതുകൊണ്ട് അച്ഛൻ വിശ്വസിച്ചു.

"ഇതാകെ സസ്പെൻസ് ആണല്ലോ പറയ് അമ്മാ.. ഇനീപ്പോ ഇവന് പറ്റില്ലേലും അമ്മയ്ക്ക് ആരെ വേണേലും ഞാൻ കണ്ടുപിടിച്ചു തരും". റേച്ചൽ ശാരദയുടെ അടുത്തേക്ക് ഒന്നുകൂടെ ചേർന്നിരുന്നു. "പറയ്.." ഇരുവശത്തിരുന്നും രണ്ടാളുടെയും നിർബന്ധം ശാരദയെ ഭൂതകാലത്തേക്ക് തള്ളിയിട്ടു.

*** *** ***

നാല് പതിറ്റാണ്ടിലേറെ പിറകിൽ നിന്ന് ഒരു ഓർമ്മക്കാറ്റ് വീശിയടിക്കുന്നു. 1972ലെ കർണാടകയിലെ ഒരു പട്ടണം. മരങ്ങൾ തണൽ വീശിയ വഴിയിലൂടെ നടന്നു മുറ്റത്തു കോലം വരച്ച ഒരു ചെറിയ വീ

ടിനു മുൻപിലേക്ക് മനസ്സ് പോയി നിന്നു. അച്ഛന് അവിടെ സർക്കാർ ഉദ്യോഗം ആയിരുന്നു. അമ്മ സ്കൂൾ ടീച്ചറും. അതിനാൽ തരക്കേടില്ലാതെ ആയിരുന്നു ശാരദയുടെ ബാംഗ്ലൂരെ കുട്ടിക്കാലവും കൗമാരവുമൊക്കെ. അച്ഛൻ, ഇന്ദിരാ ഗാന്ധിയുടെ ആരാധകൻ ആയിരുന്നു. ഇന്ത്യ പാകിസ്ഥാൻ യുദ്ധവും, അതിനു ശേഷം ഒപ്പിട്ട സിംലാ കരാറിനെ കുറിച്ചുമെല്ലാം അച്ഛൻ ആവേശത്തോടെ സംസാരിക്കുമായിരുന്നു. അച്ഛന് രാഷ്ട്രീയമായിരുന്നു താല്പര്യമെങ്കിൽ, അമ്മയുടെ ഇഷ്ടം നൃത്തവും സിനിമയുമൊക്കെ തന്നെ. ഹേമാമാലിനിയുടെ കടുത്ത ആരാധികയായിരുന്നു അമ്മ. അടുത്തുള്ള പ്രശസ്തമായ സ്കൂളിൽ പത്താം തരം പഠിക്കുന്ന കാലം. അമ്മയാണ് അന്നാട്ടിലെ പ്രശസ്തനായ നർത്തകൻ ആയിരുന്ന ഉദയൻ സാറിന്റെ അടുത്ത് നൃത്തം പഠിക്കുവാൻ കൊണ്ടുചെന്നാക്കുന്നത്. കുട്ടിക്കാലം മുതലേ ശാരദയെ നൃത്തം പഠിപ്പിക്കുന്നത് അദ്ദേഹമായിരുന്നു. സംയുക്തഅസംയുക്ത മുദ്രകളും തട്ടടവ് നാട്ടടവ് ചിട്ടടവും, നവരസങ്ങളും അങ്ങനെ ബാലപാഠങ്ങൾ മുതലേ എല്ലാം ശാരദ പരിശീലിച്ചത് ആ മാഷിൽ നിന്നു തന്നെ.

അന്നൊരു ഞായറാഴ്ചയായിരുന്നു. പതിവ് പോലെ നൃത്തം പഠിക്കുവാൻ ചെന്നപ്പോഴാണ് രഘുവിനെ ആദ്യമായി കാണുന്നത്. രഘു, രഘുരാമൻ.. ഉദയൻ സാറിന്റെ അനിയത്തിയുടെ മകൻ. ഒരു ഇരുപതു വയസ്സ് ഉണ്ടായിരുന്ന മെലിഞ്ഞ വെളുത്ത പൊടിമീശക്കാരൻ. നാട്ടിൽ നിന്നും ജോലിയന്വേഷിച്ചു വന്നതാണ്. താമസം മാഷിന്റെ കൂടെ.

അന്നൊക്കെ ആൺകുട്ടികളോട് സംസാരിക്കുവാൻ തന്നെ മടിയോ പേടിയോ എല്ലാമായിരുന്നു. എന്നാൽ രഘു ശാരദയെ കണ്ടപാടെ നിറയെ സംസാരിക്കുവാൻ തുടങ്ങി. തെല്ല് മടിച്ചാണെലും ശാരദ രഘുവിനോട് ഒക്കേത്തിനും മൂളി തലയാട്ടി. അതൊരു തുടക്കമായിരുന്നു. പിന്നീട് അവൾ രഘുവിന്റെ ചോദ്യങ്ങൾക്ക് മറുപടി പറയുവാൻ തുടങ്ങി, തിരിച്ചു ചോദ്യങ്ങൾ ചോദിക്കുവാൻ തുടങ്ങി, ചോദിക്കാതെ തന്നെ നിറയെ വിശേഷങ്ങൾ പറയുവാൻ തുടങ്ങി. വളരെ വേഗമാണ് രഘുവും ശാരദയും സൗഹൃദത്തിൽ ആവുന്നത്.

ആണും പെണ്ണും തമ്മിലുള്ള സൗഹൃദം ഇന്നത്തേക്കാൾ ഭീകരമായി ചോദ്യം ചെയ്യപ്പെട്ടിരുന്ന കാലം. സുഹൃത്തുക്കൾ മാത്രമാണെന്ന് ആണയിട്ട് പറഞ്ഞിട്ടും ആരും അവരെ വിശ്വസിച്ചില്ല. ഉദയന്മാഷ് മാത്രം ആ കറകളഞ്ഞ സുഹൃത്ബന്ധത്തെ മനസ്സിലാക്കി. വീട്ടിൽ അച്ഛൻ കോപം കൊണ്ട് വിറച്ചു, മതി നിന്റെ നൃത്താഭ്യാസം എന്നലറി.

ഇതിനാണോ നിന്നെ ഞാൻ പൊന്നുപോലെ നോക്കിയതെന്ന് ചോദിച്ചു അമ്മ വിതുമ്പിക്കൊണ്ടേയിരുന്നു. "നിങ്ങൾ കരുതുന്നത് പോലെയല്ല ഒന്നും" എന്ന് ആ ആൺകുട്ടിയും പെൺകുട്ടിയും പ്രിയപ്പെട്ടവരോടെല്ലാം ആവർത്തിച്ചു പറഞ്ഞു.

"ഞങ്ങൾ നല്ല കൂട്ടുകാരാണ് എന്നതിൽ കവിഞ്ഞൊന്നുമില്ല" എന്ന് വീടിന്റെ മുൻപിൽ വന്നു നിന്ന് രഘു ആണയിടുന്നത് ഇന്നും ശാരദയുടെ കണ്മുന്നിൽ എന്നപോലെ ഉണ്ട്.. അധികം വൈകാതെ അച്ഛൻ തമിഴ്നാട്ടിലേക്ക് സ്ഥലം മാറ്റം മേടിച്ചു, ശാരദയെയും അമ്മയെയും കൂട്ടി നാടുവിട്ടു.

ആറു മാസങ്ങൾ കൊണ്ട് രഘുവും ശാരദയും തമ്മിൽ ഉടലെടുത്ത സൗഹൃദം അത്രമേൽ ആഴമുള്ളതായിരുന്നു. അതിനാലാവണം പിന്നീടൊരിക്കലും കോൺടാക്ട് ചെയ്തില്ലെങ്കിലും ഈ നാല്പത്തിയേഴു വർഷങ്ങൾക്കിപ്പുറവും പഴയ കൂട്ടുകാരനെ കാണുവാൻ മോഹമുദിച്ചതും, ഇറങ്ങിപ്പുറപ്പെട്ടതും.

*** *** ***

തന്റെ ജീവിതം ഒരു കഥ പോലെ ശാരദ വിനുവിനോടും റേച്ചലിനോടും പറഞ്ഞു. നിവർത്തിയ ഭൂതകാലത്താളുകൾ തിരികെ അടച്ചു വച്ച് നെടുവീർപ്പിട്ടു നോക്കുമ്പോൾ, തന്റെ മുഖത്തേക്ക് തന്നെ ഉറ്റുനോക്കി ഇരിക്കുകയാണ് കൊച്ചുമോനും കൂട്ടുകാരിയും. "എന്ത് പറ്റി കുട്ടികളെ, ഇനി നിങ്ങൾക്കിപ്പോഴും സംശയം മാറിയില്ലേ കാമുകനെ കാണുവാൻ ആണോ പോകുന്നത് എന്ന്?" ഒരു കൗമാരക്കാരിയുടെ കുസൃതിയോടെ ശാരദ ചിരിച്ചു.

"ഇല്ലമ്മാ.. അമ്മയും അമ്മയുടെ കൂട്ടുകാരനും പൊളി അല്ലേ, ഞങ്ങളെ ന്യൂ ജെനറേഷൻ എന്നൊക്കെ പറഞ്ഞു കളിയാക്കുമെങ്കിലും ഫ്രണ്ട്ഷിപ്പിന്റെ പ്രാധാന്യം ഞങ്ങൾക്ക് നല്ല പോലെ അറിയാം. ഈ ഫ്രണ്ട് എവിടെ ആണേലും നമ്മൾ കണ്ടു പിടിക്കും." റേച്ചൽ ശാരദയെ കെട്ടിപ്പിടിച്ചു.

"അതേ അമ്മമ്മേ, ഈ രഘുരാമനെ കാണാതെ നമ്മൾ ഇനി തിരിച്ചില്ല. അച്ഛനോടും അമ്മയോടും പറയാൻ നമുക്ക് വേറെ കൂട്ടുകാരുടെയും വീട്ടിൽ കല്യാണം പ്ലാൻ ചെയ്യാം. ഡോണ്ട് വറി ശാരദക്കുട്ടി. വീ വിൽ ഫൈൻഡ് ഹിം." വിനുവും അമ്മമ്മയോട് ചേർന്നിരുന്നു.

"അല്ലാ വിനു നമുക്ക് ഫേസ്ബുക്കിൽ ഒന്ന് നോക്കിയാലോ?" റേച്ചൽ ഫോൺ എടുത്തു.

"ആ അതു ശരിയാ.." വിനുവും വേഗം ഫോൺ അൺലോക്ക് ചെയ്തു റേച്ചലിന്റെ അടുത്തു വന്നിരുന്നു.

"അല്ലാ എന്താ സീരിയസ് ആയി ഇരിക്കണേ എല്ലാവരും?" അനാമിക റേച്ചലിനെ തിരക്കി അപ്പോഴേക്കും വീണ്ടും അവിടെയെത്തി.

"നീ ഇവിടെയിരിക്ക്. ഒരു കാര്യോണ്ട്" അനാമികയെയും പിടിച്ചു റേച്ചൽ അടുത്തിരുത്തി.

മൂന്നാളും കൂടി ഒരു അന്വേഷണം അവിടെ തുടങ്ങുകയായിരുന്നു.

ശാരദ ജനാലക്കരികിലേക്ക് നീങ്ങിയിരുന്നു പിറകോട്ടോടുന്ന മരങ്ങളെയും നോക്കി എന്തോ ആലോചനയിൽ മുഴുകി. കണ്ണുകൾ ഇറുക്കിയടച്ചു തുറക്കുമ്പോൾ അനുസരണയില്ലാതെ രണ്ടു തുള്ളി കണ്ണുനീർ ആ ചുളിവ് വീണ കവിളുകളിലൂടെ ഒലിച്ചിറങ്ങി. വേഗം സാരിത്തുമ്പുകൊണ്ട് മുഖം തുടച്ചു ശാരദ ഹാൻഡ്ബാഗിൽ എന്തോ പരതി. കയ്യിൽ തടഞ്ഞ ഡയറിയെടുത്തു, കുട്ടികൾ ശ്രദ്ധിക്കുന്നില്ലെന്ന് ഒന്നുകൂടി ഉറപ്പിച്ചു ഡയറിത്താളുകൾ മറച്ചു.

1972 ഡിസംബർ 30

അവനെ കൊണ്ടുപോയിട്ട് ഇന്ന് ആറാം ദിവസം. ഒരിക്കൽ ഒരുപാട് ഇഷ്ടപ്പെട്ടിരുന്ന ഈ ഡിസംബർ മഞ്ഞിന്റെ തണുപ്പ് എന്നെ ഇപ്പോൾ ഭ്രാന്ത് പിടിപ്പിക്കുന്നു. ഇന്നും അച്ഛൻ പറഞ്ഞു.. "അവനെപ്പോലെ ഒരുത്തനോട് കൂട്ടുകൂടണ്ട എന്ന് ഞാൻ ആദ്യമേ പറഞ്ഞതല്ലേ. ഇപ്പോൾ മനസ്സിലായില്ലേ തനി സ്വഭാവം. സ്വന്തം അമ്മാവനെ കൊന്നു കളഞ്ഞ മഹാപാപി. ഒരു കാലത്തും അവൻ ഗുണം പിടിക്കില്ല."

ഈശ്വരാ.. എനിക്ക് കഴിയുന്നില്ലല്ലോ ഈ ലോകത്തോട് ഒന്നും വിളിച്ചു പറയുവാൻ. എനിക്ക് കഴിയുന്നില്ലല്ലോ അവനെ ശപിക്കല്ലേയെന്ന് യാചിക്കുവാൻ. നൃത്ത നൃത്യ നാട്യങ്ങൾ ഒരുപോലെ വശമുള്ള, മുഖംമൂടി അണിഞ്ഞ ആ രാക്ഷസന്റെ ക്രൂരതയിൽ നിന്നും രക്ഷപ്പെടുവാൻ ശ്രമിക്കുമ്പോൾ ആണ് എനിക്ക് കൈയബദ്ധം പറ്റിയതെന്നും, അയാൾ കൊല്ലപ്പെട്ടതെന്നും ഞാൻ ആരോടു പറയും. എല്ലാ കുറ്റവും ഏറ്റെടുത്തു എനിക്ക് വേണ്ടി ശിക്ഷ അനുഭവിക്കുന്ന രഘുവിനോടുള്ള കടം ഞാൻ എങ്ങനെ വീട്ടും.

തിരിച്ചു പോകും ഞാൻ, എന്നെങ്കിലുമൊരിക്കൽ. അതിനി എത്രയെത്ര ആണ്ടുകൾ കഴിഞ്ഞാലും, "നീ തളർന്നു പോവരുത്" എന്നാവർത്തിച്ചു പറഞ്ഞു എനിക്ക് വേണ്ടി അഗ്നിയിലേക്ക് നടന്നു പോയ രഘുവിനെ തേടി ഞാൻ ഒരിക്കൽ പോകും.

ശാരദ (ഒപ്പ്)

*** *** ***

ട്രെയിൻ ബാംഗ്ലൂർ സ്റ്റേഷനിൽ വന്നു നിന്നപ്പോൾ വിനുവിന്റെ വിളി കേട്ടാണ് ശാരദ ആലോചനകളിൽ നിന്ന് ഉണർന്നത്. പ്ലാറ്റ്ഫോമിൽ ഇറങ്ങിയ ഉടനെ ചായയുടെയും പഴംപൊരിയുടെയും ചൂടുപിടിച്ച ചർച്ചകളിലേക്ക് റേച്ചലും അനാമികയും വിനുവും കടന്നു. അവരുടെ കളിചിരി തമാശകളിൽ ശാരദയും പങ്കുചേർന്നു, എന്നാൽ അന്നേരവും ശാരദയുടെ മനസ്സ് മറ്റെവിടെയോ ആയിരുന്നു, പ്രിയപ്പെട്ട ഒരാളുടെ അടുക്കലേക്കെത്താനുള്ള തിടുക്കത്തിൽ വെമ്പൽ കൊള്ളുകയായിരുന്നു. എവിടെയോ ഉണ്ടെന്നു താനിപ്പോഴും വിശ്വസിക്കുന്ന ആ മുഖം കാണുമെന്ന പ്രതീക്ഷയിൽ,വിശ്വാസത്തിൽ, ഉറപ്പിൽ.

സുബൈദ

വീട്ടുകാരോട് കള്ളം പറഞ്ഞുള്ള യാത്ര ആയതിനാൽ ട്രെയിൻ ബുക്കിംഗ് ഒന്നും സാധിച്ചില്ല. ഒരു വിധത്തിൽ സുബൈദയും ബാപ്പയും ചെന്നൈയിൽ നിന്നും ബാംഗ്ലൂർക്ക് പോകുന്ന ലാൽബാഗ് എക്സ്പ്രസ്സിന്റെ ജനറൽ കമ്പാർട്ട്മെന്റിൽ കയറിപ്പറ്റി. അധികം തിരക്കില്ലാഞ്ഞതുകൊണ്ട് അവളുടെ ആഗ്രഹം പോലെ, ജനാലക്കരികിൽ തന്നെ സീറ്റ് കിട്ടി. പുറത്തുനിന്ന് വീശുന്ന കാറ്റിൽ അവളുടെ തലയിലെ തട്ടത്തിനുള്ളിൽ നിന്നും മുടിയിഴകൾ പാറി മുഖത്തേക്ക് വീഴുന്നുണ്ടായിരുന്നു.

*** *** ***

“സുബൈദാ..”

സ്കൂളിലേക്ക് പോകുന്ന വഴി പൊട്ടിയ ചെരുപ്പ് ശരിയാക്കാൻ കുനിഞ്ഞിരുന്ന സുബൈദ, പെട്ടെന്നു വേലിപ്പടർപ്പുകൾക്കിടയിൽ നിന്നാവിളി കേട്ട് തിരിഞ്ഞു നോക്കിയപ്പോൾ തോക്കും പിടിച്ച് തന്നെ നോക്കി പുഞ്ചിരിക്കുന്ന ഒരു പട്ടാളക്കാരനെയാണ് കണ്ടത്.

ഏയ് നിനക്ക് തോന്നിയതായിരിക്കും സുബൈദാ. പട്ടാളക്കാർ ചിരിക്കാറില്ല. അവർക്ക് വെടിവെക്കാനേ അറിയൂ..! കാര്യമറിഞ്ഞ കൂട്ടുകാരികൾ സുബൈദയുടെ പേടിക്ക് ആക്കം കൂട്ടിക്കൊണ്ട് പറഞ്ഞു.

“അതെ..അതെ... ഇങ്ങനെ നാഴികക്ക് നാൽപത് വട്ടം എന്റെ പേര് വിളിച്ചുകൂവിയിട്ട് ഇപ്പൊ വരുന്നോർക്കും പോന്നോർക്കും പോലും എന്റെ പേരറിയാം” അവൾ കൂട്ടുകാരോട് കെറുവിച്ചു.

വയനാടൻ കാടുകളിൽ മാവോവാദികൾ തമ്പടിച്ചിട്ടുണ്ട് എന്ന വിവരം ലഭിച്ചതിനെ തുടർന്ന് അവിടെയെത്തിയ പട്ടാളക്കാരാണ് അത് എന്ന് സുബൈദയോട് ബാപ്പ പറഞ്ഞുകൊടുത്തിരുന്നു. കുറച്ചു ദിവസങ്ങളായി ഈ പട്ടാളക്കാർ അവിടെ റോന്തു ചുറ്റാൻ തുടങ്ങിയിട്ട്. സ്കൂളിലേക്ക് പോകുന്ന വഴിക്ക് എവിടെയെങ്കിലും ആ പട്ടാളക്കാരൻ ചുണ്ടിലൊരു ചെറു പുഞ്ചിരിയുമായി കാത്തു നിൽപ്പുണ്ടാവും.

ആരും കാണാതെ ഒരു മറുപുഞ്ചിരി അയാൾക്ക് നൽകാൻ കാല

പ്പഴക്കം കൊണ്ട് പേടി മാറിയ, അവളും മറക്കാറില്ല. എന്നുമാത്രമല്ല വഴിയരികിൽ അയാളെ കാണാനായി അവളുടെ കണ്ണുകളും തേടാറുണ്ട്.

ഒരു ശനിയാഴ്ച, പന്ത്രണ്ടാം ക്ലാസിലെ പരീക്ഷ അടുത്തതുകൊണ്ട് ക്ലാസിലെ ഏറ്റവും മിടുക്കരായ പത്ത് കുട്ടികൾക്ക് ടീച്ചർ എടുക്കുന്ന സ്പെഷ്യൽ ക്ലാസ് കഴിഞ്ഞ് വീടിനു മുൻപിൽ എത്തിയ സുബൈദ അവിടെ ഒരു പട്ടാളജീപ്പ് കിടക്കുന്നത് കണ്ട് ഒന്നമ്പരന്നു. അകത്തു വിരുന്നുകാർ ഉണ്ടെന്ന് മനസ്സിലാക്കിയ അവൾ വീടിന്റെ പിൻവാതിലിലൂടെ അകത്തേക്ക് കടന്നു.

"ആരാണുമ്മാ ഉമ്മറത്ത്..?"

"ങ... നീ വന്നോ! വേഗം മുഷിഞ്ഞ വേഷം ഒക്കെ മാറി നല്ല വേഷമിട്ട് ഈ ചായ വിരുന്നുകാർക്ക് കൊണ്ട് കൊടുക്ക്! വേഗം വേഷം മാറി ചായ കൊടുക്കാൻ റെഡിയായി വന്നു. അവളുടെ ജീവിതത്തിന്റെ ഗതി മാറി ഒഴുകാൻ കാരണമാകുന്ന നിമിഷമാണത് എന്ന് അവൾ സ്വപ്നത്തിൽ പോലും ചിന്തിച്ചിരുന്നില്ല. ചായയുമായി പൂമുഖത്തേക്ക് എത്തിയ അവളുടെ കണ്ണുകൾ തന്നെ വഴിയരുകിൽ വച്ചു മാത്രമല്ല പലപ്പോഴും സ്വപ്നങ്ങളിൽ പോലും വേട്ടയാടുന്ന കട്ടി പുരികത്തിനടിയിലെ കറുത്ത തിളങ്ങുന്ന കണ്ണുകളിലേക്കാണ് പതിഞ്ഞത്. അവൾ പെട്ടെന്ന് മുഖം താഴ്ത്തി.

"ഇതാണ് എന്റെ മോൾ സുബൈദ"

ബാപ്പാടെ സ്വരം കേട്ടപ്പോൾ അവൾ മുഖമുയർത്തി ചുറ്റും നോക്കി. പട്ടാളക്കാരനെ കൂടാതെ വേറെയും രണ്ട് അതിഥികൾ ഉള്ളത് അവൾ അപ്പോഴാണ് ശ്രദ്ധിച്ചത്. പെട്ടെന്ന് എന്തോ അപരിചിതത്വം തോന്നിയ അവൾ ചായയും പലഹാരങ്ങളും അടങ്ങിയ ട്രേ ടീപ്പോയിൽ വെച്ച് തിരിച്ചു നടക്കാൻ ഒരുങ്ങി.

"നിക്ക് സുബൈദ!"

"ഞങ്ങൾ ആരാണെന്നും, എന്തിനാണ് ഇവിടെ വന്നതെന്നും മനസ്സിലായോ?"

ഒന്നുമറിയില്ലെന്ന് അവൾ പതുക്കെ തലയാട്ടി കാണിച്ചു.

"ഞാൻ ബാലകൃഷ്ണൻ. സി. ഐ. എസ്. കമാന്റന്റ് ആണ്. ഇത് എന്റെ അസിസ്റ്റന്റ് നവാസ്." നവാസിന്റെ മുഖത്തേക്ക് നോക്കിയ സുബൈദ, അയാളുടെ കുസൃതി ഒളിപ്പിച്ച കണ്ണുകളിൽനിന്ന് നോട്ടം പിൻവലിക്കാൻ ആവാതെ ഒരു നിമിഷം നിന്നുപോയി.

"ഇവന് നിന്നെ വിവാഹം കഴിക്കണം എന്നുണ്ട്. ഞങ്ങളുടെ ഇവിടത്തെ ദൗത്യം കഴിഞ്ഞു. രണ്ട് ദിവസത്തിനകം ഞങ്ങൾ മടങ്ങും."

അയാൾ തുടർന്ന് പിന്നെയും എന്തൊക്കെയോ പറഞ്ഞു.

പക്ഷേ അതൊന്നും സുബൈദ കേൾക്കുന്നുണ്ടായിരുന്നില്ല. നാണം കൊണ്ട് കൂമ്പിയ അവൾ പെട്ടെന്ന് അകത്തേക്ക് ഓടിക്കളഞ്ഞു. ബാപ്പയുമായി എല്ലാ കാര്യങ്ങളും സംസാരിച്ചുറപ്പിച്ചാണ് വന്നവർ മടങ്ങിയത്. കോഴിക്കോട്ടുകാരായ നവാസിന്റെ കുടുംബം പണ്ട് തന്നെ കച്ചവട ആവശ്യങ്ങൾക്കായി ചെന്നൈയിലേക്ക് താമസം മാറിയവരാണ്. ഇവിടെ വന്ന് സുബൈദയെ കണ്ടു കഴിഞ്ഞപ്പോൾ, അവൻ തീരുമാനിച്ചു ഇനി ഇവൾ തന്നെ തന്റെ ജീവിതസഖിയെന്ന്.

സാമ്പത്തികമായി അല്പം താഴ്ന്ന നിലയിലുള്ള സുബൈദയുമായുള്ള വിവാഹത്തിന്, നവാസിന്റെ വീട്ടുകാരെ പറഞ്ഞു സമ്മതിപ്പിച്ചത് അവന്റെ മേലുദ്യോഗസ്ഥനായ ബാലകൃഷ്ണനാണ്. സുബൈദയുടെ പന്ത്രണ്ടാം ക്ലാസ് പരീക്ഷ കഴിഞ്ഞ് രണ്ടാഴ്ച കഴിഞ്ഞപ്പോൾ നവാസുമായുള്ള അവളുടെ നിക്കാഹ് നടന്നു. ആദ്യരാത്രിയിൽ അവൾ ഭർത്താവിനോട് തനിക്ക് തുടർന്ന് പഠിക്കണമെന്ന ആഗ്രഹം വെളിപ്പെടുത്തി. താനുമായുള്ള വിവാഹത്തിന് വലിയ താൽപര്യമില്ലാതിരുന്ന ഭർതൃവീട്ടുകാർ അതിനു സമ്മതിക്കുമോ എന്നൊരു ഭയവും അവൾക്കുണ്ടായിരുന്നു. "നീ പഠിക്കാൻ മിടുക്കിയാണെന്നും ഉയരങ്ങളിൽ എത്തേണ്ടവളാണെന്നും വിവാഹത്തിന് വന്ന നിന്റെ അധ്യാപകൻ എന്നോട് പറഞ്ഞു. ഞാൻ അപ്പോഴേ തീരുമാനിച്ചതാണ് നിന്നെ എന്നെക്കൊണ്ട് പറ്റുന്ന വിധം പഠിപ്പിക്കണമെന്ന്."

മധുവിധു രാവിൽ അവന്റെ കരലാളനത്തോടൊപ്പം കേട്ട ആ വാക്കുകളവളുടെ കാതുകൾക്ക് അമൃതായി. പക്ഷേ കാര്യങ്ങൾ തകിടം മറിഞ്ഞത് പെട്ടെന്നാണ്. വിവാഹം കഴിഞ്ഞ് ഒരാഴ്ച കഴിഞ്ഞപ്പോൾ തന്നെ ലീവ് ക്യാൻസൽ ചെയ്തു തിരികെ ജോലിയിൽ പ്രവേശിക്കണമെന്നുമുള്ള ഉത്തരവ് നവാസിന് ലഭിച്ചു.

ഒന്നരമാസത്തെ ലീവിൽ, വിവാഹം കഴിഞ്ഞ് തീരുമാനിച്ചിരുന്ന മധുവിധു യാത്രയും വിരുന്ന് സൽക്കാരങ്ങളും എല്ലാം ഒഴിവാക്കി, കഠിനമായ ഹൃദയവേദനയോടെ അവൻ തന്റെ പ്രിയതമയോടും വീട്ടുകാരോടും യാത്രാമൊഴി ചൊല്ലി. "ങ്ങളെ ഞാൻ ഒന്ന് കണ്ണുനിറച്ച് കണ്ടത് പോലും ഇല്ലല്ലോ...!"എന്ന് പറഞ്ഞ് വിലപിച്ച സുബൈദയോട്, എത്രയും പെട്ടെന്ന് നിന്നെ ഞാൻ എന്റെ ജോലിസ്ഥലത്തേക്ക് കൊണ്ടുപോകാമെന്ന് പറഞ്ഞ് നവാസ് ആശ്വസിപ്പിച്ചു.

നവാസ് പോയതിനുശേഷം കുറച്ചുദിവസങ്ങൾ അവനുമായി സംസാരിക്കാനും വിവരങ്ങൾ അറിയാനുമൊക്കെ വീട്ടുകാർക്ക് സാധിച്ചി

രുന്നു. പിന്നീട് ഒരു വിവരവും ഇല്ലാതായി. അദ്ദേഹം ഒരു കമാൻഡോ ഓപ്പറേഷനു പോയതാണെന്നും ഫോൺ സിഗ്നലുകൾ ഒന്നും ശരിക്ക് കിട്ടാത്ത സ്ഥലം ആയതുകൊണ്ടാണ് നേരിട്ട് സംസാരിക്കാൻ സാധിക്കാത്തത് എന്നൊക്കെ മേലുദ്യോഗസ്ഥർ ആശ്വസിപ്പിച്ചുകൊണ്ടിരുന്നു.

ഭർത്താവിന്റെ തിരോധാനത്തോടെ സുബൈദ ഒരു തീച്ചൂളയിൽ പെട്ടത് പോലെയായി. ഓർമ്മകളുടെ തീജ്വാലകൾ അവളെ അടിമുടി പൊള്ളിച്ചു കൊണ്ടിരുന്നു. നവാസിന്റെ വീട്ടുകാർക്ക് സുബൈദ ഇന്ന് വെറുക്കപ്പെട്ടവൾ ആണ്. അവൾ ആ വീട്ടിൽ കാലെടുത്തു കുത്തിയതിന്റെ 'ബർക്കത്ത്കേട് ' മൂലമാണ് നവാസിന് ഇങ്ങനെയൊരു ഗതി വന്നതെന്ന് ആ വീട്ടുകാർ ഉറച്ചു വിശ്വസിച്ചു. ശാപവാക്കുകൾ അല്ലാതെ ആ വീട്ടിൽ ആരും അവളോട് സംസാരിക്കില്ലായിരുന്നു. എന്നിട്ടും അവൾ തന്റെ പ്രാണപ്രിയൻ തിരിച്ചുവരുമെന്ന ഉറച്ച വിശ്വാസത്തിൽ പടച്ചവനോട് പ്രാർത്ഥനകളിൽ മുഴുകി ദിവസങ്ങൾ തള്ളി നീക്കി. നവാസിനെ കുറിച്ചുള്ള വിവരങ്ങൾ പിന്നീടുള്ള ദിവസങ്ങളിൽ ലഭിക്കാതെയായി. സുബൈദ എന്ന ഒരാൾ ആ വീട്ടിലുള്ളത് നവാസിന്റെ വീട്ടുകാർ ഗൗനിച്ചില്ല. അവൾ എത്രയും പെട്ടെന്ന് സ്വന്തം വീട്ടിലേക്കു മടങ്ങിയാൽ തങ്ങളുടെ മകൻ തിരിച്ചു വരുമെന്ന് വരെ അവർ വിശ്വസിച്ചു തുടങ്ങി. മൂന്ന് മാസങ്ങൾക്ക് ശേഷം ഡൽഹിയിൽ നിന്നും സുബൈദയെ തേടി കമാന്റന്റ് ബാലകൃഷ്ണന്റെ ഒരു ഫോൺ കോൾ എത്തി.

“നവാസ് ജീവനോടെയുണ്ട്..”

സന്തോഷാധിക്യംമൂലം അവൾക്ക് സംസാരിക്കാൻ പോലും സാധിച്ചില്ല. അവൾ പൊട്ടിക്കരഞ്ഞുകൊണ്ട് നവാസിന്റെ ഉമ്മയെ കെട്ടിപ്പിടിച്ച് ഉറക്കെ ഉറക്കെ 'അൽഹംദുലില്ലാഹ്' (അല്ലാഹുവിന് സ്തുതി) എന്ന് പറഞ്ഞുകൊണ്ടിരുന്നു.

കമാൻഡോ ഓപ്പറേഷനിൽ വെടിയേറ്റ നവാസ്, കാട്ടിലെ ഒരു വലിയ ഗർത്തത്തിലേക്ക് വീണുപോയി. ആരും കാണാതെ ഒന്ന് രണ്ടു ദിവസം അവിടെ മുറിവേറ്റു ബോധരഹിതനായി കിടന്ന അവനെ അവിടുത്തെ ആദിവാസികൾ അവരുടെ വാസസ്ഥലമായ ഉൾക്കാട്ടിലേക്ക് എടുത്തുകൊണ്ടുപോയി. ഗുരുതരമായി പരിക്കേറ്റ അവനെ മൂന്നുമാസം കൊണ്ട് അവരുടെ പരമ്പരാഗത വൈദ്യങ്ങളിലൂടെ ചികിത്സിച്ച് ഒരുവിധം ഭേദമാക്കി.

ബോധം വീണ അവൻ ആദ്യം ഉച്ചരിച്ചത് സുബൈദയുടെ പേരാണ് പിന്നീടുള്ള ദിനങ്ങൾ കാത്തിരിപ്പിന്റേതായിരുന്നു. നവാസിനെ ഒരാ

ഴ്ചയ്ക്കുള്ളിൽ ബാംഗ്ലൂരുള്ള ആർമി ഹോസ്പിറ്റലിൽ എത്തിക്കുമെന്നും, അവിടുത്തെ ചില പ്രൊസീജറുകൾക്ക് ശേഷം രണ്ടുമൂന്നു ദിവസം കഴിഞ്ഞ് ചെന്നൈയിലേക്കും എത്തിക്കും എന്ന് ആർമി ഹെഡ് ക്വാർട്ടേഴ്സിൽ നിന്ന് മെസ്സേജ് വന്നതോടെ ആ വീട്ടിൽ ആകെ ആഹ്ലാദം നിറഞ്ഞു.

വീട്ടിലുള്ള മറ്റാരും കാണുന്നതിനു മുൻപായി ബാംഗ്ലൂരിൽ പോയി തന്റെ പ്രിയതമനെ ആദ്യം കാണണം എന്ന വാശി അവളുടെ ഉള്ളിൽ ഉദിച്ചു. അവന്റെ സ്നേഹസ്പർശങ്ങൾക്കായി അവളുടെ ഉള്ളം കൊതിച്ചു.

വയനാടുള്ള തന്റെ പിതാവിനെ കാര്യം പറഞ്ഞവൾ വിളിച്ചുവരുത്തി. മകൾ ഭർതൃവീട്ടിൽ അനുഭവിക്കുന്ന ബുദ്ധിമുട്ടുകൾ മനസ്സിലാക്കിയ അവളുടെ ബാപ്പ മനസ്സില്ലാമനസ്സോടെ അതിന് സമ്മതിച്ചു.

പക്ഷേ നവാസിന്റെ വീട്ടുകാരോടവൾ പറഞ്ഞത്, നവാസ് ജീവനോടെ തിരിച്ചു വരുന്നതിനായി നാഗൂർ പള്ളിയിൽ ഒരു നേർച്ച നേർന്നിട്ടുണ്ട്. അതിനായി ബാപ്പയുമൊത്തു അവിടേക്ക് പോകുകയാണെന്ന്.

സുബൈദയെ നവാസിന്റെ ജീവിതത്തിൽ നിന്ന് ഒഴിവാക്കാൻ ഒരു അവസരം കിട്ടി എന്ന ചിന്തയിൽ അവർ സന്തോഷത്തോടെ അവളെയും ബാപ്പയെയും യാത്രയാക്കി.

*** *** ***

ആരക്കോണം ജംഗ്ഷൻ ആയപ്പോഴേക്കും ഓർമകളിൽ പരിസരം മറന്ന സുബൈദ ഭൂതകാല ചിന്തകളിൽ നിന്ന് ഉണർന്നു. നവാസിനെ കാണാൻ ഇനി ഏതാനും മണിക്കൂറുകൾ മാത്രം സന്തോഷത്താൽ അവളുടെ ഉള്ളം അലയടിക്കുകയായിരുന്നു. മുഖത്തു അറിയാതെ പുഞ്ചിരി മിന്നിമായുന്നത് അവളുടെ ബാപ്പ സന്തോഷത്തോടെ നോക്കിയിരുന്നു

"പാവം എന്റെ കുട്ടി എത്രനാളായി മനസ്സ് തുറന്നൊന്നു ചിരിച്ചിട്ട്...!" അദ്ദേഹം ഉള്ളാലെ ആത്മഗതം പറഞ്ഞു. ആശ്വാസത്തോടെ അയാൾ സീറ്റിലേക്ക് ചാരിയിരുന്നു കണ്ണടച്ചു.

രാത്രി വൈകി ഒൻപതര മണിയോടെ അവർ ബാംഗ്ലൂർ സ്റ്റേഷനിൽ എത്തിച്ചേർന്നു .

"രാജ്യത്തെ ശത്രുക്കളിൽ നിന്ന് കാത്തുരക്ഷിക്കാൻ കാവൽ നിൽക്കുന്ന പട്ടാളക്കാരന്റെ ധൈര്യം സാധാരണക്കാർക്ക് പറഞ്ഞാൽ മനസ്സിലാവില്ല. പക്ഷേ നീ ഒരു പട്ടാളക്കാരന്റെ ബീവിയാണ്. മുന്നിലുള്ള

ശത്രുവല്ല, ഞങ്ങളെ വിശ്വസിക്കുന്ന പിന്നിലുള്ള ജനതയാണ് അവരുടെ പ്രാർത്ഥനയാണ് ഒരു പട്ടാളക്കാരന്റെ കരുത്ത്. എന്തു പ്രതിസന്ധി ഉണ്ടായാലും തളരരുത്".

നവാസ് അവൾക്ക് പകർന്നുനൽകിയ വാക്കുകൾ അവളുടെ മനസ്സിൽ പ്രതിധ്വനിച്ചു കൊണ്ടേ ഇരുന്നു. വേഗതയേറിയ ഹൃദയമിടിപ്പുമായി വാപ്പയുടെ കയ്യും പിടിച്ചവൾ പ്ലാറ്റ് ഫോമിലൂടെ നടന്നു. അവരെ വരവേൽക്കുവാനായി പുറത്തു ബാലകൃഷ്ണനും കുടുംബവും കാത്തുനിൽക്കുന്നുണ്ടായിരുന്നു.

ഗഗൻദീപ്

ഉച്ചസൂര്യൻ പകർന്ന വാടിയ ചൂടിൽ നിന്നും തണുപ്പരിച്ചിറങ്ങുന്ന സായന്തനത്തിന്റെ നരച്ച കമ്പളത്തിലേക്ക് പ്രകൃതി മുഖം പൂഴ്ത്തി നിന്നു. ചെന്നൈ സെൻട്രൽ സ്റ്റേഷൻ പതിവുപോലെ തന്റെ കുടക്കീഴിലൊതുങ്ങുന്ന ജനസഞ്ചയത്തെ ഒതുക്കിപ്പിടിച്ച് വിശാലമായി നില കൊള്ളുന്നു. ആൾക്കൂട്ടത്തിൽ നിന്നുമകന്ന്, മതിലിനോട് ചേർന്നുള്ള തറയിലേക്ക് കുന്തിച്ചിരുന്ന് ഗഗൻദീപ് സ്റ്റേഷനു മുൻപിലെ പൈപ്പിൽ നിന്നു പകർന്നെടുത്ത വെള്ളം കൈക്കുമ്പിളിലൂടെ മുഖത്തേക്ക് തെറിപ്പിച്ചു. തന്നെ പൊതിഞ്ഞിരിക്കുന്ന കടുത്ത പാരവശ്യങ്ങളിൽ നിന്നുമൊരു താൽക്കാലികരക്ഷ. അല്പജലത്തിന്റെ വിളുമ്പിൽ പിടിച്ചുള്ള ആ രക്ഷതേടൽ വെറും നൈമിഷികം മാത്രമെന്ന് തിരിച്ചറിയാതെയല്ല. എങ്കിലും ..

അല്പമകലെ തന്റെ അവസാനയാത്രക്കാരനു വേണ്ടിയാവണം ലാൽബാഗ് എക്സ്പ്രസ്സ് അക്ഷമയോടെ ചൂളമിട്ടു തുടങ്ങിയിരിക്കുന്നു. സാധാരണ പോലെ ശബ്ദമുഖരിതമാണ് സ്റ്റേഷൻ പരിസരം. തിരക്കിന്റെ കടുത്ത ചായങ്ങൾ വാരിപ്പൂശിയ ആൾക്കോലങ്ങൾ അന്നേക്കുള്ള വിശ്രമത്തിന്റെ തുരുത്തിലേക്ക് നൂഴാനുള്ള വ്യഗ്രതയിൽ പരസ്പരം ഒരു നോട്ടത്തിന്റെ പോലും നൂലുകളാൽ ബന്ധിതരാകാതെ അങ്ങോട്ടുമിങ്ങോട്ടും പരക്കം പായുന്നു. കുറച്ചുനേരം കൂടി എല്ലാം നോക്കി ഗഗൻദീപ് അവിടെത്തന്നെയിരുന്നു. അന്തരീക്ഷത്തിൽ ഭാരമില്ലാതെയൊഴുകുന്ന അപ്പൂപ്പൻതാടി പോലെ അയാൾ തന്റെ മനസിനെ അയച്ചു വിടാനുള്ള വിഫലശ്രമത്തിലായിരുന്നു.

ആദ്യമായിട്ടാണ് തിടുക്കപ്പെടലുകളുടെ ബഹളമില്ലാത്തൊരു യാത്ര. ഈ യാത്രയിൽ തീരുമാനപ്പെട്ടിരിക്കുന്ന ലക്ഷ്യസ്ഥാനം പ്രാപിക്കണമെന്ന ആഗ്രഹമുണ്ടോ എന്ന സൂക്ഷ്മാവലോകനത്തിൽ ഉഴറുകയും അല്ലെങ്കിൽ ഉടനെയൊന്നും അവിടേക്ക് എത്തരുതേയെന്നൊരു പ്രാർത്ഥനയിൽ അയാളുടെ മനസ് ഒരേസമയം തന്നെ കുരുങ്ങിപ്പോവുകയും ചെയ്തു. മാസങ്ങൾക്കു മുൻപ് ഇവിടെ വണ്ടിയിറങ്ങു

മ്പോൾ ഉണ്ടായിരുന്ന പ്രതീക്ഷകൾ നിഷ്കരുണം തന്നെയുപേക്ഷിച്ചു പറന്നു പോയിരിക്കുന്നു. പ്രതീക്ഷകൾ അല്ലെങ്കിലും അങ്ങനെയാണ ല്ലോ. സ്വർണ്ണച്ചിറകുകൾ നൽകി, പ്രകാശപൂരിതമായ പുതിയ ആകാശ ങ്ങളുടെ പ്രഭ കാട്ടി മനുഷ്യനെ വല്ലാതെ ഭ്രമിപ്പിക്കും. പിന്നെ അതിലൂ ടെ മെല്ലെ പറക്കാൻ പഠിപ്പിക്കും. ആ പറക്കലിൽ തന്നെ നൂറു നൂറു കാ ഴ്ചകളാണ്. പെട്ടെന്ന് വളരെ പെട്ടെന്നാണ് എവിടെ നിന്നെന്നറിയാതെ വന്നെത്തുന്ന കാർമേഘക്കൂട്ടം ആകാഴ്ചകളെയപ്പാടെ വിഴുങ്ങിക്കളയു ന്നത്. ചിലർക്കൊരു ഭാഗ്യമുണ്ട്. ഇതേ കാർമേഘങ്ങൾ അവർക്കു മുൻ പിൽ തിടുക്കപ്പെട്ടങ്ങു മാഞ്ഞു പോകും.മറ്റുചിലർ ആ മൂടാപ്പിൽ തപ്പി ത്തടഞ്ഞു ചിറകുകൾ കുഴഞ്ഞു നിലംപതിക്കും.

തൊട്ടരികത്തു കിടന്ന സിമന്റ് ബെഞ്ചിന്റെ ഓരത്തു വച്ച ബാസ്ക റ്റിനരികിലേക്ക് അയാൾ നടന്നു. അത്യാവശ്യം വലുപ്പവും ഭംഗിയാർന്ന തുമായ ആ കൂടയുടെ പുറത്തേക്ക് പാറി വീണ ഉണക്കയിലകളെ ശ്ര ദ്ധാപൂർവ്വം പെറുക്കിക്കളയുന്നതിനിടെ ബാംഗ്ളൂരേക്ക് ട്രെയിൻ പുറപ്പെ ടാൻ പോകുന്ന വിവരം സൂചിപ്പിച്ചുള്ള അവസാന ശബ്ദസന്ദേശം അന്ത രീക്ഷത്തിൽ മുഴങ്ങി. പരിഭ്രമത്തിന്റെ കാളൽ പടർന്ന കണ്ണുകൾ ഒരുവ ട്ടം ആ തീവണ്ടിയിൽ തറഞ്ഞു. കുപ്പിയിൽ അവശേഷിച്ചിരുന്ന വെള്ളം അയാൾ തൊണ്ടയിലേക്കു കമിഴ്ത്തി. 'നിൽക്കാൻ നേരമില്ല. വേഗം..വേ ഗം' പെട്ടെന്നാരോ ധൃതിപ്പെടുത്തിയതു പോലെ ജനറൽ കംപാർട്മെന്റി ലെ ബഹളത്തിലേക്ക് മെല്ലെ ഊളിയിട്ടു കൊണ്ട് അയാൾ തന്റെ ഇരി പ്പിടം തിരഞ്ഞു. 'ആ ബാസ്കറ്റ് മുകളിലേക്ക് വയ്ക്കൂ' സ്നേഹാതുര മായ നിർദ്ദേശം തന്നോടാണെന്നു മനസിലാക്കിയ അയാൾ ശബ്ദം കേ ട്ട ദിശയിലേക്ക് നോക്കി പുഞ്ചിരിയോടെ നിഷേധിച്ചു. ആ നിഷേധത്തിൽ ഈർഷ്യ പടർന്ന മുഖങ്ങളെ കണ്ടില്ലെന്ന നാട്യത്തോടെ ജനാലയോടു ചേർന്ന സീറ്റിൽ ഇരിപ്പുറപ്പിക്കുമ്പോൾ കയ്യിലിരുന്ന കൂട ആരും തട്ടി മ റിയാതെ ഒന്നുകൂടി മുറുകെ പിടിച്ചു. ദയനീയമായ രണ്ടു കണ്ണുകൾ എ ന്തോ പറയാൻ ശ്രമിക്കും പോലെ ചുറ്റുമുള്ളവരെ ഉഴിഞ്ഞു. നിങ്ങൾക്ക റിയുമോ, എനിക്കേറ്റം പ്രിയപ്പെടുന്നൊരു വസ്തുവാണിത്. അമൂല്യം! ഇതിനെ അകലെ വയ്ക്കാൻ നിർബന്ധിക്കരുതേയെന്ന ക്ഷമാപണം ക ലർന്ന നിശ്ശബ്ദയാചന ആ നോട്ടത്തിൽ തെളിഞ്ഞു നിന്നിരുന്നു.

ഗഗൻദീപ് സീറ്റിലേക്ക് ഇരുന്നതും പോക്കറ്റിൽ തിരുകിയിരുന്ന ഫോൺ വിറച്ചു. അതിലുമേറെ വിറയ്ക്കുന്ന കൈകൾ താഴ്ത്തി അ യാൾ ഫോൺ എടുത്തു. അപ്പുറത്ത് നിന്നും ആകാംക്ഷയും ഭയവും കലർന്ന ശബ്ദം കാതിലേക്കലച്ചു വീണു. "ദീപ്ജീ..ഹമാരാ ബേട്ടാ...ഹ

മാരാ ബേട്ടാ കിധർ ഹേ?" ഉള്ളിലൊരു ചൂണ്ടക്കൊളുത്തു വീണ പോലെ അയാളുടെ കണ്ണുകൾ മുറുകി.

"സൽമാ..വോ ബിൽകുൽ ഠീക് ഹേ. ചിന്താ മത് കരോ." മറുതലയ്ക്കലെ ഉത്കണ്ഠയുടെ ചൂടിലേക്ക് നേരിയ തണുപ്പിറ്റിക്കും പോലെ ശാന്തതയോടെ അയാൾ പറഞ്ഞു.

"ദീപ്ജി മുഝെ ഉസ് സേ ബാത്ത് കർനി ഹേ. കുച്ച് ഇന്തസാം കരൊഗെ?"

"സൽമാ ... വോ ആസ്പത്താൽ മേം ഹേ ന ? തും ഫോൺ രഖോ. ആ കേ ബാത്ത് കരേംഗേ."

മറുപടിക്കു കാക്കാതെ അയാൾ ഫോൺ കട്ട് ചെയ്തു. തന്റെ വാക്കുകളുടെ നേർത്ത ചില്ലയിൽ പിടിച്ച് അങ്ങേത്തലയ്ക്കൽ നിന്നും പ്രത്യാശയുടെ നിറമണിഞ്ഞ മെല്ലിച്ചൊരു മുഖം എത്തി നോക്കുന്നതയാൾ അറിഞ്ഞു.

സൽമാ .... എന്റെ പ്രിയ സൽമാ...! അകം പൊള്ളുന്നൊരു നിലവിളി അയാളിൽ ഉയർന്നു താണു.

ഹരിയാനയിലെ സോനിപ്പഥിൽ നിന്നും സൽമയുടെ കൈ പിടിച്ച് ബാംഗ്ളൂരിലേക്കു വണ്ടി കയറിയത് മുതലുള്ള ജീവിതം അയാളുടെ മനസ്സിൽ സങ്കടത്തിന്റെ പെരുംപാത നിവർത്തി. ബന്ധുക്കളാലും സുഹൃത്തുക്കളാലും ആശീർവദിക്കപ്പെട്ട വിവാഹം. വർഷങ്ങൾ ഒന്നു രണ്ടു കടന്നതും പലവിധ അലോസരങ്ങളുടെ മുറുമുറുപ്പുകൾ ഒളിഞ്ഞും തെളിഞ്ഞും പ്രത്യക്ഷപ്പെട്ടു തുടങ്ങി. ഒരു കുഞ്ഞില്ല എന്നത് തങ്ങൾ ചെയ്ത ഏതോ മുജ്ജന്മ പാപമാണത്രെ. ജീവിതം തന്നെ ദുഷ്കരമാക്കും വിധം മുൻവിധി പേറുന്ന ചുറ്റുപാടുകൾ. ദിനംപ്രതി അസഹ്യമായിക്കൊണ്ടിരിക്കുന്ന ആ പരിസരം വിട്ട് രക്ഷപ്പെട്ടേ മതിയാവൂ എന്ന അവസ്ഥയിലേക്കാണ് കാര്യങ്ങൾ നീങ്ങിയത്. ഒടുവിൽ സകല പീഡകളിൽ നിന്നും വിടുതലെന്നോണം സൽമയെയും കൂട്ടി സോനിപത്തിൽ നിന്ന് ഒളിച്ചോടുകയേ നിവൃത്തിയുണ്ടായുള്ളൂ. ആ യാത്ര എത്തി നിന്നത് പരിഷ്കാരത്തിന്റെയും സമ്പത്തിന്റെയും പ്രസരിപ്പ് നിറഞ്ഞ ബാംഗ്ളൂരിന്റെ മടിത്തട്ടിലാണ്. ബസവ നഗറിലെ ഒറ്റമുറി വിശാലതയിൽ കൂട്ടിക്കിഴിക്കലുകളുടെ വേവു പേറിയ രാപ്പകലുകൾ. ചുറ്റുപാടും പണക്കൊഴുപ്പിന്റെ തേൻമധുരവും ഇല്ലായ്മയുടെ കയ്പുനീരും കൂടിക്കുഴഞ്ഞൊഴുകുന്ന, വഴുക്കലാർന്ന അന്തരീക്ഷത്തിൽ ജീവിതത്തിന്റെ പച്ചവള്ളികൾ ചേർത്തുപറ്റിച്ചു വളരാൻ വെമ്പുന്ന പരാദസസ്യങ്ങളെ പോലെയാണ് ജീവിതം മെല്ലെ വേരുറപ്പിച്ചു തുട

ങ്ങിയത്. പകൽ മുഴുവൻ അന്യവീടുകളിൽ പണിയെടുത്തും, പരിചയമുള്ളവർക്ക് വസ്ത്രങ്ങൾ തുന്നിക്കൊടുത്തും സൽമയും, നഗരത്തിലെ പ്രമുഖ വസ്ത്രവ്യാപാരിയായ ലോകേശ്വര റാവുവിന്റെ ഡ്രൈവർ ആയി താനും ജോലി ചെയ്തു തുടങ്ങിയതോടെ സ്വപ്നങ്ങൾക്ക് നിറം വച്ചു തുടങ്ങി.

കടുംചായങ്ങൾ ആർഭാടമേറ്റിയ ഉടയാടകളണിഞ്ഞ് ബാംഗ്ലൂർ നഗരം നിറഞ്ഞാടുമ്പോൾ ഭൂതകാലം പട്ടൊടുങ്ങിയ ചാരക്കൂനയിലേക്ക് നിശബ്ദം മിഴി പായിച്ച് ഇരുവരും വിറയ്ക്കുന്ന കൈത്തലങ്ങൾ പരസ്പരം ചേർത്തു പിടിച്ചു. അമ്മച്ചൂടറിയാതെ ഇലയറ്റങ്ങളുടെ മറവിൽ പിറവിയുടെ ദിനവും കാത്ത് ധ്യാനം കൊള്ളുന്ന ശലഭമുട്ടകൾ പോലെ അനാഥരായ രണ്ടു പേർ. ഒരു കുഞ്ഞ് എന്ന സ്വപ്നം മാത്രം പിൻപറ്റി ജീവിതത്തിന്റെ ചിരിയിതളുകൾ വിടർത്തിയെടുക്കാൻ ശ്രമം നടത്തുന്നവർ. സോനിപ്പഥിലെ വീട്ടിൽ ഭിത്തികൾ വരെ സൽമയെ ‘മച്ചി’ എന്നു വിളിക്കാൻ മടി കാട്ടിയിരുന്നില്ല. ചില നേരങ്ങളിൽ ചെവികൾക്കുള്ളിൽ ആ വിളി പ്രകമ്പനം കൊണ്ടു വേദനിക്കുന്നതു പോലെ അവൾ കാതുകൾ രണ്ടും അമർത്തിയടച്ചു പിടിക്കും. പിന്നെപ്പിന്നെ കണ്ണുകളിറുക്കിയടച്ച്, കൈകളുയർത്തി ഉറക്കത്തിലും നിലവിളിക്കുന്ന സൽമ പതിവു കാഴ്ചയായി. അസഹ്യമായ ഭയം ശ്വാസം മുട്ടിച്ചു തുടങ്ങിയപ്പോൾ അവിടെ നിന്നൊരു പലായനം അനിവാര്യമാണെന്നുറപ്പിച്ചു. ബാംഗ്ലൂരിൽ താമസിക്കുന്ന ബന്ധു ശിവറാം പാജിയും ശാന്തി മാമിയും നൽകിയ കരുതലും ധൈര്യവുമാണ് കൂടുതൽ തുണയായത്.

ട്രെയിൻ ആരക്കോണം സ്റ്റേഷൻ അടുക്കാറാകുന്നു. ഭക്ഷണം കഴിക്കാതെ അധികനേരമായതു കൊണ്ടാവണം, തളർച്ച തൂങ്ങിയ പേശികൾ ശരീരത്തിന്റെ ഭാരം വർദ്ധിപ്പിക്കുന്നുണ്ട്. അയാൾ മടിയിൽ വച്ചിരുന്ന ബാസ്കറ്റിനു മീതേക്കു ശിരസ് ചേർത്തു. ഭംഗിയുള്ള നീലത്തൊങ്ങലുകളും വെളുത്ത മുത്തുകളും പിടിപ്പിച്ച ആ ബാസ്കറ്റ് താഴെ വീണു പോകുമോ എന്ന ഭയം അയാളെ ഉറക്കത്തിൽ നിന്നും പിന്നോട്ടു ക്ഷണിച്ചു. ഇല്ല...ഈ രാത്രി ഉറങ്ങാനുള്ളതല്ല. അങ്ങകലെ സൽമയും ഉറങ്ങാതെ കാത്തിരിക്കുന്നുണ്ട്. ട്രെയിനിന്റെ കിതപ്പ് താഴ്ന്നു തുടങ്ങിയിരിക്കുന്നു. സ്റ്റേഷൻ എത്തിയെന്നു തോന്നുന്നു. ഗഗൻദീപ് കണ്ണുകൾ പുറത്തേക്ക് നീട്ടി. മേൽക്കൂരയ്ക്ക് വശങ്ങളിലായി സ്ഥാപിച്ചിരിക്കുന്ന വൈദ്യുത വിളക്കിന്റെ മങ്ങിയ വെളിച്ചത്തിൽ സ്റ്റേഷൻ പരിസരം കാണാം. വളരെ കുറച്ച് ആളുകളേ കയറാനുള്ളൂ എ

ന്നു തോന്നുന്നു. പെട്ടെന്നൊരു കുഞ്ഞിന്റെ കരച്ചിൽ കാതുകളിൽ വീണു. ആകാംക്ഷയോടെ ശബ്ദം കേട്ട ദിക്കിലേക്ക് ശ്രദ്ധ തിരിച്ചു.

സ്റ്റേഷനിലെ ചാരുബെഞ്ചിൽ ഒരു അമ്മയും കുഞ്ഞും ഇരിക്കുന്നുണ്ട്. ആ കാഴ്ച്ച കണ്ണുകളിൽ നിറച്ചെടുക്കാനെന്ന പോലെ കഴിയുന്നത്ര നേരം അയാൾ അവരിലേക്ക് ദൃഷ്ടിയുറപ്പിച്ചു. തന്റെ സൽമയും മോനും തന്നെയല്ലേ അത്? ഗഗൻദീപ് ആ കാഴ്ച്ചയെ തന്റെ ഒറ്റമുറി വീട്ടിനുള്ളിലേക്കിറക്കി വച്ചു ശ്വാസമൂതി കൊടുത്തു ജീവൻ പകരാൻ ശ്രമം നടത്തി. അയാളുടെ ഓർമ്മകൾ ഇളവെയിലിൽ ചില്ലുചിറകുകൾ വീശിപറക്കുന്ന ചെറുതുമ്പികളെ പോലെ വീണ്ടും പിന്നിലേക്ക് ഊളിയിട്ടു തുടങ്ങി. സൽമ എപ്പോഴും കുഞ്ഞ് എന്ന ആശയിൽ മാത്രമായിരുന്നു മനസിനെ ഒതുക്കി നിർത്തിയിരുന്നത്. പൂർണ്ണയായ ഒരു സ്ത്രീ എന്നാൽ അമ്മ മാത്രം എന്ന് ആരോ അവളെ പറഞ്ഞു പഠിപ്പിച്ചിരിക്കുന്നു. ആ പൂർണ്ണത സ്വന്തമാക്കാൻ വേണ്ടിയുള്ള ദാഹമാണ് അവളുടേത്. തന്റെ സ്വത്വത്തെയപ്പാടെ വിഴുങ്ങിക്കളഞ്ഞ മച്ചി എന്ന അപഹാസ്യപ്പേരിനെ വേരോടെ തുപ്പിത്തെറിപ്പിക്കാനും അവൾ അത്രമേൽ ആർത്തി പൂണ്ടു.

എല്ലാറ്റിനും അതിന്റേതായ സമയമുണ്ടെന്നു പറയപ്പെടുന്നത് പോലെ, ഒരു കുഞ്ഞിനെ തങ്ങളോട് ചേർക്കാൻ ഏറ്റവും നല്ല സമയമെന്നു ദൈവത്തിന് തോന്നിയത്, ജീവിതത്തിന് തനതായി വേണ്ടൊരു താളം കൈവന്നപ്പോഴാവണം. സൽമയുടെ ഉദരത്തിൽ തങ്ങളുടെ ഏറ്റവും വലിയ സ്വപ്നത്തിന്റെ പൊടിപ്പ് ജീവൻ വച്ചു തുടങ്ങുന്നു എന്നറിഞ്ഞ നിമിഷത്തിന്റെ മനോഹാരിത പിന്നീടൊരിക്കലും മനസിലേക്ക് തിരിച്ചെടുത്ത് അതേപടി ഒന്നുകൂടി അനുഭവിക്കാൻ കഴിഞ്ഞിട്ടില്ല. അത്രത്തോളം വിശാലമായതൊന്നിന്റെ സങ്കല്പസൃഷ്ടി പോലും അസാധ്യമെന്നു സൂചിപ്പിക്കും പോലെയായിരുന്നു അതിലേക്കുള്ള ശ്രമങ്ങൾ. ഗർഭവതിയായ നിമിഷം മുതൽ സൽമ ആളാകെ മാറിയിരുന്നു. അത്യുത്സാഹത്തിന്റെ കൊടുമുടിയിൽ നിൽക്കുന്നത് കൊണ്ടാവണം എന്തു ചെയ്താലും മതിയാകാത്തൊരു തത്രപ്പാട് ആയിരുന്നു എപ്പോഴും അവളിൽ. വായ്തോരാത്ത സംസാരം ആ ഒറ്റമുറിവീടിനെ ബഹളമയമാക്കി. കുറേക്കൂടി സ്ഥലസൗകര്യമുള്ളൊരു വീടിനെക്കുറിച്ച്, കുഞ്ഞിന്റെ ആരോഗ്യപരിപാലനത്തെ കുറിച്ച് എല്ലാം അവൾ വാചാലയാകുന്ന കാഴ്ച്ച കൗതുകം പകർന്നു. പുത്തൻ പിറവിയുടെ തുടിപ്പ് വീടാകെ നിറയുന്ന അത്ഭുത ദൃശ്യാനുഭവം! ഒരു മനുഷ്യന്റെ ജനനം അത്രത്തോളം ആവശ്യമായി വരുന്നയിടങ്ങളിൽ അത്

ഉത്സവമായി മാറുന്നു. അതല്ലാത്തയിടങ്ങളിൽ എന്താവും അവസ്ഥ? എത്രമേൽ സ്വീകാര്യനെങ്കിലും ഭൂമിയിലേക്കുള്ള മനുഷ്യന്റെ പിറവി വലിയ നിലവിളിയോടെ മാത്രം. എന്നാൽ മരിക്കുമ്പോഴോ? അവൻ മറ്റൊരുവന്റെ മനസ്സിൽ നഷ്ടത്തിന്റെ നിലവിളിയായെങ്കിലത്രേ ജീവിതത്തിന് അർത്ഥമുണ്ടാവുക. ഒരു അച്ഛനാകാൻ പോകുന്നതിന്റെ സകല താത്വികപകക്വതകളിലേക്കും താൻ എത്തപ്പെടുന്നുണ്ടെന്ന് ഗഗൻദീപ് അഭിമാനപൂർവ്വം ഓർത്തു. കൂടെ ഒരു കൊച്ചുകുട്ടിയോടൊപ്പം കളിച്ചു തിമിർക്കാൻ പോരുന്നത്ര ബാല്യത്തിലേക്കും ചിലപ്പൊഴൊക്കെ അയാൾ തിരിച്ചു പോക്കു നടത്തി.

ദിവസങ്ങൾ മാസങ്ങളായി വലുപ്പം വച്ചു കൊണ്ടിരുന്നു. കൂട്ടത്തിൽ പ്രാർത്ഥനകൾ സമ്മാനമേകിയ ഒരു ആൺകുഞ്ഞിന്റെ അച്ഛനമ്മമാർ എന്ന പദവിയിലേക്ക് ഗഗൻദീപും സൽമയും സ്ഥാനക്കയറ്റം നേടി. സന്തോഷം! ചുറ്റും സന്തോഷത്തിന്റെ പ്രഭചൊരിയുന്ന നക്ഷത്രപ്പൊട്ടുകൾ. തങ്ങളാൽ നൽകാവുന്നത്ര സൗകര്യങ്ങൾ ഒരുക്കിയാണ് മകന്റെ വരവ് ആഘോഷമാക്കിയത്. സൽമയുടെ ശിരസ് എപ്പോഴും ഒരു പടി ഉയർന്നു നിന്നു. ഇതാ എന്റെ മകൻ! ഞാനെന്ന സ്ത്രീ അമ്മയായിരിക്കുന്നു, പൂർണ്ണയായിരിക്കുന്നു എന്നൊക്കെ വിളിച്ചു പറയുംപോലെയായിരുന്നു ആ തലയെടുപ്പിന്റെ ഗർവ്വ്. സോനിപ്പഥിലെ ബന്ധുവീടുകൾ സൽമയ്ക്കും മകനും ഗംഭീരവരവേൽപാണ് നൽകിയത്. ജീവിതം മാറുകയാണ്. 'ഇനി എങ്ങോട്ടേക്കും പോകേണ്ട, നിങ്ങൾ എന്നും ഇവിടെത്തന്നെ വേണം' എന്ന അവരുടെ ആശ കേട്ടപ്പോൾ അതിന്റെ ആഴത്തെ ഓർത്ത് ഉള്ളിലൊരു ചിരി പടർന്നു. തന്റെ വേരുകൾ ഇവിടെ നിന്ന് പണ്ടേ പിഴുതു മാറ്റിയതാണ്. ജീവൻ നിലനിർത്താനാവശ്യമായ വെള്ളവും വളവും തുടർന്നു നൽകിയ മണ്ണിലേക്ക് തന്നെ തിരിച്ചു പോയേ പറ്റൂ. വൈകാതെ സൽമയെയും മകനെയും കൂട്ടി ബാംഗളൂരിലേക്കു തിരിച്ചു. തങ്ങളുടെ പഴയ ഒറ്റമുറി വീടിനുള്ളിൽ പുതിയൊരു സ്വർഗ്ഗമൊരുക്കുന്നതിലായി പിന്നീട് ശ്രദ്ധ മുഴുവൻ. അച്ഛനാണല്ലോ. അതും ഒരു മകന്റെ മാതൃക നിറയേണ്ട അനേകം കടമകൾ തനിക്കു മുൻപിൽ ചുരുൾ നിവർന്നു കിടക്കുന്നുണ്ട്.

കുഞ്ഞിനെ ശാന്തിമാമിയെ ഏൽപ്പിച്ചാണ് സൽ!മ വീട്ടുജോലികൾക്കായി വീണ്ടും പോയിത്തുടങ്ങിയത്. തൊട്ടടുത്ത വീടുകളിൽ ആയിരിക്കുമ്പോഴൊക്കെ ജോലിക്കിടെ അവൾ മകനെ കാണാനായി ഓടിവരും. സന്തോഷഭരിതമായ ജീവിതാവസ്ഥകൾക്കിടയിലും കാരണമറിയാത്ത ആശങ്കകൾ ഉള്ളിന്റെയുള്ളിൽ വിടർന്നു പൊലിഞ്ഞു. സാധാ

രണ ഒരു അമ്മയും മകനും തമ്മിലുള്ളതിലുമധികമായ വാത്സല്യത്തിന്റെയും കരുതലിന്റെയും മതിൽക്കെട്ടിനുള്ളിലേക്ക് സൽമയും മകനും ആഴ്ന്നു പോകുന്ന കാഴ്ച മനോഹാരിതയുടെ കുളിർമയ്ക്കും അപ്പുറം പലപ്പോഴും ഭയപ്പാടിന്റെ പോറലുണ്ടാക്കി മനസിനെ നീറ്റിക്കൊണ്ടിരുന്നു. അമിതമായ സ്നേഹങ്ങൾ ഒരിക്കലും ആരോഗ്യപ്രദാനമാവില്ല എന്നയാൾ വിശ്വസിച്ചിരുന്നു. മനുഷ്യന്റെ ഒരുവിധമായ നിലനില്പുകളും ശാശ്വതമല്ലാതിരിക്കെ ബന്ധങ്ങളോടും അടുപ്പങ്ങളോടുമൊക്കെ യുക്തിപരമായ അതിർത്തി ഉണ്ടായിരിക്കണമെന്ന് ഉള്ളു കൊണ്ട് ശാഠ്യമുണ്ടായിരുന്നെങ്കിലും സൽമയോട് അങ്ങനെയുള്ള കാര്യങ്ങൾ പറയാൻ അയാൾ ഭയപ്പെട്ടു. വീട്ടകം നിറയുന്ന അവരുടെ ചിരിക്കും അവളുടെ അത്ഭുതാവഹമായ സന്തോഷത്തിനും അതിരു വയ്ക്കുന്നിടത്ത് അയാൾ അമ്പേ നിസ്സഹായനായി.

ജീവിതത്തിന്റെ സ്വച്ഛതയ്ക്കു മേൽ കറുപ്പ് പടരാൻ സമയമോ കാലമോ എന്നൊന്നില്ല, വീടിനു പുറത്തെ പാർക്കിൽ കൂട്ടുകാരോടൊപ്പം ഓടിക്കളിച്ചു കൊണ്ടിരുന്ന കുഞ്ഞ് പെട്ടെന്ന് കിതച്ചു വീഴുന്നത് ശാന്തിമാമിയാണ് ആദ്യം കണ്ടത്. അവർ നിലവിളിച്ചു കൊണ്ട് അവനെയും വാരിയെടുത്ത് അടുത്തുള്ള ആശുപത്രിയിലേക്കോടി. വിശദപരിശോധനകൾ, ചെറിയ ആശുപത്രികളിൽ നിന്ന് വലിയ ആശുപത്രികളിലേക്കുള്ള ഓട്ടം. ഒടുവിൽ ഡോക്ടർമാർ വിധിയെഴുതി. മകന്റെ ഹൃദയവാൽവ് അപകടകരമാം വിധം തകരാറിലാണ്. ശാന്തമായി ഒഴുകിയിരുന്ന ജീവിതം പൊടുന്നനെ ആധിയുടെയും അനിശ്ചിതത്വത്തിന്റെയും നെടുനിശ്വാസങ്ങളിൽ കുരുക്കിയിടപ്പെട്ടു. മകന്റെ മൂന്നാം പിറന്നാളാഘോഷങ്ങളുടെ തൊങ്ങലും തോരണവും അഴിച്ചു വയ്ക്കും മുൻപേ വന്നു വീണ അശനിപാതത്തെ തീരെയും നേരിടാനാവാത്തത്ര തളർച്ചയിലേക്കാണ് ഇരുവരും വീണു പോയത്. ഡോക്ടർമാർ ദൈവങ്ങളാണെന്നു തോന്നിപ്പിച്ച ദിവസങ്ങൾ. പക്ഷേ, പണത്തിന്റെ നിരന്തരമായ ചോർന്നു പോക്കിൽ ഭീകരമായൊരു ശൂന്യത ജീവിതത്തെ ചൂഴ്ന്നു നിന്നു.

സൽമ കണ്ണുനീർ വാർക്കുന്ന പ്രതിമ പോലെ ആശുപത്രി വരാന്തകളിലും വീടിനുള്ളിലും കാണപ്പെട്ടു. തുടരെ നടക്കുന്ന ചികിത്സകളിൽ വിശ്വാസമില്ലാത്തതു പോലെ ജോലിയെടുക്കുന്ന ഓരോ വീടുകളിൽ നിന്നും പുതിയ ആശുപത്രികളുടെ, മിടുക്കരായ ഡോക്ടർമാരുടെ വിവരങ്ങൾ അവൾ ശേഖരിച്ചു. അങ്ങനെയാണ് പല സഹായസംഘടനകളുടെയും മറ്റു വേണ്ടപ്പെട്ടവരുടെയും കാരുണ്യത്താൽ ചെ

ന്നൈയിലെ പ്രശസ്തമായ കാർഡിയാക് സ്പെഷ്യാലിറ്റി ഹോസ്പിറ്റലിലേക്ക് എത്തപ്പെടുന്നത്. സൽമയെക്കൂടി കൂടെ നിർത്താനുള്ള സൗകര്യക്കുറവ് കാരണം അത്യാവശ്യമുണ്ടായാൽ തിരികെ കൊണ്ടു വരാം എന്ന ഉറപ്പിൽ കുറച്ചു ദിവസങ്ങൾക്കു ശേഷം അവളെ തിരികെ വിട്ടു. മകൻ ഡോക്ടർമാരുടെ കൈകളിൽ സുരക്ഷിതനാണെന്ന വിശ്വാസത്തിൽ മനസ്സില്ലാമനസ്സോടെയാണ് ശാന്തിമാമിക്കൊപ്പം അവൾ ബാംഗ്ലൂർക്കു വണ്ടി കയറിയത്. തന്നെ മുറുകെപിടിച്ചുള്ള ഭ്രാന്തമായ നിലവിളിയും അവളെ അടക്കി നിറുത്താനുള്ള മാമിയുടെ ബദ്ധപ്പാടും നേരിടാനുള്ള ശേഷിയില്ലാതെ, അവരുടെ വാഹനം പുറപ്പെടും മുൻപേ അവിടെ നിന്നും കണ്ണുകളെ മടക്കി തിരിച്ചു നടന്നു. ദൈവമേ...ഇങ്ങനെ നീറ്റാനും മാത്രം എന്തു തെറ്റാണ് ഞങ്ങൾ ചെയ്തത്? ഇരുൾ നിറഞ്ഞ പാതയിൽ ആ വിലാപം ഉത്തരമില്ലാതെ ഉരുകി.

ദിവസങ്ങൾ കടന്നു പോകുന്നതിനിടെ അവസാനമായി സൽമയ്ക്ക് ഫോൺ ചെയ്യുന്നത് മകനു വേണ്ടി ഡോക്ടർമാർ നിർദ്ദേശിച്ച ഏറ്റവും പ്രധാന ശസ്ത്രക്രിയയുടെ വിവരങ്ങൾ പറയാനായിരുന്നു. "ഇനി അഞ്ചു ദിവസങ്ങൾ കൂടി. ഭയപ്പെടേണ്ട എന്നാണ് അവർ പറയുന്നത്. പക്ഷേ ഇനി അങ്ങോട്ടുള്ള ആവശ്യങ്ങൾക്ക് പണം.." ആശങ്കയോടെ സംസാരം മുറിഞ്ഞു. അപ്പോഴേക്കും അവൾ വീണ്ടും ഭയന്നു നിലവിളിക്കാൻ തുടങ്ങിയിരുന്നു. ഫോണിലൂടെ മകന്റെ ശബ്ദം കേൾപ്പിച്ചു കൊടുത്തപ്പോൾ അല്പമൊന്ന് ആശ്വാസപ്പെട്ടെങ്കിലും ഇടയ്ക്കിടെ തെന്നി തെറിക്കുന്ന നിലവിളിച്ചീളുകൾ അയാളെ അടക്കാനാവാത്തതും ഉത്തരമില്ലാത്തതുമായ നൊമ്പരത്തിന്റെ ആഴങ്ങളിലേക്ക് തള്ളിയിട്ടു. അവൾ കരയട്ടെ, ഒന്നു കണ്ണുനിറയ്ക്കാൻ പോലുമാവാത്ത തന്റെ സങ്കടഭാരം കൂടി അവളുടെ കണ്ണീരിലൂടെ ഒഴുകി പോകട്ടെ. നേരെ മുൻപിലെ ഗ്ലാസ്സ്ഭിത്തികളിൽ തെളിഞ്ഞ തന്റെ രൂപത്തിലേക്ക് ഒരുവട്ടം സൂക്ഷിച്ചു നോക്കി. വിയർപ്പിന്റെ നനവിൽ ശരീരത്തോടൊട്ടിയ മുഷിഞ്ഞ വസ്ത്രങ്ങളും പാറിപ്പറന്ന തലമുടിയും കുറ്റിച്ചു തുടങ്ങിയ ശ്മശ്രുക്കളും. ഇത്രദിവസങ്ങളായി അവഗണിച്ചു വിട്ട സ്വശരീരത്തിലൂടെ അയാൾ വിരലുകളോടിച്ചു. പുരുഷനാണ് താൻ, അച്ഛനും കൂടിയാണ്. ഏതു ദുഃഖത്തിന്റെയും തീക്കാടുകൾ ഒറ്റയ്ക്ക് താണ്ടേണ്ടവൻ. പതിവിലുമധികം നീണ്ട അന്നത്തെ സംസാരത്തിനൊടുവിൽ ആശുപത്രിയുടെ ഇരുണ്ട ഇടനാഴിയുടെ മറവിലേക്കു നടന്നിറങ്ങിയ ഗഗൻദീപ് ആരും കാണാതെ ഉറക്കെയുറക്കെ നിലവിളിച്ചു. ആരോ തട്ടിയെടുത്തു പോയ സമാധാനത്തിനായി ആകാശത്തേക്ക് ക

ണ്ണുകളുയർത്തി അയാൾ കേണു.

എത്രയും പെട്ടെന്ന് കുറച്ചു പണം കൂടി കണ്ടെത്തേണ്ടതുണ്ട്. സൽമയെക്കൊണ്ടു മാത്രം നടപ്പുള്ളതല്ല എന്നുറപ്പുള്ളതിനാൽ താൻ തന്നെ ബാംഗ്ലൂർക്കു പോയേ പറ്റൂ. സഹായത്തിന് ഇനി റാവു സാബ് മാത്രമേയുള്ളൂ. അദ്ദേഹം നൽകാവുന്നത്ര തന്നു കഴിഞ്ഞതാണ്. മറ്റൊരു നിവൃത്തിയുമില്ലാത്ത സ്ഥിതിക്ക് വീണ്ടും ചെന്നു കാണുക തന്നെ. തിരികെ വരുമ്പോൾ സൽമയെയും കൂടെ കൂട്ടണം. ഇനിയുള്ള ദിവസങ്ങളിൽ അവൾ കൂടി ഉണ്ടായാലേ പറ്റൂ. രാവിലെ തന്നെ പ്രധാന ഡോക്ടർമാരെയും നഴ്സുമാരെയും കണ്ടു വിവരം പറഞ്ഞു. "പോയിട്ട് വേഗം തിരികെ വരൂ." അവർ നൽകിയ ഉറപ്പിൽ സൽമയെ വിളിച്ചു വിവരം പറഞ്ഞു. അത്യാവശ്യമെന്തെങ്കിലുമുണ്ടായാൽ അവിടെയുണ്ടാവണമെന്ന ഉത്തരവാദിത്തം ചെന്നൈയിൽ ഉള്ളൊരു സുഹൃത്തിനെ ഏൽപ്പിച്ചാണ് പോകാനുള്ള വട്ടം കൂട്ടൽ നടത്തിയത്. പിറ്റേന്ന് വൈകുന്നേരമാണ് ട്രെയിൻ. യാത്രയ്ക്ക് മുൻപ് മകനെ ഒന്നു കൂടി കാണണം. ചുവരുകളുടെ ഇളം നിറം പകരുന്ന ശാന്തതയ്ക്കപ്പുറം പലവിധ യന്ത്രങ്ങളുടെ നേർത്ത ഞരക്കം. നെഞ്ചിലും മുഖത്തും ഘടിപ്പിച്ച ശ്വസനസഹായികൾക്കിടയിലൂടെ അവന്റെ വിരലുകളിൽ തൊടുമ്പോൾ ചുണ്ടിലോളം എത്തി നിന്ന തേങ്ങൽ ആവുന്നത്ര ആയത്തിൽ ഉള്ളിലേക്കു പിടിച്ചു നിർത്തി. തന്റെ സ്പർശമറിഞ്ഞ കുഞ്ഞ് ക്ഷീണം നിറഞ്ഞ കൺപോളകൾ മെല്ലെ വിടർത്തി. "പാപ്പാ.. എന്നെ ഇതിൽ നിന്നു പുറത്തു കൊണ്ടുപോകൂ" എന്ന ഭയം കലർന്നൊരു യാചന ആ മുഖത്ത് വിങ്ങി നിൽക്കുന്നതു പോലെ തോന്നി. അവൻ കരയരുതെന്ന ആഗ്രഹം കൊണ്ട് പെട്ടെന്ന് അവനിഷ്ടപ്പെട്ട കളിപ്പാട്ടം ഉയർത്തിക്കാട്ടി. പിന്നെ അത് അവനോടു ചേർത്തു വച്ചു. പിഞ്ചു ചുണ്ടുകളിൽ പുഞ്ചിരിയുടെ ആശ്വാസം. സൂചിക്കുത്തുകളേറ്റു നീലച്ച കൈത്തണ്ടയിൽ തന്റെ വരണ്ട ചുണ്ടമർത്തി തെല്ലു നേരം കൂടി അവിടെത്തന്നെയിരുന്നു.

ഒരു രാത്രിയും പകലും ഇനിയും തന്റെ യാത്രയ്ക്കായി ബാക്കി കിടക്കുന്നുണ്ട്. ഏറെനാളായി ഉപേക്ഷിച്ചു പോയിരിക്കുന്ന ഉറക്കത്തെ അത്രമേൽ ആഗ്രഹിച്ചു കൊണ്ട് ഗഗൻദീപ് വർത്തമാനത്തിലേക്കു പടിയിറങ്ങി. ട്രെയിൻ വളരെ ധൃതിയിൽ ചൂളം വിളിച്ചു പായുകയാണ്. ഓരോ ലക്ഷ്യങ്ങളെയും മനസ്സിൽ കണ്ട് യാത്രക്കാരിൽ ചിലർ പുറത്തേക്ക് കണ്ണുകളയച്ച് ഉറങ്ങാതെയിരിക്കുന്നുണ്ട്. ഇരുട്ടിൽ സ്ഥലങ്ങളൊന്നും വ്യക്തമായി കാണുന്നില്ല. കൺപോളകൾക്കു മേൽ ഘനം കൂ

ടി വരുന്നുണ്ട്. എത്ര ശ്രമിച്ചിട്ടും പിടി തരാത്ത ഉറക്കത്തിന്റെ തൊട്ടിലാട്ടത്തിൽ കയ്യിലിരിക്കുന്ന ബാസ്കറ്റ് വഴുതി പോകാതെ അയാൾ ഒന്നുകൂടി മുറുകെ പിടിച്ചു. നനവാർന്നൊരു പിഞ്ചുചുണ്ടിന്റെ ഉമ്മസ്പർശം അയാളുടെ നെറ്റിമേൽ പടർന്നു.

ട്രെയിൻ ജോലാർപേട് കടന്ന് ബാംഗ്ളൂർ സ്റ്റേഷനിലേക്ക് പ്രവേശിക്കാൻ ഇനി അധികസമയമില്ല. ഗഗൻദീപ് ഇടയ്ക്കിടെ ഞെട്ടിയും പുറത്തേക്ക് പാളി നോക്കിയും ദൂരനിർണ്ണയം നടത്തിക്കൊണ്ടിരുന്നു. കൂടെയിരിക്കുന്ന ആർക്കെങ്കിലും തന്റെ ആകുലതകൾ മനസ്സിലാകുന്നുണ്ടാകുമോ? തന്റെ ദുഃഖങ്ങൾ പറഞ്ഞ് ഒന്നു പൊട്ടിക്കരയാനും ഏതെങ്കിലും കൈകളിലേക്ക് മുറുകെപിടിച്ച്, ആശ്വാസം തേടാനും അയാൾ കൊതിച്ചു.

പ്രത്യാശയുണർത്തുന്ന ഉത്തരങ്ങൾ വേണ്ട കുറെയധികം ചോദ്യങ്ങളും കണ്ണീരുറവുകളുമായി തെല്ലകലെ റെയിൽവേ സ്റ്റേഷന്റെ ഉള്ളിലോ പുറത്തോ സൽമ ഇപ്പോൾ ഇരിക്കുന്നുണ്ടാവും. ട്രെയിൻ ബാംഗ്ളൂരിന്റെ പ്രധാന സ്റ്റേഷനിലേക്ക് പ്രവേശിക്കുന്നു എന്ന് പുറത്തെ ദൃശ്യങ്ങൾ വിളിച്ചു പറഞ്ഞു. കമ്പാർട്മെന്റിനുള്ളിൽ ഓരോരുത്തരും ഇറങ്ങാനുള്ള ധൃതിപ്പെടലിൽ അവരവരുടെ വസ്തുക്കൾ യഥാസ്ഥാനങ്ങളിൽ ഉണ്ടെന്ന് ഉറപ്പ് വരുത്തിക്കൊണ്ട് തിരക്കിന്റെ അസ്വസ്ഥതകൾ പ്രകടിപ്പിച്ചു തുടങ്ങി. 'വേണ്ട ...തനിക്ക് ഇറങ്ങി പോകേണ്ട...ആരെയും കാണാനോ സംസാരിക്കാനോ താൻ അശക്തനാണ്. ഇരുന്നയിടത്തു തന്നെ ഒന്നുകൂടി അമർന്ന് വശങ്ങളിലെ ജനാലയഴികളിൽ അയാൾ മുറുകെ പിടിച്ചു. ട്രെയിന്റെ വേഗം കുറഞ്ഞു വരുന്നു.. സ്റ്റേഷനിലെ അനൗൺസ്മെന്റുകൾ അവ്യക്തമായി കാതുകളിൽ വീഴുന്നുണ്ട്. പെട്ടെന്ന് രണ്ടു കുഞ്ഞു കരങ്ങൾ തന്നെ മുറുകെ പിടിക്കുന്നത് പോലെ ഗഗൻദീപിനു തോന്നി. 'പാപ്പാ.' വാതിലിനടുത്തേക്ക് അകന്നകന്നു പോകുന്ന ക്ഷീണിതമായ ആ ശബ്ദത്തിന് പിന്നാലെ, കയ്യിലിരുന്ന ബാസ്കറ്റിൽ നിന്ന് വിരലുകളയച്ച് തീർത്തും അബോധാവസ്ഥയിലകപ്പെട്ട പോലെ ഗഗൻദീപ് മെല്ലെ മുൻപോട്ടു നടന്നു....അതുവരെ അനുഭവിച്ചറിഞ്ഞിട്ടില്ലാത്തൊരു തണുപ്പിന്റെ സ്പർശം ശരീരത്തെ പൊതിയുന്നതയാൾ അറിഞ്ഞു. നിശ്ശബ്ദത...!

ചുറ്റുമുള്ള കാഴ്ച്ചയിൽ തെല്ലും തിരക്കില്ലാത്ത നിസ്സംഗരായ മനുഷ്യമുഖങ്ങൾ. അവസാനശ്വാസമെടുക്കാനെന്നോണം ട്രെയിനിന്റെ നേർത്ത കിതപ്പ് മാത്രം അന്തരീക്ഷത്തിൽ ബാക്കിയാവുന്നു.

രുദ്ര

യാത്രപുറപ്പെടാൻ ഒരുങ്ങിയ ശേഷം ഡോക്ടർ നിരഞ്ജൻ ബാൽക്കണിയിലേക്ക് നടന്നു കയ്യിലിരുന്ന ഫോൺ എടുത്തു അരവിന്ദ് മേനോനെ ഡയൽ ചെയ്തു. ഒരുനിമിഷം എന്തോ ആലോചിച്ച ശേഷം ഫോൺ കട്ട് ചെയ്ത് വാട്സാപ്പിൽ അരവിന്ദന് ഒരു മെസ്സേജ് അയച്ചു.

'Hi Aravind, Niranjan this side. We shall be travelling in today's Lalbagh express to Bangalore. See you there!'

യാത്രയുടെ വിശദവിവരങ്ങൾ ഒന്നുംതന്നെ അമ്മയോട് പറയാതെ നിശബ്ദമായി അയാൾ വീട്ടിൽ നിന്നും ഇറങ്ങി. നിറകണ്ണുകളോടെ രുദ്രയും അമ്മയോട് യാത്ര പറഞ്ഞു അയാൾക്കൊപ്പം യാത്ര തിരിച്ചു. ഒന്നും മനസിലാവാതെ അമ്മ പൂമുഖപ്പടിയിൽ തങ്ങളെ നോക്കി നിൽക്കുന്നത് തിരിഞ്ഞു നോക്കാതെ തന്നെ അയാൾക്ക് കാണുവാൻ കഴിയുന്നുണ്ടായിരുന്നു.

'ഈ യാത്ര അവൾക്കു വേണ്ടിയാണ്, തന്റെ രുദ്രയ്ക്ക് വേണ്ടി. ഹരിച്ചും ഗുണിച്ചും ഒരുപാടു ദിവസത്തെ ആലോചനയ്ക്കു ശേഷം ഇന്ന് വെളുപ്പിനെ താനെത്തിച്ചേർന്ന തീരുമാനം . നഗരത്തിലെ അറിയപ്പെടുന്ന ഹൃദ്രോഗവിദഗ്ധന് പക്ഷെ ഇന്ന് തന്റെ സ്വന്തം ഹൃദയത്തിന്റെ താളം നിയന്ത്രിക്കാനാവുന്നില്ല!' അയാൾ നെടുവീർപ്പിട്ടു .

പ്രവൃത്തിദിവസം ആയിരുന്നിട്ടും പ്രതീക്ഷിച്ചതിലും വേഗംതന്നെ അവർ ചെന്നൈ സെൻട്രൽ സ്റ്റേഷനിൽ എത്തിച്ചേർന്നു. ഇനിയും അരമണിക്കൂർ കൂടിയുണ്ട് ട്രെയിൻ പുറപ്പെടുവാൻ. ടിക്കറ്റെടുത്തു തനിയ്ക്കും രുദ്രയ്ക്കും ഓരോ ചായയും വാങ്ങി വന്നു സമീപത്തു കണ്ട ബെഞ്ചിൽ അവരിരുവരുമിരുന്നു. വിഷാദഭാവത്തിൽ രുദ്ര ഇടയ്ക്കിടെ തന്നെ നോക്കുന്നുണ്ട്. അവൾക്കെന്തോക്കെയോ തന്നോട് പറയുവാനുണ്ടെന്നു അവളുടെ മുഖം കണ്ടാലറിയാം. ഓരോന്നാലോചിച്ച് ചായകുടിച്ചു തീർന്നപ്പോഴേക്കും ട്രെയിൻ പുറപ്പെടുന്നതിന്റെ അനൌൺസ്മെന്റ് ഉച്ചത്തിൽ കേൾക്കാൻ തുടങ്ങി.

യാത്രകളെ ഒരുപാടു സ്നേഹിച്ചിരുന്ന തനിക്ക് വിങ്ങുന്ന ഹൃദയവും പേറിക്കൊണ്ടൊരു ബാംഗ്ലൂർ യാത്ര! ഓർമ്മകൾ പേമാരി പോലെ തകർത്തു പെയ്യാൻ തുടങ്ങി.അയാൾ ജനറൽ കംപാർട്മെന്റിൽ കയറി സൈഡ് സീറ്റിൽ സ്ഥാനം പിടിച്ചു ഷട്ടർ തുറന്നുവെച്ച്, ബാഗ് സീറ്റിന്റെ അടിയിൽ തിരുകിവെച്ചു. എതിർവശത്തായി രുദ്രയും ഇരുന്നു. ട്രെയിൻ ചൂളം വിളിച്ചു പായവേ സായാഹ്നത്തിലെ ചൂടു കലർന്ന കുളിർമയുള്ള കാറ്റ് ജനലിലൂടെ വന്നു മെല്ലെ തഴുകി. നിരഞ്ജൻ രുദ്രയെ നോക്കി, സൈഡ് സീറ്റിൽ പുറത്തേക്കു കണ്ണും നട്ടിരിക്കയാണ് അവൾ.

കുട്ടിക്കാലം മുതലേ ചെന്നൈയിൽ സ്ഥിരതാമസമാക്കിയ നിരഞ്ജന് നാട്ടിൽ അധികം ആരും പരിചയക്കാരുണ്ടായിരുന്നില്ല. രണ്ട് ആഴ്ച കൊണ്ട് പെണ്ണുകാണലും കല്യാണവും കഴിഞ്ഞെങ്കിലും ജീവിതം ഒരുമിച്ചു ജീവിക്കുവാൻ ഇനിയും കഴിഞ്ഞിട്ടില്ല. തന്റെ ഭാര്യ ആയിട്ടും കന്യകയായിത്തന്നെ കൂടെ ജീവിക്കുമ്പോൾ അവളുടെ മനസ്സ് ഇന്നും അരവിന്ദനോടൊപ്പമാണ്. 'ദൈവം വിധിക്കുന്നതെന്തോ അതിൽ ജീവിക്കണം' എന്ന് പറഞ്ഞുതന്ന അമ്മയുടെ വാക്കുകൾക്ക് നീതി പുലർത്തുവാൻ അവൾക്കായില്ല എന്നതാണ് സത്യം.

രുദ്ര, കേരളസർവകലാശാല കലോത്സവത്തിൽ മൂന്നാം വട്ടവും കലാതിലകം ആയപ്പോൾ ആ വർഷം സമ്മാനദാനത്തിനു മുഖ്യാതിഥി ആയി എത്തിയത് പ്രശസ്ത സാഹിത്യകാരനായ അരവിന്ദ് മേനോൻ ആയിരുന്നു. അന്ന് തുടങ്ങിയതാണ് രുദ്രയും അരവിന്ദ് മേനോനും തമ്മിലുള്ള സൗഹൃദം. പിന്നീടുള്ള അരവിന്ദ് മേനോന്റെ എല്ലാ കലാസാഹിത്യ പരിപാടികൾക്കും മുൻനിരയിൽ രുദ്ര ഉണ്ടാവുമായിരുന്നു. എപ്പോഴോ ആ ഇഷ്ടം ഒരുമിച്ചൊരു ജീവിതം സ്വപ്നം കണ്ടു തുടങ്ങുവാൻ കാരണമായി. പക്ഷെ നിരഞ്ജന്റെ ആലോചന വന്നതോടെ എല്ലാം തകിടം മറിഞ്ഞു. അവൾ തന്റെ ഇഷ്ടത്തെ കുറിച്ച് വീട്ടിൽ അവതരിപ്പിച്ചെങ്കിലും മകളുടെ ഭാവി ഒരു ഡോക്ടറിന്റെ കയ്യിലാണ് കൂടുതൽ സുരക്ഷിതം എന്നവർ വിശ്വസിച്ചു. പല കഥകളിലെയും എന്നപോലെ ഒടുവിൽ അച്ഛന്റെയും അമ്മയുടെയും ആത്മഹത്യാഭീഷണിക്കു വഴങ്ങി നിരഞ്ജനുമായുള്ള വിവാഹത്തിന് അവൾക്കു സമ്മതിക്കേണ്ടതായി വന്നു.

തന്റെ സൗഹൃദങ്ങളിൽ ഏറെ പ്രിയപ്പെട്ടവളായിരുന്നു കാർത്തു എന്ന് താൻ വിളിക്കുന്ന ഡോക്ടർ കാർത്തിക. മനസിന്റെ ഭാരമേറി വന്നപ്പോൾ അപ്രതീക്ഷിതമായുണ്ടായ ജീവിതവീഴ്ചകളെ കുറിച്ച് ഒരു ദിവസം കാർത്തുവിനോട് പറയേണ്ടി വന്നു.

"വിവാഹം എന്നത് രണ്ടു ചിന്താഗതികളിൽ ഉള്ള ആളുകൾ തമ്മിൽ കൂട്ടി ചേർക്കുന്നതാണ്. സമയം എടുത്തു പരസ്പരം അറിയാൻ ശ്രമിക്കണം അപ്പോഴാണ് അത് നല്ല രീതിയിൽ മുന്നോട്ടു പോവുക". അവൾ പറഞ്ഞു.

"കുറെ ശ്രമിച്ചു, ഇനിയും അവളെ ശ്വാസം മുട്ടിക്കാൻ എനിക്ക് വയ്യ. വിട്ടുകൊടുക്കലിലും പ്രണയവും സ്നേഹവും ഒക്കെ ഇല്ലേ കാർത്തു?". ഓർമകൾക്ക് ഒരു ഇടവേള കൊടുത്തുകൊണ്ട് നിരഞ്ജൻ പുറത്തേക്കു നോക്കി. ചുമന്നു തുടങ്ങിയ സൂര്യന്റെ കിരണങ്ങൾക്കു മേൽ ഇരുട്ട് വിഴുങ്ങി ഭൂമി അന്ധകാരത്തിൽ ആകാൻ സമയമെടുത്തിരിക്കുന്നു.

"ഇന്ന് കുറച്ചു കൂടി നേരത്തെ തന്നെ ഇരുട്ടു എങ്ങും വ്യാപിച്ചിരിക്കുന്നോ? അതോ തന്റെ മനസിന്റെ അന്ധകാരം തോന്നിപ്പിക്കുന്നതാണോ?". എതിർവശത്തു ചാരി ഇരിക്കുന്ന രുദ്രയെ നിരഞ്ജൻ ശ്രദ്ധിച്ചു. അവളിന്ന് പതിവിലേറെ സുന്ദരിയായിരിക്കുന്നു. അല്ലെങ്കിലും നഷ്ടപ്പെടാൻ പോകുന്നതിനു എന്നും സൗന്ദര്യം കൂടുതൽ ആണല്ലോ.

ഒഴുകി ഇറങ്ങുന്ന ഓർമയിൽ നിന്നും ഉതിർന്നു വീഴുന്ന തിരശീലക്കു മുൻപിൽ നടന്ന രംഗങ്ങൾ മനസ്സിൽ കനൽ വിതക്കുമ്പോൾ പെട്ടെന്ന് ആരോ വിളിച്ച പോലെ നിരഞ്ജൻ ഓർമയിൽ നിന്നും ഉണർന്നു. അത് രുദ്ര ആയിരുന്നു. കരഞ്ഞു കലങ്ങിയ അവളുടെ കണ്ണുകൾ നോക്കി അവൻ പറഞ്ഞു.

"എനിക്ക് വിഷമം ഒന്നുല്ലടോ, താനിങ്ങനെ ശ്വാസംമുട്ടി ഓരോ ദിനവും തള്ളി നീക്കുന്നത് കാണാൻ വയ്യാഞ്ഞിട്ടാണ്. അരവിന്ദിനോട് ഞാൻ എല്ലാം വിശദമായി സംസാരിച്ചിട്ടുണ്ട്".

"എനിക്കെന്തു പറയണമെന്നു അറിയില്ല, ഞാൻ ശ്രമിക്കാഞ്ഞിട്ടല്ല, പറ്റണില്ല"

"മതി, കൂടുതൽ പറഞ്ഞു മനസ്സു വിഷമിപ്പിക്കണ്ട."

"അരവിന്ദിന്റെ സ്ഥാനത്തെനിക്ക് ഉൾക്കൊള്ളാൻ പറ്റിയില്ലെങ്കിലും എന്റെ അച്ഛനെക്കാളും അമ്മയെക്കാളും എന്നെ മനസിലാക്കിയ ആളാണ് നിങ്ങൾ. ഒരുപക്ഷെ ഒരു നല്ല സുഹൃത്തിനുപോലും കഴിയുന്നതിനപ്പുറം."

"ഇനി ഒരു മണിക്കൂർ കൂടെ ഉള്ളൂ നമ്മൾ ബാംഗ്ലൂരിൽ എത്താൻ. സ്റ്റേഷനിൽ എത്തിയ ശേഷം അരവിന്ദിനെ വിളിക്കാനാണ് എനിക്ക് മെസ്സേജ് അയച്ചിരിക്കുന്നത്." പുറത്തേക്ക് നോക്കി നിറഞ്ഞു വരുന്ന കണ്ണുകൾ മറച്ചുകൊണ്ടയാൾ അവളോട് പറഞ്ഞു.

“എനിക്കറിയാം ഞാൻ കാരണം നിങ്ങൾ കടന്നു പോകുന്ന മാനസികാവസ്ഥ. മകളെപ്പോലെ എന്നെ സ്നേഹിച്ച അമ്മ. ഞാൻ തിരികെ വരുന്നതും കാത്തിരിക്കുകയാണ് ആ പാവം.” കരഞ്ഞു കൊണ്ടവൾ പറഞ്ഞു.

“ശ്ശെ, താനെന്താ കൊച്ചു കുട്ടികളെ പോലെ? ഇവിടെ വച്ച് താൻ എനിക്ക് ഒരു വാക്ക് തരണം” എന്താണെന്നു മനസ്സിലാവാതെ അവൾ അയാളെ നോക്കി.

“ഇനി ഒരിക്കലും ഇതിന്റെ പേരിൽ താൻ കരയുകയില്ലെന്ന്. കാരണം തന്റെ സന്തോഷമാണ് എനിക്ക് എന്റെ സന്തോഷത്തിനേക്കാൾ വലുത്”. മുഖമമർത്തി അവൾ കരച്ചിലടക്കാൻ പാടുപെട്ടു.

അധികം വൈകാതെ അവർ ബാംഗ്ലൂർ എത്തിച്ചേർന്നു. നിരഞ്ജൻ അരവിന്ദിനെ വിളിച്ചു തങ്ങൾ എത്തിയെന്നറിയിച്ചു. അടുത്ത പത്തു മിനുട്ടിൽ താൻ സ്റ്റേഷനിൽ കാണുമെന്നു അരവിന്ദ് മറുപടി നൽകി. പുറത്തേക്കു നോക്കി സ്ഥലകാലബോധം മറന്നിരിക്കുന്ന അവളോട് അവൻ പറഞ്ഞു.

“വരൂ നമുക്ക് ഇറങ്ങാം”.

പ്ലാറ്റ്ഫോമിൽ ഇറങ്ങിയ ശേഷം അയാൾ അവളോട് പറഞ്ഞു “ഇനി അല്പനേരമേ നമ്മളൊരുമിച്ചുള്ളൂ, രുദ്ര ഇനിയെന്നെ ഓർക്കുമോ എന്നെനിക്കറിയില്ല. പക്ഷെ നീയെന്നും എന്റെ മനസ്സിൽ പ്രിയപ്പെട്ടവളായി ഉണ്ടാവും.”

“എനിക്ക് മാപ്പ് ചോദിക്കാൻ പോലും അർഹതയില്ല. ഞാനൊരിക്കലും മറക്കില്ല.” അവൾ കൈകൾ കൂപ്പി അയാളെ നോക്കി.

ഒന്നും മിണ്ടാതെ അയാൾ അവളുടെ നെറുകയിൽ കൈ വച്ചുകൊണ്ട് മനസ്സിൽ പറഞ്ഞു “രുദ്രാ..പാതിയിൽ എവിടെയോ അപൂർണ്ണതയിൽ നിലച്ചു പോയ ആ കഥയുടെ പൂർണ്ണതയ്ക്കായി ഞാൻ കാത്തിരിക്കും, ഈ ജന്മം അല്ലെങ്കിൽ ഇനിയൊരു ജന്മം നാം വീണ്ടും കണ്ടുമുട്ടും.”

റിയ

"ചെന്നൈ നിന്നും ബാംഗ്ലൂർ വരെ പോകുന്ന എസ്.എഫ് 1260 ലാൽ ബാഗ് എക്സ്പ്രസ്സ് അൽപ്പസമയത്തിനകം രണ്ടാമത്തെ പ്ലാറ്റ്ഫോമിൽ എത്തിച്ചേരുന്നതായിരിക്കും' അനൗൻസ്മെന്റ് കേട്ടതോടെ ഗായത്രി പെട്ടി വലിച്ചു തോളിലെ ബാഗ് ഒതുക്കി പിടിച്ച് ധൃതിയിൽ രണ്ടാം നമ്പർ പ്ലാറ്റ്ഫോമിലേക്ക് നടന്നു. ജനറൽ കമ്പാർട്ട്മെന്റ് വന്നു നിൽക്കാറുള്ള സ്ഥലത്ത് നിൽപ്പുറപ്പിച്ചതും അനൌണ്സ്മെന്റിനെ തോൽപ്പിക്കുന്ന ശബ്ദത്തിൽ പൊടി പരത്തി ട്രെയിൻ വന്നുനിന്നു. അവൾ ട്രെയിനിൽ കയറി ഒഴിഞ്ഞ സീറ്റ് തിരഞ്ഞു പെട്ടിയുരുട്ടി നടന്നു. ജനാലക്കരികിൽ ഒഴിഞ്ഞ സീറ്റ് കണ്ടപ്പോൾ സമാധാനത്തോടെ പെട്ടി സീറ്റിനടിയിലേക്ക് ഒതുക്കിവച്ച് ഹാൻഡ്ബാഗ് ഒരു വശത്തുള്ള കൊളുത്തിൽ തൂക്കിയിട്ട് സീറ്റിലിരുന്നു. എതിർവശത്തായി ഇരിക്കുന്ന മധ്യവയസ്കയായ സ്ത്രീ അവളെ നോക്കി ചിരിച്ചു. അവൾ അവരോടു പുഞ്ചിരിച്ചു കൊണ്ട് ചുറ്റിലും നോക്കി. അവരുടെ കൂടെ ഭർത്താവും മകനും ഉണ്ട്. തന്റെ അടുത്ത രണ്ടു സീറ്റ് ഒഴിഞ്ഞു കിടക്കുന്നു, ഇടതുവശത്തെ സൈഡ് സീറ്റുകളിൽ യുവമിഥുനങ്ങൾ പ്രണയത്തോടെ കാലുകൾ പിണച്ചുവച്ച് ഇരിക്കുന്നു.

സ്റ്റേഷനിൽ നിന്നും ട്രെയിൻ പതുക്കെ നീങ്ങാൻ തുടങ്ങിയപ്പോൾ അവൾ ജനാലക്കരികിലേക്ക് ചേർന്നു പുറത്തേക്കുനോക്കി ഇരുന്നു. തീവണ്ടിയിലെ ജനലുകൾ യഥാർത്ഥ ജീവിതത്തിന്റെ ചലനചിത്രങ്ങളുടെ ഫ്രെമുകളാണെന്നവൾക്ക് തോന്നി. ഒരുപാട് ജീവിതചിത്രങ്ങൾ അവളുടെ കണ്ണുകളിലൂടെ അതിവേഗം പിന്നിലേക്ക് ഒഴുകി നീങ്ങിക്കൊണ്ടിരുന്നു. ആ ഫ്രെമിൽ ആശങ്കയോടെ തിരയുന്നവർ ഓർമ്മയുടെ താക്കോൽ കൊണ്ട് തുറക്കുന്നത് പിന്നിട്ട ജീവിതക്ലേശങ്ങളുടെയും പ്രാരബ്ദങ്ങളുടെയും മുഷിഞ്ഞ ഭാണ്ഡമാവാം. അവർ ആഗ്രഹിക്കുന്നത് അവയിൽ നിന്നുമുള്ള മോചനവുമാകാം, തന്നെപ്പോലെ!

അവിചാരിത സംഭവങ്ങളാൽ അസ്വസ്ഥമായ മനസിനെയും ജീവിതത്തെയും കര കയറ്റാൻ ഈ യാത്ര അനിവാര്യമായതുകൊണ്ടാണ്

പോകാൻ തീരുമാനിച്ചത്. കുറച്ചുമാസങ്ങൾക്ക് മുമ്പുണ്ടായ സംഭവവികാസങ്ങൾ അത്രമേൽ കുടുംബത്തെ പിടിച്ചുലച്ചിരുന്നു. അമ്മയെ പെരമ്പൂർ റെയിൽവേ സ്റ്റേഷൻ കോളനിയിലുള്ള അമ്മാവന്റെ വീട്ടിലാക്കി ഇന്ന് പോകാനൊരുങ്ങുമ്പോൾ തന്റെ നിറഞ്ഞ കണ്ണുകൾ നോക്കി അമ്മ പറഞ്ഞു, 'നീ വിഷമിക്കാതെ പോ, എനിക്കിവിടെ പ്രശ്നമൊന്നും ഉണ്ടാകില്ല' ഒരുവശം തളർന്നു കിടക്കുന്ന അമ്മയെ ഒന്നുകൂടി തിരഞ്ഞു നോക്കി വിങ്ങുന്ന ഹൃദയത്തോടെയാണ് സ്റ്റേഷനിലേക്ക് നടന്നത്.

'ശമ്പളം കിട്ടി വാടകവീടും സാധനങ്ങളും ശരിയാക്കി ഉടനെ തന്നെ അമ്മയെ തന്റെയടുത്തെക്ക് കൊണ്ടുവരണം. പിന്നീട് നാട്ടിലെ വീടും സ്ഥലവും വിറ്റു ബാധ്യത ഒക്കെ തീർത്തു ബാക്കി തുക കൊണ്ട് ജോലി സ്ഥലത്ത് ഒരു ഫ്ളാറ്റ് വാങ്ങണം.' ആഗ്രഹങ്ങളുടെയും ചെയ്തു തീർക്കാനുള്ള കാര്യങ്ങളുടെയും ലിസ്റ്റ് മുന്നിൽ റെയിൽവേ ട്രാക്ക് പോലെ നീണ്ടു കിടക്കുന്നു. ജനാലക്ക് പുറത്തെ ഫ്രെമുകളെ നിമിഷങ്ങൾക്കുള്ളിൽ പിന്നിലേക്ക് തള്ളി ട്രെയിൻ അതിവേഗം ഓടിക്കൊണ്ടിരുന്നു.

ഓർമ്മകൾ വേഗം തന്നെ ഗോകുലിന്റെ അടുത്ത് കൊണ്ടെത്തിച്ചു. തന്നെക്കാൾ രണ്ടു വയസിന് മൂത്ത ഗോകുൽ എഞ്ചിനീയറിങ്ങിനും അവൾ അവസാന വർഷ ഡിഗ്രിക്കും പഠിച്ചു കൊണ്ടിരുന്നപ്പോഴാണ് ബിസിനസ്സ് നഷ്ടത്തിലായി കടം കയറി അച്ഛൻ ആത്മഹത്യ ചെയ്തത്. അതോടു കൂടി സന്തോഷത്തോടെ കഴിഞ്ഞിരുന്ന അവരുടെ ജീവിതത്തിന്റെ താളം തെറ്റി. അംഗൻവാടിയിലെ അധ്യാപികയായിരുന്ന അമ്മയുടെ ശമ്പളം ഒന്നിനും തികയാതെ വന്നതോടെ അവൾ പഠിത്തതോടൊപ്പം പാർട്ട് ടൈം ആയി ചെറിയ ജോലിക്ക് പോകാൻ തുടങ്ങി.

ഡിഗ്രി കഴിഞ്ഞ ശേഷം ഗായത്രി ചെറിയൊരു സ്ഥാപനത്തിൽ ജോലിക്ക് കയറി. ഗോകുലിന്റെ ഫീസും വീട്ടു ചിലവും അവളുടെ ശമ്പളത്തിന് താങ്ങാൻ പറ്റാത്തതിനാൽ കുട്ടികൾക്ക് ട്യൂഷൻ എടുക്കലും ആഭരണം ഉണ്ടാക്കി വിൽക്കലും തുടങ്ങി പറ്റാവുന്ന പണികളൊക്കെ ചെയ്തു. ബുദ്ധിമുട്ടുകൾ ഒന്നും അറിയാതെ ഗോകുലിനെ പഠിപ്പിക്കുമ്പോൾ ഏക ആശ്വാസം പഠിത്തം കഴിഞ്ഞാൽ അവനു നല്ല ജോലി കിട്ടും എന്നും അതോടെ പ്രശ്നങ്ങൾ ഒക്കെ തീരുമെന്നും ആയിരുന്നു. വിചാരിച്ച പോലെ പഠിത്തം കഴിഞ്ഞതും അവന് പൂനെയിൽത്തന്നെ നല്ലൊരു സ്ഥാപനത്തിൽ ജോലി കിട്ടി. തന്റെ പ്രാരാബ്ദങ്ങളുടെ ഭാരം ഒന്ന് കുറഞ്ഞല്ലോ എന്ന് ആശ്വസിച്ചു ഇരിക്കുമ്പോഴാണ് വീണ്ടും പ്രശ്നങ്ങൾ തലപൊക്കിയത്. ഒരു ലക്ഷത്തിലധി

കം രൂപ ശമ്പളം ഉണ്ടായിട്ടും അവൻ ചില മാസങ്ങളിൽ മാത്രം തുച്ഛമായ തുക വീട്ടിലേക്കു അയച്ചു. അതെക്കുറിച്ച് ചോദിച്ചപ്പോൾ 'നിങ്ങൾ കരുതും പോലല്ല, പൂനെയിൽ താമസിക്കാൻ നല്ല ചിലവാണ്' എന്ന് പറഞ്ഞു ഒഴിഞ്ഞു. അതിനു ശേഷം ഫോൺ വിളി വല്ലപ്പോഴും മാത്രമായി ചുരുങ്ങി. അങ്ങോട്ട് വിളിച്ചാൽ തിരക്കിന്റെ കാര്യം പറഞ്ഞു അധികം സംസാരിക്കാതെ ഒഴിഞ്ഞുമാറി.

ഓണത്തിനും വിഷുവിനും കൂടി ഗോകുൽ നാട്ടിൽ വരാതായപ്പോൾ അമ്മയുടെ സങ്കടം കണ്ടു, അവന്റെയൊപ്പം പഠിച്ച ചിലരെ വിളിച്ചു വിവരം അന്വേഷിച്ചു. അവരുമായൊന്നും അവനിപ്പോൾ വലിയ സഹകരണമില്ലെന്നും ഏതോ ഒരു ഹിന്ദിക്കാരിയുമായി പ്രണയത്തിലാണെന്നും അവർ ഒരുമിച്ചാണ് താമസമെന്നും അറിഞ്ഞു.

ഗോകുലിനു നല്ല ജോലി കിട്ടിയിട്ടും കൊടുത്തു തീർക്കാനുള്ള പൈസ കൊടുക്കാതായപ്പോൾ അച്ഛന്റെ കടക്കാർ പ്രശ്നം ഉണ്ടാക്കാൻ തുടങ്ങി. പ്രശ്നങ്ങളിൽപ്പെട്ട് എന്തുചെയ്യണം എന്നറിയാതിരുന്ന അവസരത്തിലാണ് അവൻ ആ പെണ്ണുമായി വീട്ടിലേക്കു കയറിവരുന്നത്.

"ഇത് റിയ, ഞങ്ങൾ ആറു മാസത്തോളമായി ഒന്നിച്ചു താമസിക്കുന്നു. എനിക്കിവളെ കല്യാണം കഴിക്കണം എന്നുണ്ട്" അവൻ അവളെ പരിചയപ്പെടുത്തിക്കൊണ്ട് പറഞ്ഞു. ജീൻസും സ്ലീവ്‌ലെസ്സ് ടോപ്പും ഇട്ടു ചെമ്പു നിറം കൊടുത്ത് തോളറ്റം വെട്ടിയ മുടി അലസമായി പരത്തിയിട്ട അവൾ പുഞ്ചിരിച്ചുകൊണ്ട് 'നമസ്തേ' പറഞ്ഞു.

"തീർക്കാനുള്ള കടങ്ങൾ അടയ്ക്കാൻ കൂടി ഉത്തരവാദിത്തം കാണിക്കാത്ത നീ എങ്ങനെ കല്യാണത്തെ കുറിച്ച് ചിന്തിക്കുന്നു?" അമ്മ ദേഷ്യത്തോടെ ചോദിച്ചു.

"അച്ഛൻ വരുത്തിവച്ച കടം എന്റെ ഉത്തരവാദിത്തം അല്ല" എന്ന് പറഞ്ഞു അവൻ ഒഴിഞ്ഞു.

പെണ്ണ് അന്യജാതിയും അന്യനാട്ടുകാരിയും ആണെന്ന് അറിഞ്ഞതോടെ കുടുംബക്കാരും അയൽവാസികളും മുറുമുറുക്കാൻ തുടങ്ങി. അതോടെ അവൻ പെട്ടെന്നുതന്നെ അവളുമായി പൂനെയിലേക്ക് തിരിച്ചുപോയി.

രണ്ടു മാസത്തിനു ശേഷം വീണ്ടും ലോൺ അടയ്ക്കാനും കടം വീട്ടാനുമുള്ള പൈസ ചോദിച്ചു ഗോകുലിനെ വിളിച്ചു.

"കല്യാണത്തിന് മുൻപ് സ്വന്തമായൊരു ഫ്ളാറ്റ് മേടിക്കണം. കൂടാതെ അവളുടെ കുറച്ചു സാമ്പത്തിക പ്രശ്നങ്ങൾ തീർക്കാൻ ബാങ്കിൽ നിന്നും എടുത്ത ലോൺ തിരിച്ചടയ്ക്കാൻ ഉണ്ട്. ഇടയ്ക്കിടെ പൈ

സക്കാര്യം പറഞ്ഞു ഇനി വിളിക്കണ്ട." അവൻ ദേഷ്യത്തോടെ ഫോൺ വച്ചു.

കടങ്ങൾ എല്ലാം ഒറ്റയ്ക്ക് ചുമക്കേണ്ടി വരുമെന്നു ഉറപ്പായതോടെ മാസത്തിൽ ഒരിക്കലോ മറ്റോ അവൻ അമ്മയെ വിളിക്കുമ്പോൾ താൻ മനപൂർവ്വം അവനോട് സംസാരിക്കുന്നത് ഒഴിവാക്കി.

കഴിഞ്ഞ കാര്യങ്ങൾ ഓരോന്നായി ചിന്തിച്ചു നെടുവീർപ്പിട്ടു പുറത്തേക്ക് നോക്കിയിരിക്കെ ആർക്കോണം ജെങ്ക്ഷനിൽ ട്രെയിൻ നിർത്തി. കാപ്പിയും ചായയും പലഹാരവും വിൽപ്പനക്കാരും യാത്രക്കാരും, ദ്രുതഗതിയിൽ പ്ലാറ്റ്ഫോമിലൂടെ നടന്നു നീങ്ങുകയും, ട്രെയിനിൽ കയറുകയും ഇറങ്ങുകയും ചെയ്തു. ആ യാത്രയിൽ പേരറിയാത്ത നൊമ്പരം വീശി കടന്നുപോകുന്ന ഓർമ്മകളുടെ ഫ്രെയ്മിൽ ഒരിക്കലും ചേർത്തു വയ്ക്കാൻ ആഗ്രഹിക്കാത്ത ആ മുഖം അപ്പോൾ അവിചാരിതമായി തീവണ്ടി ജനാലകൾക്കപ്പുറം പ്രത്യക്ഷപ്പെട്ടു.

"അത് അവളല്ലേ, റിയ?" ഗായത്രി ഞെട്ടലോടെ ജനാലയിലൂടെ എത്തിനോക്കി.

അപ്പോളേക്കും ജീൻസും ടോപ്പുമിട്ട് സ്കാർഫുകൊണ്ട് പാതി മുഖം മറച്ച സ്ത്രീ കുറെ മുന്നോട്ട് പോയിരുന്നു. അവൾ ഓടി ട്രെയിനിന്റെ വാതിൽക്കൽ എത്തിയതും പോകാനുള്ള സൈറൻ മുഴങ്ങി വണ്ടി പതുക്കെ നീങ്ങിത്തുടങ്ങി.

"ഞങ്ങളുടെ ജീവിതം നശിപ്പിച്ച വളെ കുറിച്ച് ഓർത്തിരുന്നത് കൊണ്ട് അങ്ങനെ തോന്നിയതാണോ? അതോ ശരിക്കും അത് റിയ തന്നെയാണോ?" ഗായത്രി ആകുലതയോടെ തിരിച്ചു സീറ്റിലേക്ക് നടന്നു.

വീണ്ടും സീറ്റിൽ ചെന്നിരുന്നു ബാഗിൽ നിന്നും വെള്ളത്തിന്റെ കുപ്പിയെടുത്ത് പകുതിയോളം അവൾ വായിലേക്കൊഴിച്ചു.

അന്ന് ഗോകുലിനെ വിളിച്ചു രണ്ടു മാസങ്ങൾക്ക് ശേഷം പൂനെയിൽ വച്ചുണ്ടായ ആക്സിഡന്റിൽ ഗോകുലും ഒരു പെണ്ണും മരിച്ചെന്ന വാർത്ത കേട്ടയുടനെ അമ്മാവനെയും സുഹൃത്തിനെയും കൂട്ടി അവൾ പൂനെയിലേക്ക് പോയി ബോഡി ഏറ്റെടുത്തു നാട്ടിൽ കൊണ്ടുവന്നു സംസ്കരിച്ചു. അമ്മ, മകന്റെ മരണവാർത്ത അറിഞ്ഞതോടെ കുഴഞ്ഞുവീണു. ഒരു മാസത്തോളം ആശുപത്രിയിൽ കിടന്നെങ്കിലും അമ്മ ശരീരത്തിന്റെ ഒരുവശം തളർന്ന നിലയിലായി. ആ സാഹചര്യത്തിൽ 'ഗോകുലിനു സംഭവിച്ചതെന്ത്' എന്നതിനെക്കുറിച്ച് കൂടുതൽ അന്വേഷിക്കാനുള്ള മാനസിക അവസ്ഥയിൽ അല്ലാത്തതിനാൽ ഗായത്രി തന്റെ ബാധ്യതകളും ജോലിയുമായി ഒതുങ്ങിക്കൂടി.

പിന്നീട് ഗോകുലിന്റെ കൂടെ പൂനെയിൽ പഠിച്ച സുഹൃത്ത് നാട്ടിൽ വന്നപ്പോഴാണ്, അവൻ ബാങ്കിൽ നിന്നും വലിയൊരു തുക പേർസണൽ ലോൺ എടുത്തു റിയയുടെ പേരിൽ ഫ്ളാറ്റ് മേടിച്ചുവെന്നും ലൈഫ് ഇൻഷുറൻസ് എടുത്തു അവളെ അവകാശിയാക്കിയിരുന്നു എന്നും അറിയുന്നത്. അവന്റെ മരണശേഷം ആ ഇൻഷുറൻസ് തുക അവൾ കൈപ്പറ്റിയെന്നും ഫ്ളാറ്റ് ഒരു മാർവാടിക്ക് വിറ്റു എന്നും അറിഞ്ഞതോടെ അന്ന് മരിച്ചത് അവളല്ല എന്ന് സുഹൃത്തുക്കൾക്ക് ഉറപ്പായി. അതിനുശേഷം അവളെക്കുറിച്ച് അവർ അന്വേഷിച്ചെങ്കിലും ഒന്നും കണ്ടെത്താനായില്ല.

താൻ കരുതിയപോലെ റിയയും ഗോകുലും ഒരേ കോളേജിൽ പഠിക്കുകയോ ഒരേ സ്ഥാപനത്തിൽ ജോലി ചെയ്യുകയോ ചെയ്തിട്ടില്ലായിരുന്നു എന്നറിഞ്ഞതും അപ്പോഴാണ്. ആർക്കും അവളെ കുറിച്ച് വ്യക്തമായ ധാരണയോ, പേര് പോലും സത്യമാണോ എന്ന ഉറപ്പോ ഇല്ലായിരുന്നു. കൂടുതൽ പരിചയമില്ലാത്ത, പ്രായത്തിൽ മുതിർന്ന ആ പെണ്ണുമായി ഒരുമിച്ചു താമസിക്കുന്നതു കൂട്ടുകാർ വിലക്കിയിരുന്നു. മാത്രമല്ല അവരിൽ പലരിൽ നിന്നും അവൾ കടം വാങ്ങിയിരുന്നു. അതിനാൽ കൂട്ടുകാർ പതുക്കെ ഇവരുമായി അകന്നു. ഈ കാര്യങ്ങളൊക്കെ അറിഞ്ഞതോടെ പലതും അസ്വഭാവികമായി തോന്നിയതിനാൽ, ഗോകുലിന്റെ സുഹൃത്തുക്കളുടെ സഹായത്തോടെ ഗായത്രി റിയക്കെതിരെ പോലീസ് കേസ് ഫയൽ ചെയ്തു. ഒന്നൊന്നര കൊല്ലം ആയെങ്കിലും റിയയെക്കുറിച്ച് യാതൊരു വിവരവും പോലീസിന് ലഭിക്കുകയോ കേസ് തീരുമാനമാകുകയോ ചെയ്തില്ല.

“ഇനി അതവൾ തന്നെയാകുമോ?” ഗായത്രി വീണ്ടും എഴുന്നേറ്റു ഭ്രാന്തിയെപ്പോലെ അതിവേഗം ഓടുന്ന ട്രെയിനിൽ റിയയെ അന്വേഷിച്ചു, ഓരോ മുഖങ്ങളിലേക്കും സാകൂതം നോക്കി നടന്നു. രണ്ടു കമ്പാർട്ട്മെന്റുകൽക്കപ്പുറം ഫസ്റ്റ് ക്ലാസ്സ് ആയതിനാൽ അങ്ങോട്ട് കടക്കാനാവാതെ വാതിലുകൾ അടഞ്ഞു കിടന്നു. ഒട്ടൊരു നിരാശയോടെ അവൾ തന്റെ സീറ്റിലേക്ക് തിരിച്ചു നടന്നു.

“എല്ലാം തോന്നലായിരിക്കും, ചിന്തകൾ എന്നെ ഭ്രാന്തിയാക്കിയോ?” വിഷമത്തോടെ വാഷ്ബേസിനോട് ചേർന്നു വാതിലിൽ ചാരി നിൽക്കെ ചങ്ങലകൾ കരഞ്ഞു ചക്രങ്ങൾ പാളങ്ങളിൽ ഉരസി ശബ്ദമുണ്ടാക്കി ട്രെയിൻ കൃഷ്ണരാജപുരം സ്റ്റേഷനിൽ നിന്നു. ജീവിതത്തെപ്പോലെ തന്നെ ആളുകൾ ട്രെയിനിലേക്ക് കയറുകയും ഇറങ്ങുകയും ചെയ്തു.

അപ്പോഴാണ് റിയയെപ്പോലെ ഒരു സ്ത്രീ പെട്ടി ഉരുട്ടി ട്രെയിൻ ഇറങ്ങി നടന്നു നീങ്ങുന്നത് അവൾ കണ്ടത്. 'റിയാ' എന്ന് ഉറക്കെ വിളിച്ചപ്പോൾ ആ സ്ത്രീ ഒന്ന് തിരിഞ്ഞു നോക്കിയതായി ഗായത്രിക്ക് തോന്നി. ആ യാത്രയുടെ ഉദ്ദേശം പോലും മറന്നു പെട്ടിയും ബാഗും എടുക്കാതെ പെട്ടെന്ന് ട്രെയിനിൽ നിന്നും ചാടിയിറങ്ങി അവൾ ആ സ്ത്രീയുടെ പുറകെ ഓടി.

'റിയാ' അവൾ വേഗത്തിൽ ഓടി ആ സ്ത്രീയുടെ പുറകിൽ എത്തി തോളിൽ പിടിച്ചു.

'യാര് നീ? ഉനക്ക് യെന്നാ വേണം?" ആ സ്ത്രീ തിരിഞ്ഞു നിന്നു ദേഷ്യത്തോടെ അവളോട് ചോദിച്ചു.

തനിക്കു പറ്റിയ അബദ്ധം തിരിച്ചറിഞ്ഞു പിന്തിരിഞ്ഞു ട്രെയിനിൽ കയറാനായി നടക്കുമ്പോഴെക്കും ട്രെയിൻ നീങ്ങിത്തുടങ്ങി. വേഗത്തിൽ നീങ്ങുന്ന ട്രെയിനിന്റെ വാതിൽ ലക്ഷ്യമാക്കി അവൾ ഓടി. അതവളല്ലേ, റിയ? തന്റെ അതേ കമ്പാർട്ട്മെന്റിലെ ഒരു ജനലിലൂടെ ഇളം നീല നിറത്തിലുള്ള സ്കാർഫിന്റെ ഒരറ്റം പാറുന്നു. ട്രെയിൻ ഒരിക്കൽ കൂടി ചൂളമടിച്ചു ബെംഗളൂരു സിറ്റി സ്റ്റേഷൻ ലക്ഷ്യമാക്കി വിജയഭാവത്തോടെ അതിവേഗം പാഞ്ഞു.

എന്ത് ചെയ്യണമെന്നറിയാതെ അവൾ പ്ലാറ്റ്ഫോമിലെ ചളിപിടിച്ച നിലത്തു പ്രജ്ഞയറ്റ് ഇരുന്നു.

മുരളി

അവൾ ഡയറി തുറന്ന് ഇങ്ങനെ കുറിച്ചു തുടങ്ങി.

ഒരു എഴുത്ത് ശീലത്തിന് ഇവിടെ തുടക്കം കുറിക്കുകയാണ്.

ഞാൻ ഗീത ശശിധരൻ. ഇന്നെന്റെ പിറന്നാൾ ആണ്. മുപ്പത്തിനാല് വർഷം മുൻപുള്ള ഒരു ഏപ്രിൽ ഒന്നിന് ശശിധരന്റെയും ഗോമതിയുടെയും ആദ്യമകളായി ജനിച്ചു. രണ്ട് വർഷം കഴിഞ്ഞപ്പോ എനിക്ക് കൂട്ടായി ഒരു അനിയത്തികുട്ടിയെയും അച്ഛനും അമ്മയും കൂടി സമ്മാനിച്ചു. ഞങ്ങൾ ഒരുമിച്ച് കളിച്ചു വളർന്നു. അമ്മയും അച്ഛനും സമൂഹവും തിരിച്ചറിഞ്ഞ ആ രഹസ്യം ഞാൻ മനസിലാക്കുന്നത് എന്റെ പതിനാലാം വയസിലാണ്. അന്നൊരു ദിവസം അമ്മ അടുക്കളയിൽ പാചകം ചെയ്തു കൊണ്ട് നിൽക്കുമ്പോൾ ആയിരുന്നു ആദ്യമായി എന്റെ സംശയം ഞാൻ അമ്മയോട് ചോദിച്ചത്.

"അമ്മേ... ക്ലാസ്സിലെ എല്ലാ കുട്ടികൾക്കും എന്നെക്കാൾ ഉയരമുണ്ട്. മാളുവിനും (അനിയത്തി) എന്നേക്കാൾ ഉയരമുണ്ട്. എനിക്ക് എന്താ അവരോടൊപ്പം ഉയരം വെക്കാത്തത്?".

അമ്മയുടെ അപ്പോഴത്തെ ഞെട്ടലും കണ്ണുകളിലെ നിസ്സഹായതയും ഇന്നും എന്റെ കൺമുന്നിൽ ഉണ്ട്. കാലം കടന്ന് പോയിക്കൊണ്ടിരുന്നു. വീട്ടുകാരുമൊത്ത് പുറത്ത് ഇറങ്ങിയാൽ ഞാൻ ആണ് സൂപ്പർസ്റ്റാർ. അച്ഛനെയും അമ്മയെയും എന്റെ സുന്ദരി മാളുവിനെയും ആരും മൈൻഡ് ചെയ്യാറില്ല. എല്ലാരുടെയും നോട്ടം അവർക്കിടയിലൂടെ നടക്കുന്ന നാല് അടി ഉള്ള എന്നെയായിരുന്നു. ആ സമയത്തൊക്കെ ഞാൻ അത് വളരെ ആസ്വദിച്ചിരുന്നു. പക്ഷെ, സ്കൂൾ കാലം കഴിയാറായിക്കൊണ്ടിരുന്ന വർഷങ്ങളിൽ സഹതാപം നിറഞ്ഞ ആ കണ്ണുകൾ എനിക്ക് സഹിക്കാൻ വയ്യ എന്ന അവസ്ഥയിലേക്ക് എത്തി. കരഞ്ഞു തീർത്ത നാളുകൾ, എന്നെ ആശ്വസിപ്പിക്കുകയും ധൈര്യം തരുകയും ചെയ്തിട്ട് അപ്പുറത്ത് മാറി ഇരുന്നു കരഞ്ഞിരുന്ന അച്ഛനും അമ്മയും.

പ്രീഡിഗ്രി പരീക്ഷയുടെ അവസാന ദിനത്തിൽ അഞ്ചാം ക്ലാസ്സ് മുതൽ ഞാൻ രഹസ്യമായി പ്രേമിച്ച സിജോയോട് എന്റെ ഇഷ്ടം പറഞ്ഞപ്പോൾ അവന്റെ കണ്ണിലും ഞാൻ കണ്ടത് തമാശയും സഹതാപവും

ആയിരുന്നു. ഞാൻ ഇതൊന്നും ആഗ്രഹിക്കാൻ പാടില്ല എന്ന് മനസ്സിലാക്കിയ ദിവസം ആയിരുന്നു അത്. കാലങ്ങൾ വീണ്ടും കടന്ന് പോയി. എനിക്ക് കൂട്ടായി ഞാൻ ചേർന്ന കോളേജിൽ തന്നെ മാളുവിനെയും അച്ഛൻ ചേർത്തു. അവൾടെ പ്രണയത്തിനു ദൂതായും സുഹൃത്തുകൾക്ക് പരോപകാരിയായും ഇതിനെല്ലാം ഇടയിൽ എപ്പഴോ ഉള്ളിൽ കയറികൂടിയ എന്റെ ഒരു പ്രണയത്തെ മനഃപൂർവം ചവിട്ടി അരച്ചും ഞാൻ എന്റെ കോളേജ് കാലവും എണ്ണി തീർത്തു. കണ്ണുകളുടെ സഹതാപവും പരിഹാസവും എന്റെ മനസ്സിനെ സ്പർശിക്കാത്ത അവസ്ഥയിലേക്ക് അപ്പോഴേക്കും ഞാൻ വളർന്നിരുന്നു. കാലങ്ങൾ വീണ്ടും കടന്ന് പോയി. മാളു ഞങ്ങൾ പഠിച്ച സ്കൂളിൽ തന്നെ അധ്യാപികയായി ജോലി ചെയ്യുകയും അവൾടെ പ്രണയം സ്വന്തമാക്കുകയും ചെയ്തു. വീട്ടിൽ ചെറിയ എതിർപ്പുണ്ടായിരുന്ന ആ ബന്ധം വിവാഹത്തിൽ കലാശിച്ചതിൽ എന്റെ പങ്ക് ചെറുതായിരുന്നില്ല.

സമയം ഒരുപാട് ഉള്ളത് കൊണ്ടാവാം ആ ഇടക്ക് ഈശ്വരവിശ്വാസം തലക്ക് പിടിച്ച ദിവസവും അടുത്തുള്ള അമ്പലത്തിൽ ഞാൻ പോയിരുന്നത്. അങ്ങനെ ഒരു ദിവസം അമ്പലത്തിലേക്കുള്ള യാത്രക്കിടയിലാണ് ഒരു ആൽമര ചോട്ടിലിരുന്ന് എന്നെ ശ്രദ്ധിക്കുന്ന ആ കണ്ണുകൾ ഞാൻ ആദ്യമായി കാണുന്നത്. ഞാൻ അന്ന് വരെ കണ്ട ആയിരക്കണക്കിന് കണ്ണുകൾ എന്നോട് പറയാൻ ശ്രമിച്ച ഒന്നായിരുന്നില്ല ആ കണ്ണുകൾക്ക് എന്നോട് പറയാൻ ഉണ്ടായിരുന്നത് എന്ന് എനിക്ക് തോന്നി. വല്ലാത്ത ഒരു തിളക്കത്തോടെ ആ കണ്ണുകൾ നടന്നു നീങ്ങുന്ന എന്നെ തന്നെ നോക്കി നിന്നു. സ്ഥിരം ഗമ വിടാതെ തന്നെ ഞാൻ അവിടുന്ന് നടന്ന് നീങ്ങി. പിന്നീടുള്ള 12 ദിവസങ്ങളിലും ഇത് തന്നെ സംഭവിച്ചു.

സ്വപ്നങ്ങളിലും ആ കണ്ണുകൾ എന്നെ പിന്തുടരുന്നു എന്ന് ബോധ്യമായപ്പോൾ പതിമൂന്നാം ദിവസം ഞാൻ അയാളുടെ അടുത്തേക്ക് ചെന്നു. “നിങ്ങൾക്ക് എന്നോട് എന്തെങ്കിലും പറയാനുണ്ടോ? സഹതാപം ആണെങ്കിൽ അത് ബുദ്ധി ഉറച്ച കാലം തൊട്ട് ഞാൻ കാണുന്നതാ. വെറുതെ എന്നെ ഓർത്ത് സഹതപിച്ചു സമയം കളയാതെ ചേട്ടൻ ചേട്ടന്റെ കാര്യം നോക്കി ജീവിക്കാൻ നോക്ക്”.

ഈ പഞ്ച് ഡയലോഗ് അടിച്ചിട്ട് ജാടയിൽ അവിടുന്ന് പോരാമെന്നു ഞാൻ കരുതിയ നേരം അപ്പുറത്തു നിന്നും മറുപടി വന്നു. “എന്റെ കണ്ണുകളിൽ നീ കാണുന്നത് സഹതാപം ആണെങ്കിൽ ഇത്രയും കാലം നീ കണ്ട.. സഹതാപം എന്ന് നീ കരുതിയ കണ്ണുകൾക്ക് എല്ലാം നിന്നോട് പറയാൻ ഉണ്ടായിരുന്നത് പ്രണയം ആയിരുന്നിരിക്കണ”. നെ

ഞ്ചിടിപ്പ് അപ്പാടെ നിന്ന് ഒരു പ്രതിമ പോലെ നിശ്ചലം ആയി പോയിരുന്നു ഞാൻ.

"എനിക്ക് ഗീതയെ ഇഷ്ടമാണ്, വിവാഹം ചെയ്താൽ കൊള്ളാമെന്നുണ്ട്. തമാശ ആയിട്ട് കാണരുത്. നല്ലപോലെ ആലോചിച്ച് ഒരു ഉത്തരം തന്നാൽ മതി. മറുപടി കിട്ടും വരെ ഞാൻ ഈ മരച്ചുവട്ടിൽ തന്നെ കാണും. ഗീത പൊയ്ക്കോളൂ, നേരം ഇരുട്ടി തുടങ്ങി". എങ്ങനെയൊക്കെയോ കാലും പൊക്കിയെടുത്തോണ്ട് ഞാൻ അവിടുന്ന് വീട്ടിലെത്തി. എന്തുകൊണ്ട് ഒരു മറുപടിയും പറയാൻ പറ്റാതെ നിന്ന് പോയി എന്ന് ഓർത്താണ് അന്നത്തെ ഉറക്കം പോയികിട്ടിയത്.

അച്ഛനും അമ്മയ്ക്കും മാളുവിനും അപ്പുറം ഒരാൾ എന്നെ ഇഷ്ടം ആണെന്ന് പറയുന്നു. എന്റെ ഈ പ്രായത്തിൽ എങ്ങനെ ഇങ്ങനൊരു അത്ഭുതം വന്നു എന്ന് ഞാൻ ചിന്തിച്ചു. സഹതാപം തന്നെയാവണം അയാളുടെ ഉള്ളിലെയും വികാരം എന്ന് ഞാൻ ഉറപ്പിച്ചു. രണ്ടു ദിവസം കാണാതിരുക്കുമ്പോൾ താനേ വിട്ട് പോയേക്കുമെന്നു കരുതി ഒരാഴ്ച ഞാൻ അമ്പലത്തിലേക്ക് പോയില്ല. ഒരാഴ്ചത്തെ ഇടവേളയ്ക്കു ശേഷം ഞാൻ വീണ്ടും ആ വഴി അമ്പലത്തിലേക്ക് നടന്നു. ആൽമരം ഒറ്റക്ക് അങ്ങനെ നിന്നു. ഏറു കണ്ണിട്ടാണേലും ഞാൻ ആ ആൽമരച്ചുവട് ഉഴിഞ്ഞിട്ടു. എങ്ങും ആളെ കണ്ടില്ല. അമ്പലത്തിലെ ദീപാരാധന കഴിഞ്ഞ് മടങ്ങും വഴി വീണ്ടും ആൽമരച്ചുവട്ടിലൂടെ എന്റെ കണ്ണോടി.

"മറുപടി കിട്ടും വരെ ഞാൻ ഈ മരച്ചോട്ടിൽ തന്നെ കാണുമത്രെ!"

എന്ത് പ്രഹസനം ആണ് ഈ ആണുങ്ങളുടെ വാക്കുകൾക്ക്. കഷ്ടം!.

പുച്ഛം നിറഞ്ഞ ചിരിയോടെ ഞാൻ വീട്ടിലേക്ക് നടന്നു. ആ രാത്രി മുഴുവൻ ഞാൻ ആൺവർഗത്തിനെ പ്രാകി കിടന്നു. പിറ്റേ ദിവസവും ഇത് തന്നെ അവസ്ഥ. അത് മാത്രമായിരുന്നു മനസ്സിൽ. ഇടക്കെപ്പഴോ ഞാൻ എന്നോട് തന്നെ ചോദിച്ചു.. "നീ മുൻകൂട്ടി ചിന്തിച്ചത് തന്നെയല്ലേ സംഭവിച്ചത്. പിന്നെ എന്തിന് ഇത്ര ആധി. മറ്റെന്തെങ്കിലും നീ ആഗ്രഹിച്ചിരുന്നുവോ?" ഉത്തരം പറയാനാവാതെ എന്റെ മുന്നിൽ ഞാൻ സ്വയം പതുങ്ങി നിന്നു.

അന്ന് വൈകുന്നേരം അമ്പലത്തിലേക്ക് പോകുന്ന വഴി എന്റെ കണ്ണുകൾ വീണ്ടും ആൽമര ചുവട്ടിലേക്ക് പോയി. എന്നെ ഒരല്പം ഞെട്ടിച്ചു കൊണ്ട് അയാൾ അവിടെ നില്ക്കുന്നുണ്ടായിരുന്നു. ഞാൻ പതിയെ അയാളുടെ അടുത്തേക്ക് നടന്നു.

"എന്തായി ഞാൻ പറഞ്ഞ കാര്യം ആലോചിച്ചോ?" അയാൾ ചോദിച്ചു.

“നിങ്ങൾ ആരാണ്? എന്നെ പോലെ ഒരാളെ എന്തിന് സ്നേഹിക്കണം?” ഞാൻ ചോദിച്ചു.

“എന്റെ പേര് മുരളി. എന്റെ സഹോദരി മിനിയെ താൻ അറിയും. തന്റെ കൂടെ സ്കൂളിൽ ഉണ്ടായിരുന്ന മിനി രാഘവൻ. താൻ അവളുടെ കൂടെ വീട്ടിൽ വന്നിട്ടുണ്ട്. ചെറുപ്പം മുതലേ തന്നെ അറിയാമെന്ന് ചുരുക്കം. ഞാൻ ഇപ്പോ ചെന്നൈയിൽ അക്കൗണ്ടന്റ് ആയി ജോലി ചെയ്യുന്നു. അഞ്ചക്ക ശമ്പളം. ബാംഗ്ലൂരിലേക്ക് മാറാൻ ശ്രമിക്കുന്നുണ്ട്. അവിടെ സ്ഥിരതാമസം ആക്കാൻ ആണ് ആഗ്രഹം. മിനിയുടെ കല്യാണം കഴിഞ്ഞതോടെ വീട്ടിൽ ഇപ്പോ അമ്മ മാത്രമേ ഉള്ളൂ. അമ്മയ്ക്കും തന്നെ ഒരുപാട് ഇഷ്ടമാണ്. പിന്നെ, രണ്ടാമത്തെ ചോദ്യത്തിനുള്ള ഉത്തരം ഇഷ്ടപ്പെടാതിരിക്കാനുള്ള കാരണങ്ങൾ ഒന്നും ഞാൻ കണ്ടില്ല എന്നത് തന്നെ.”

ഞാൻ ഒന്നും മിണ്ടാതെ അപ്പോൾ തന്നെ അവിടെ നിന്ന് തിരിച്ചു നടന്നത് എന്താണെന്നു ഇപ്പോഴും ഞാൻ ചിന്തിക്കാറുണ്ട്. പക്ഷെ, അത് കഴിഞ്ഞ് അന്ന് രാത്രി മുതൽ ഈ ഡയറി എഴുതുന്ന നിമിഷം വരെയുള്ള ഈ ഒരു വർഷക്കാലം ആണ് എന്റെ ഇതുവരെയുള്ള ജീവിതത്തിലെ ഏറ്റവും മനോഹരമായ സമയം. ഞാൻ ജീവിച്ചു തുടങ്ങിയ വർഷം. ഞാൻ ആഗ്രഹിക്കാൻ പോലും പാടില്ല എന്ന് കരുതി മനഃപൂർവം കരിച്ചു കളഞ്ഞ പലതും എന്നിലേക്ക് എത്തിയ കാലം.

ഞാൻ പ്രണയിച്ച വർഷം. ഏതൊരു കാമുകിയും ചെയ്യുന്നതൊക്കെയും ഞാനും ചെയ്തു. കത്തുകളെഴുതി, ഇടവഴികളിൽ നിന്ന് മണിക്കൂറുകളോളം കഥകൾ പറഞ്ഞു, സ്വപ്നങ്ങൾ നെയ്തു. പിന്നെ ഒരു നിലാവത്ത് സ്വാഭാവികതയുടെ ഭംഗിയിൽ ഉണ്ടായ ആദ്യം ചുംബനവും. പിന്നെ കാര്യങ്ങൾ ഒക്കെ ശരവേഗത്തിൽ ആയിരുന്നു. വീട്ടിൽ അവതരിപ്പിക്കുന്നതും അവരുടെ സന്തോഷവും അവിടുന്ന് കല്യാണവും ഇപ്പോ രണ്ടാഴ്ച മാത്രം അകലത്തിൽ നിൽക്കുന്ന മാതൃത്വവും എല്ലാം ഒരു വേനൽ മഴ പോലെ കടന്നുപോയ പോലെ തോന്നുന്നു.

പ്രസവം കഴിഞ്ഞ് ഏട്ടന്റെ ആഗ്രഹം പോലെ ഞങ്ങൾ ബാംഗ്ലൂരിലേക്ക് മാറുകയാണ്. വേറൊരു വിശേഷം ഉള്ളത്, ഞങ്ങളുടെ ഇടയിൽ ഒരൊറ്റ കാര്യത്തിലെ ഏട്ടൻ ഇതുവരെ നിർബന്ധം പിടിച്ചിട്ടുള്ളു. ഞങ്ങടെ കുഞ്ഞിന് ഇടുന്ന പേര്. കുഞ്ഞ് ആണായാലും പെണ്ണായാലും ഇടാനുള്ള രണ്ട് പേരുകൾ ഏട്ടൻ കണ്ടുവെച്ചിട്ടുണ്ടെന്നാണ് പറയുന്നത്. ഏട്ടന് ഒരുപാട് പ്രിയപ്പെട്ട പേരുകളാണത്രെ. എത്ര ചോദിച്ചിട്ടും എന്നോട് പോലും ഇതുവരെ ആ പേരുകൾ പറഞ്ഞിട്ടില്ല. ഇരുപത്തിയെട്ടിന്റെ അ

ന്ന് അമ്മ അറിഞ്ഞാൽ മതിയെന്നാണ് പറഞ്ഞിരിക്കുന്നത്. ശരി എന്ന് ഞാനും വെച്ചു. പാവം അല്ലേ? കല്യാണം കഴിഞ്ഞുള്ള എന്റെ ആദ്യ പിറന്നാളായ ഇന്ന് മൂപ്പര് ഇവിടില്ല. ചെന്നൈയിൽ നിന്ന് എല്ലാ ആഴ്ചയും നാട്ടിലേക്ക് വരാറുള്ളതാണ്. ഇന്ന് ബാംഗ്ലൂരിലേക്ക് പോയിരിക്കയാണ്. ഞായറാഴ്ച മാത്രം ഒഴിവുള്ള ജോലിയായതിനാൽ ബാംഗ്ലൂരിലുള്ള മുറിയൊക്കെ ശരിയാക്കലും സാധനങ്ങൾ അങ്ങോട്ടേക്ക് മാറ്റുന്നതുമൊക്കെ ഞായറാഴ്ചകളിലാണ് ഇപ്പൊ ഏട്ടൻ ചെയുന്നത്. പാവം ഒറ്റക്കാണ് എല്ലാത്തിനും ഓടുന്നത്. കുഞ്ഞുമായുള്ള ജീവിതം ഞങ്ങൾ തുടങ്ങുന്നത് ബാംഗ്ലൂർ ആവണമെന്നുള്ള ആഗ്രഹം അത്രയ്ക്കുണ്ട്.

അപ്പൊ ശരി. ആരോ എഴുതിയത് വായിച്ചത് ഓർക്കുന്നു "Sometimes it takes 10 years to get that 1 year that will change your life". ഇതാണ് ഞാനും, നന്ദിയോട് മാത്രം എനിക്ക് ഓർക്കാൻ കഴിയുന്ന ഒരു വർഷം ഉൾപ്പെടുന്ന എന്റെ ജീവിതവും.

അടുത്ത വർഷം ഈ ഡയറി എഴുതാൻ ഇരിക്കുമ്പോൾ ഒരു കുട്ടി കുറുമ്പനോ കുറുമ്പിയോ കൂടെ ഉണ്ടാവും. അന്ന് എഴുതുമ്പോൾ അച്ഛൻ ഇട്ട് കൊടുത്ത പേരോട് കൂടി കുഞ്ഞിനെ പരിചയപ്പെടുത്താം. കുഞ്ഞിന്റെ വിശേഷങ്ങളും, ബാംഗ്ലൂർ വിശേഷങ്ങളുമൊക്കെയായി ഒരുപാട് പറയാൻ ഉണ്ടാവും.

അപ്പൊ അടുത്ത വർഷം കാണാം.

മംഗളം .

അവൾ ഡയറി അടച്ചതും ഒരു ചിരി അവളുടെ ചുണ്ടിൽ വിടർന്നു. ആ സമയം അവളുടെ ഫോണിൽ മുരളിയുടെ കാൾ വന്നു.

"ഞാൻ ട്രെയിനിൽ കയറിയെടൊ."

"സീറ്റ് കിട്ടിയോ?" അവൾ ചോദിച്ചു.

"ഭാഗ്യത്തിന് ഒരെണ്ണം കിട്ടി. ആമ്പുരീന്ന് കയറിയിട്ട് സീറ്റ് കിട്ടുന്നതിതാദ്യമാ. അതും ജനറൽ കമ്പാർട്ട്മെന്റിൽ."

"നീ എന്തെങ്കിലും കഴിച്ചോ?"

"മ്മ്.. കഴിച്ചു." അവൾ പറഞ്ഞു.

"ശെരി, ഞാൻ എന്നാ സ്റ്റേഷനിൽ ഇറങ്ങിയാലുടനെ വിളിക്കാം. നീ കിടന്നോ."

"മ്മ്.. ശെരി." അവൾ കാൾ കട്ട് ചെയ്തു.

അപ്പോൾ മുരളിയുടെ ഫോട്ടോ അവളുടെ ഫോണിന്റെ ഹോംസ് ക്രീനിൽ തെളിഞ്ഞു.

നീരവ്

യാത്ര തുടങ്ങിയതിൽ പിന്നെ ആയിരുന്നു നീരവ്, ഗോപന് മെസ്സേജ് ചെയ്തത്. 9.30 ആവുമ്പോഴേക്കും ബാംഗ്ലൂർ എത്തും. മീനു എന്തു പറഞ്ഞു? മറുപടിയുടെ കാലതാമസം മനസ്സിനെ അസ്വസ്ഥമാക്കുന്നുവെങ്കിലും അവിടേയ്ക്ക് വരാനായി പറഞ്ഞ മെസ്സേജിലെ പ്രതീക്ഷ അവനിൽ ഒരുതരി ആശ്വാസം പടർത്തുന്നുണ്ട്. ഇരിപ്പുറയ്ക്കാത്ത ശരീരഭാഷ, അവനിൽ തന്നെ അടങ്ങി ഇരിക്കാൻ ഫോൺ ഗാലറിയിലേക്ക് കണ്ണോടിച്ചു. ഗോപുവുമായുള്ള ഒരു സെൽഫിയിൽ കണ്ണുടക്കി മനസ്സ് ഓർമ്മകളുടെ തേരിലേറ്റി കുറച്ചു പുറകിലേക്ക് യാത്രയായി.

ഗോപുവും നീരവും ചെന്നൈയിലെ ഒരു സ്വകാര്യകമ്പനി ജീവനക്കാരാണ്. ജോലിയിലെ മടുപ്പും മറ്റും മറന്നു ഇരുവരും വാരാന്ത്യങ്ങൾ ഏറെ നേരം നാട്ടുവിശേഷങ്ങളൊക്കെ പറഞ്ഞിരിക്കാറുണ്ട്. അന്ന് ആദ്യമായിട്ടാണ് ഗോപു മീനുവിനെക്കുറിച്ച് പറഞ്ഞു കേട്ടത്. അമ്മാവന്റെയും അമ്മായിയുടെയും മരണശേഷം തന്റെ വീട്ടിലേക്ക് വന്നുപെട്ട ഒരു "അടുക്കള ജീവി" ഗോപു ചിരിച്ചുകൊണ്ട് പറഞ്ഞു. "അങ്ങനെ വിളിക്കുമ്പോൾ അവളുടെ മുഖത്ത് പരിഭവവും ദേഷ്യവും ഒക്കെ ഒരുമിച്ചു വരും. മറുപടി നേരിട്ട് പറയില്ല. നേരെ അടുക്കളയിൽ പോയി ഒറ്റയ്ക്ക് ഉള്ളപ്പോൾ പാത്രങ്ങളോടും തവികളോടും പറഞ്ഞും പരിഭവിച്ചും കരഞ്ഞും തീർക്കുന്ന ഒരു പാവം പെണ്ണ്." ഒരു ദീർഘനിശ്വാസത്തോടെ ഗോപു പറഞ്ഞു നിർത്തി. എങ്കിലും നീരവിന്റെ ഉള്ളിൽ ജിജ്ഞാസകൊണ്ട് ഉറക്കം നഷ്ടപെട്ടു. നീരവിനു അപ്പോൾ മീനുവിനെക്കുറിച്ചു അറിയുവാനുള്ള ആകാംക്ഷ കണ്ടു ഗോപുവിന് എന്തോ ഒരു സംശയം തോന്നിയതിനാൽ "എന്താണ്...?"ചിരിച്ചു കൊണ്ട് കളിയായിട്ടു അവൻ അന്വേഷിച്ചു. അപ്പോഴേയ്ക്കും ഉടനെ മറുപടി പറയാൻ കഴിഞ്ഞില്ല എങ്കിലും കാര്യം അവതരിപ്പിച്ചു "ഇപ്രാവശ്യം നാട്ടിൽ ചെന്നപ്പോൾ അമ്മ വിവാഹാലോചന എന്ന് പറഞ്ഞു ബഹളം കൂട്ടുന്നുണ്ട്, അപ്പോൾ മീനുവിനെക്കുറിച്ച് കേട്ടപ്പോൾ വീട്ടി

ലേക്കു കൂട്ടിയാലോ എന്ന് മനസ്സിൽ..” മുഴുവിപ്പിക്കാതെ നിർത്തി. ‘ഒരു കള്ളക്കാമുകന്റെ ലക്ഷണം ഉണ്ട് മുഖത്ത്’ എന്ന് കളിയാക്കികൊണ്ട് ഗോപു മീനുവിനെക്കുറിച്ച് പറഞ്ഞു.

അമ്മാവനും അമ്മായിയ്ക്കും ഏക മകൾ ആയിരുന്നു മീനു. ഒരു രാജകുമാരിയെപ്പോലെ വാഴാനുള്ള ആസ്തി ഉണ്ടായിരുന്നു. അവളുടെ ജനനശേഷം അമ്മാവന്റെ ബിസിനസ് ഒക്കെ തകർച്ചയിലേക്ക് പോയിക്കൊണ്ടിരിക്കുകയായിരുന്നു. അമ്മായി കണിയാരെ കൊണ്ട് നോക്കിച്ചപ്പോൾ മീനുവിന്റെ ജാതകത്തിൽ അച്ഛനമ്മമാർക്ക് അകാല മൃത്യു പറഞ്ഞിരിക്കുന്നതിനാൽ കുറച്ചു പൂജാവിധികളും പറഞ്ഞിരുന്നു, പക്ഷെ അമ്മാവന് ഇതൊന്നും അത്ര വിശ്വാസം ഇല്ലാത്തതിനാൽ പ്രതിവിധികൾ ഒന്നും ചെയ്യാൻ സാധിക്കാത്തതിനാൽ ആണോ എന്ന് അറിയില്ല ഒരു വാഹനാപകടത്തിൽ മീനുവിനു അച്ഛനെയും അമ്മയെയും നഷ്ടമായി. അതോടുകൂടി മീനുവിന്റെ ജാതകദോഷങ്ങൾ കുടുംബക്കാർ ഏറ്റെടുത്തു പറയാൻ തുടങ്ങി. അന്ന് അമ്മ അവളെ വീട്ടിലേക്കു കൂട്ടി. അമ്മാവന്റെ സ്വത്തിന്റെ വ്യാപ്തി ഓർത്തിട്ടായിരുന്നോ അമ്മ കൂട്ടികൊണ്ട് വന്നത് എന്ന് അറിയില്ല. എന്നാൽ ആ വകയിൽ ഒന്നും അവശേഷിക്കുന്നില്ല എന്ന് ബോധ്യമായപ്പോൾ ഇവിടെയും ജാതകദോഷങ്ങളുടെ കുറ്റങ്ങൾ പറയാൻ തുടങ്ങി.

അടുത്തിടെ ഒരു ആലോചന വന്നപ്പോൾ അവൾതന്നെ സ്വന്തം ജാതക ദോഷത്തിന്റെ കാര്യങ്ങൾ പറഞ്ഞു അത് മുടക്കി. ഇവിടെ ഒരു ഭാരം ആയി തോന്നുന്നുവെങ്കിൽ അവിടെ അടുത്ത് ചന്തയിലേക്ക് പോകുന്ന വഴിയിൽ കാണുന്ന വൃദ്ധ സദനത്തിൽ അമ്മമാരെ നോക്കാൻ ആളെ ആവശ്യമുണ്ടെന്നു കേട്ടു, അവൾ അങ്ങോട്ട് പൊയ്ക്കൊള്ളാം എന്നൊക്കെ പറഞ്ഞു. പിന്നെ ഇതുവരെ ആരും വിവാഹക്കാര്യം ഒന്നും അവളോട് പറഞ്ഞിട്ടില്ല. അതുപറഞ്ഞു തീർന്നു ഒരു അൽപനേരം കഴിഞ്ഞു നീരവ്പറഞ്ഞു “എന്തായാലും ഗോപു ബാംഗ്ലൂർക്കു പോകുവാൻ തീരുമാനിച്ചതല്ലേ, മീനുവിനോടും വീട്ടിൽ അച്ഛനോടും അമ്മയോടും വിവരം സൂചിപ്പിക്കൂ മറ്റ് എതിർപ്പുകൾ ഒന്നും ഇല്ലെങ്കിൽ ഞാൻ നേരിൽ വന്നു സംസാരിക്കാം, എന്തായാലും അമ്മമാരെ പരിചരിക്കാൻ മനസ്സുള്ള മീനുവിനു എന്റെ അമ്മയെ പരിചരിക്കാൻ സാധിക്കും എന്ന് മനസ്സ് പറയുന്നു.” ഗോപു ചിരിച്ചുകൊണ്ട് ശരി എന്ന രീതിയിൽ തലയാട്ടി.

*** *** ***

പുറത്തേയ്ക്ക് നോക്കുമ്പോൾ കാട്പാടി ജംഗ്ഷനിൽ നിന്നും ട്രെ

യിൻ നീങ്ങി തുടങ്ങിയിരുന്നു. ട്രെയിയിനിൽ അരിച്ചുകയറുന്ന തണുപ്പ്, പുറം കാഴ്ചകളിൽ മഞ്ഞുമൂടി തുടങ്ങിയിരിക്കുന്നു, ഓർമ്മകൾ വീണ്ടും മനസ്സിനെ മീനുവിലേക്കു കൂട്ടി കൊണ്ട് പോയി. ഒരിക്കൽപോലും കണ്ടിട്ടില്ലാത്ത വ്യക്തിയിൽ ഇത്രയേറെ മനസ്സ് ഉടക്കുന്നത് വല്ല മുൻജന്മ ബന്ധമാണോ? അതോ നാട്ടിൽ ചെന്നപ്പോൾ അമ്മ വിവാഹപ്രായം ആയി എന്ന് ഓർമിപ്പിച്ചത് കൊണ്ടോ?. ചിന്തകൾക്കിടയിൽ ഗോപുവിന്റെ ഫോൺറിങ് ചെയ്തുവെങ്കിലും എടുക്കാൻ തുടങ്ങുമ്പോഴേക്കും കാൾ അവസാനിച്ചിരുന്നു. ഉടൻ തന്നെ ഗോപുവിന്റെ മെസ്സേജ് വന്നു. ഉള്ളിലെ സന്തോഷം മുഖത്ത് പ്രതിഫലിച്ചു 'മീനുവിനു സമ്മതമാണ്'. കൂടുതലൊന്നും ആലോചിക്കാൻ നിൽക്കാതെ മീനുവിനെ കാണുവാനുള്ള ധൃതിയിൽ അവൻ പ്ലാറ്റ്ഫോമിലേക്ക് വേഗത്തിലിറങ്ങി നടന്നു.

മീര

തിരക്കേറിയ ജനറൽ കംപാർട്ട്മെന്റിന്റെ വാതിലിനോടു ചേർന്നുള്ള വിൻഡോ സീറ്റിൽ, ഒരൽപ്പം ശുദ്ധവായുവിനായി ആർത്തി പൂണ്ട പോലെ മുഖം ജനലഴികളോടു ചേർത്തു വച്ചു പുറത്തേക്കു നോക്കി മീര ഇരുന്നു. ഡിസംബർ മാസമാണെങ്കിലും 4 മണി കഴിഞ്ഞ ആ നേരത്തു കമ്പാർട്ട്മെന്റിനകം ചുട്ടുപൊള്ളുകയാണെന്നു അവൾക്കു തോന്നി. കംപാർട്ട്മെന്റിനകം ശബ്ദമലിനമാക്കികൊണ്ടു കൊടും തമിഴിൽ ഉച്ചത്തിൽ വാതോരാതെ കലപില കൂട്ടുന്ന പച്ചക്കറിവില്പനക്കാരികൾ. ഉച്ചത്തിലുള്ള അവരുടെ സംസാരം അവളിൽ അസ്വസ്ഥതയുണ്ടാക്കി. വാതിലുകൾക്കിടയിലുള്ള സ്ഥലത്തു വെറും നിലത്തിരുന്ന് അന്നത്തെ വിറ്റുവരവുകൾ ഒത്തുനോക്കുകയാണവർ. അലക്ഷ്യമായി നിലത്തു വലിച്ചെറിഞ്ഞിരിക്കുന്ന അഴുക്കു പുരണ്ട അച്ചിങ്ങ പയറിന്റെ കെട്ടുകൾ കണ്ടപ്പോൾ, തന്റെ തീൻ മേശയിലെത്തും മുൻപേ അവ കടന്നു പോകുന്ന വഴികൾ ആലോചിച്ചു അവളുടെ രസമുകുളങ്ങളിൽ വെറുപ്പിന്റെ കയ്പുനീർ നിറഞ്ഞു. കംപാർട്ട്മെന്റിനുള്ളിൽ തിങ്ങി നിറഞ്ഞിരിക്കുന്നവരിൽ നിന്നും ചുറ്റിലും പരക്കുന്ന പലതരം വിയർപ്പു ഗന്ധങ്ങൾ അവൾക്ക് വല്ലാത്ത മനംപുരട്ടലുണ്ടാക്കി.

പഠനം കഴിഞ്ഞു വിവാഹ ശേഷം ആദ്യമായാണ് ഒരു ട്രെയിൻ യാത്ര. പഠന കാലത്തു നാട്ടിൽ നിന്നും ബാംഗ്ലൂർ വരെ കൂട്ടുകാർക്കൊപ്പമുള്ള ട്രെയിൻ യാത്രകൾ അവൾ ഏറെ ആസ്വദിച്ചിരുന്നു. സഹപാഠികളായ ആൺകുട്ടികൾക്കൊപ്പം ട്രെയിനിന്റെ വാതിലിൽ ഇരുന്നു വരെ യാത്ര ചെയ്യാൻ ധൈര്യം കാണിച്ചിരുന്ന കൂട്ടത്തിലെ ഏക പെൺകുട്ടിയും അന്ന് അവൾ മാത്രമായിരുന്നു. പക്ഷെ അനൂപ് ജീവിതത്തിലേക്ക് വന്നതോടെ ട്രെയിൻ, ബസ് യാത്രകൾ പൂർണമായും അവസാനിച്ചു. യാത്രകൾ ഏറെ പ്രിയമുള്ള അനൂപിനൊപ്പം പിന്നെ എന്നും ശീതീകരിച്ച സ്വന്തം കാറിൽ മാത്രമായി മീരയുടെ യാത്രകളൊക്കെയും.

ശാന്തി ചിറ്റയുടെ മകളുടെ കല്യാണത്തിനായി ബാംഗ്ലൂരിൽ നി

ന്നും നാലുദിവസത്തേക്ക് ചെന്നൈക്കു പുറപെട്ടതാണ് മീര. എ സി കോച്ചിൽ റിസർവേഷൻ എടുത്തിരുന്നതാണ്. എന്നാൽ ചെന്നൈയിൽ എത്തി പിറ്റേ ദിവസം തന്നെ ജോലി ചെയ്യുന്ന ഹോസ്പിറ്റലിൽ നിന്നും അർജന്റ് കാൾ വന്നതിനാൽ ഉടനെ മടങ്ങേണ്ടി വന്നു. ഡിപ്പാർട്മെൻറിൽ ഒപ്പം ഉള്ള ഡോക്ടർ രാകേഷിനെ ഡ്യൂട്ടി ഏൽപ്പിച്ചു കല്യാണം കൂടാൻ വന്നതാണ് ബാംഗ്ലൂരിലെ പ്രശസ്തമായ ഹോസ്പിറ്റലിൽ ഗൈനെക്കോളജിസ്റ്റ് ആയ മീര. പക്ഷെ രാകേഷിന്റെ അടുത്ത ബന്ധു മരിച്ചത് കൊണ്ട് പെട്ടെന്ന് അയാൾക്ക് നാട്ടിലേക്കു പുറപ്പെടണം. മീര തിരികെ എത്താതെ പറ്റില്ലെന്ന അവസ്ഥ. ഡ്യൂ ഡേറ്റ് അടുത്ത കോംപ്ലിക്കേഷൻ കേസുകൾ, ഇലെക്റ്റിവ് സിസ്സേറിയൻസ് ഇതെല്ലാം മാനേജ് ചെയ്യണമെങ്കിൽ മീര എത്തിച്ചേർന്നേ മതിയാകൂ. ന്യൂ ഇയറിനു മൂന്നു ദിവസം ബാക്കി നിൽക്കെ ടിക്കറ്റ് മാറ്റിയെടുക്കാനാകാത്ത അവസ്ഥ. അങ്ങനെയാണ് ഒടുവിൽ ഗത്യന്തരമില്ലാതെ അവൾക്കു ലാൽബാഗ് എക്സ്പ്രസ്സിലെ ജനറൽ കംപാർട്മെൻറിനെ ആശ്രയിക്കേണ്ടി വന്നത്. ചെന്നൈയിൽ നിന്ന് ബാംഗ്ലൂർ സെൻട്രലിലേക്ക് ആറു മണിക്കൂറല്ലേയുള്ളു യാത്ര എന്നായിരുന്നു ആശ്വസിച്ചത്. പക്ഷെ ഇതിപ്പോൾ രണ്ടാമത്തെ സ്റ്റേഷൻ ആയ ആരക്കോണം കഴിഞ്ഞിട്ടേയുള്ളു. ഇനിയും കുറെ മണിക്കൂറുകൾ എങ്ങനെ തള്ളിനീക്കുമെന്നവൾ അസ്വാസ്ഥ്യത്തോടെ ഓർത്തു. ജനറൽ കംപാർട്മെൻറിലെ ടോയിലെറ്റിന്റെയും ചുറ്റുമുള്ള വിയർപ്പ് ഗന്ധത്തിന്റെയും ഇടകലർന്നു വീശിയ ചൂട് കാറ്റിൽ, തൊണ്ടക്കുഴി വരെ ഉയർന്നു വന്ന തികട്ടൽ അടക്കാൻ പാടുപെട്ടുകൊണ്ട് അവൾ കണ്ണുകളടച്ചു മൂക്ക് പൊത്തി അല്പനിമിഷമിരുന്നു.

കണ്ണുകളടച്ചാൽ ഉടൻ ഉള്ളിൽ തെളിഞ്ഞു വരുന്നത് വിനയേട്ടന്റെ നിസ്സഹായമായ മുഖമാണ്. ഓർമ്മകൾ കൂടു പൊട്ടിച്ചിറങ്ങിയ ചോനനുറുമ്പുകൾ പോലെ ഉള്ളിൽ അരിച്ചിറങ്ങുന്നു. അവയുടെ കടിയേറ്റു പിടഞ്ഞെന്ന വണ്ണം അവൾ തല കുടഞ്ഞു. അവൾ അവസാനമായി കാണുമ്പോൾ അയാൾ നന്നേ ക്ഷീണിതനായിരുന്നു. മെലിഞ്ഞൊട്ടിയ കവിളിൽ പറ്റിച്ചേർന്നിരിക്കുന്ന അങ്ങിങ്ങു നരവീണ കുറ്റി രോമങ്ങൾ, കുഴിയിലേക്കാണ്ട് പോയത് പോലെയുള്ള, ചുറ്റിലും കറുപ്പ് വീണ, ദൈന്യത നിഴലിക്കുന്ന കണ്ണുകൾ ഉയർത്തിയുള്ള അയാളുടെ അവസാന നോട്ടം..അത് ഓർമയുണ്ട്. അന്ന് അധികം സംസാരിച്ചിരുന്നില്ല. ചിലമ്പിച്ച സ്വരത്തിൽ 'സുഖമാണോ മോളെ' എന്ന് മാത്രം അയാൾ ചോദിച്ചു. പലതും കേട്ടിരുന്നെങ്കിലും ആദ്യമായാണ് അയാളെ

ഇങ്ങനെ ഈ രൂപത്തിൽ കാണുന്നത്. അന്ന് ആദ്യമായി വിനയനോട് ദേഷ്യം തോന്നി. ഉള്ളിലെ ദേഷ്യം പ്രകടിപ്പിക്കുകയും ചെയ്തു. തനിക്കതിനുള്ള സ്വാതന്ത്ര്യമുണ്ടെന്നും, അയാളെ തിരുത്തേണ്ട കടമ തനിക്കുണ്ടെന്നും അവൾ വിശ്വസിച്ചു. 'എന്തിനിങ്ങനെ കുടിച്ചു സ്വയം നശിക്കുന്നു? ആരോടുള്ള വാശിയാണ്? അതോ നിരാശയോ? നിങ്ങളെ ഉപേക്ഷിച്ചു പോയവർക്ക് മുന്നിൽ കൂടുതൽ ഭംഗിയായി ജീവിച്ചു കാണിക്കുകയാണ് വേണ്ടത്' പിന്നെയും എന്തൊക്കെയോ പറഞ്ഞു കൊണ്ടിരുന്നു. പക്ഷെ ജീവനില്ലാത്ത ഒരു ചിരി മാത്രം മറുപടിയായി സമ്മാനിച്ചു 'പോട്ടെ മോളെ' എന്ന് പറഞ്ഞു അയാൾ നടന്നകന്നു.

സ്വന്തമായി സഹോദരനില്ലാതിരുന്ന മീരയ്ക്ക് കൂടെപിറക്കാതെ പോയ ജ്യേഷ്ഠൻ തന്നെയായിരുന്നു വല്യമ്മയുടെ മകനായ വിനയൻ. കുട്ടിക്കാലത്തു വെള്ളാരം കല്ല് പെറുക്കാനും, കൊയ്തൊഴിഞ്ഞു മണ്ണിട്ട് നികത്തിയ പാടത്തു പട്ടം പറത്തി കളിക്കാനും, മാവിൻ കൊമ്പത്തെ ഊഞ്ഞാലിൽ ആയത്തിൽ തണ്ടു പെരുക്കി ആട്ടി തരാനുമൊക്കെ വിനയനായിരുന്നു മുന്നിൽ. ഒപ്പം അമ്മാവന്റെ മക്കളായ ആശയും വേണുവുമൊക്കെയുള്ള വർണശബളമായ കുട്ടിക്കാലത്തിന്റെ മാമ്പൂഗന്ധമുള്ള ഓർമ്മകൾ അവളുടെ ഏറ്റവും വലിയ സ്വകാര്യ സമ്പത്തായിരുന്നു.

വിനയൻ തന്റെ ജീവിതം എന്നും ഒരു ഉത്സവം പോലെ ആഘോഷമാക്കിയിരുന്നു. വൃത്തിയായ വേഷവിധാനവും, സ്റ്റൈലിൽ വെട്ടിയൊതുക്കിയ മീശയും മുടിയും ചുണ്ടത്തൊരു മൂളിപ്പാട്ടുമായി മാത്രമേ അയാളെ എപ്പോഴും കണ്ടിരുന്നുള്ളൂ. ഉമ്മറത്തെത്തും മുൻപേ അയാളുടെ സാന്നിദ്ധ്യം വിളിച്ചോതിയിരുന്നതു അധികമാരും ഉപയോഗിക്കാത്ത പ്രത്യേകതരം പെർഫ്യൂമിന്റെ ഗന്ധമായിരുന്നു.

"പക്ഷെ ഇത്രയധികം ആവേശത്തോടെ ജീവിതത്തെ സമീപിച്ചിരുന്ന വിനയേട്ടന് എവിടെയാണ് പിഴച്ചത്?" വിനയന്റെ മരണ വാർത്ത അറിഞ്ഞത് മുതൽ ഒരു നൂറുവട്ടം സ്വയം ചോദിച്ച ചോദ്യമായിരുന്നു അത്. ആ ജീവിതത്തിലുണ്ടായ താളപ്പിഴകൾ ആരും കാണാതെ പോയതെന്തേ?. ഏറെ പ്രിയപ്പെട്ട കുഞ്ഞു പെങ്ങൾ എന്ന് സ്വയം വീമ്പിളക്കിയിട്ടും, വിവാഹശേഷം സ്വന്തം സ്വകാര്യതകളിലേക്കു ചേക്കേറിയപ്പോൾ വിനയേട്ടനെ താനും സൗകര്യപൂർവം മറന്നിരുന്നോ എന്ന കുറ്റബോധം അവളുടെ ചിന്തകളിൽ പടർന്നൊലിച്ചിരുന്നു. വ്യക്തിജീവിതത്തിൽ ഏറ്റ പരാജയം ഇത്രയേറെ വിനയനെ തകർത്തു കളയുമെന്ന് ഒരിക്കലും അവൾ കരുതിയിരുന്നില്ല.

ഏറെക്കാലമായി അയാൾ ഒറ്റക്കായിരുന്നു താമസം. മറ്റുള്ളവരുടെ

പരിഹാസത്തിന്റെ മുനയും മൂർച്ചയുമുള്ള നോട്ടങ്ങളിൽ നിന്നും ഒഴിഞ്ഞു മാറി, സ്വയം സൃഷ്ടിച്ച ഏകാന്തതയുടെ കാവൽക്കാരനായി. നാട്ടിൽ നിന്നും അയാളുടെ വിവരങ്ങളറിയാൻ അവളെന്നും ശ്രമിച്ചിരുന്നു. പക്ഷെ ഏറെ കൊട്ടിഘോഷിക്കാനുള്ള ആർഭാടത്തിനും, ആഡംബരത്തിനും മേനി പറച്ചിലിനുമുള്ള കാരണങ്ങളില്ലാത്തതു കൊണ്ടാകാം അയാളുടെ വിവരങ്ങൾ ചർച്ച ചെയ്യാൻ ആരും തന്നെ താല്പര്യം കാണിച്ചിരുന്നില്ല.

ഒരു രാത്രി, ഏറെ തിരക്കാർന്ന ഒരു ഡ്യൂട്ടി ദിവസം എങ്ങനെയും അവസാനിപ്പിച്ച് വീട്ടിലെത്തി വാട്ട്സ് ആപ്പ് തുറന്നപ്പോഴാണ് ഫാമിലി ഗ്രൂപ്പിൽ വിനയേട്ടന്റെ മരണ വാർത്ത കണ്ടത്. 'വിനയനെ വീടിനുള്ളിൽ മരിച്ച നിലയിൽ കണ്ടെത്തി' ചിന്തയിലും ശരീരത്തിലും ഒരുപോലെ പടർന്നു കയറിയ ഒരു മരവിപ്പിൽ, വായിച്ച അക്ഷരങ്ങളിലേക്കവൾ അർത്ഥം മനസിലാകാത്തത് പോലെ വീണ്ടും വീണ്ടും നോക്കി. ഒടുവിൽ ശരീരം മുഴുവൻ മരണതുല്യമായ ഒരു തണുപ്പ് നിറയുന്നതും കാറ്റത്തിളകുന്ന ആലില പോലെ ദേഹം വിറകൊള്ളുന്നതും അവളറിഞ്ഞു. തൊണ്ടയിൽ തേങ്ങലിനു പകരം ഒരു വേദന നിറഞ്ഞു ഞെരിയുന്നതും കണ്ണുകളിൽ കണ്ണുനീരിനു പകരം വരണ്ട നീറ്റൽ പടരുന്നതും അവളറിഞ്ഞത് ഏറെ നേരം കഴിഞ്ഞാണ്.

വിനയനെ ഓർക്കുമ്പോഴൊക്കെ സങ്കടത്തേക്കാളേറെ, ഇനിയും മോചിതയാകാൻ കഴിയാത്ത ഒരു നടുക്കത്തിനൊപ്പം എന്തെന്നില്ലാത്ത കുറ്റബോധവും തോന്നാറുണ്ട്. സ്വന്തം സന്തോഷങ്ങൾക്കിടയിൽ, ജീവിതത്തിൽ തോറ്റുപോയ ഒരു മനുഷ്യനെ സഹായിക്കാൻതയ്യാറാകാതെ താനുൾപ്പെടെ എല്ലാവരും അവഗണിക്കുകയായിരുന്നോ? കൂട്ടത്തിലൊന്നു കാലിടറി വീഴുമ്പോൾ താങ്ങു നല്കാൻ കാട്ടുജീവികൾ പോലും കാണിക്കുന്ന കരുതലിന്റെ ഒരംശം എങ്കിലും ആരെങ്കിലും കാട്ടിയിരുന്നെങ്കിൽ ദുരന്തങ്ങളുടെ നീർച്ചുഴിയിൽ നിന്നും അയാളെ കരകയറ്റാനാകുമായിരുന്നില്ലേ എന്ന ചിന്തയുടെ ചങ്ങലക്കെട്ടുകൾ അവളുടെ മനസ്സിനെ ഇടക്കെങ്കിലും വരിഞ്ഞു മുറുക്കി ശ്വാസം മുട്ടിച്ചു കൊണ്ടിരുന്നു.

വിനയന്റെ മരണ ശേഷം നാട്ടിൽ പോയിരുന്നില്ല. അതിൽ പിന്നെ ആദ്യമായി കുടുംബത്തിൽ നടക്കുന്ന ഒരു വിശേഷമായിരുന്നു ശാന്തി ചിറ്റയുടെ മകളുടെ കല്യാണം. ചിറ്റ ഏറെ നിർബന്ധിച്ചെങ്കിലും പോകാൻ തോന്നിയിരുന്നില്ല. പുഞ്ചിരിയുടെ മുഖം മൂടികൾക്കു പിന്നിലെ നീലിച്ചകരുവാളിപ്പ് നിറഞ്ഞ മുഖങ്ങൾ തന്നെ അസ്വസ്ഥപ്പെടു

ത്തുമെന്നവൾ ഭയന്നു. പക്ഷെ കളിക്കൂട്ടുകാരിയായ ആശ വിളിച്ചപ്പോൾ, 'എടി ലീവില്ല എങ്കിലും ഞാനെത്തുന്നുണ്ട്. നീയും വരണം വന്നേ പറ്റൂ' എന്ന അവളുടെ ശാഠ്യത്തിന് മുന്നിൽ തോറ്റ് കൊടുക്കാതിരിക്കാൻ കഴിഞ്ഞില്ല. അങ്ങനെയാണ് മീര അനൂപിനെ ബാംഗ്ലൂരിലെ ഫ്ളാറ്റിൽ തനിച്ചാക്കി ചെന്നൈക്ക് ട്രെയിൻ കയറിയത്.

ആശയ്ക്കൊപ്പം രണ്ടു ദിവസം ഒരേ മുറിയിലായിരുന്നു താമസം. ആ രണ്ടു ദിവസവും നടക്കാൻ പോകുന്ന വിവാഹമോ അതിന്റെ ഒരുക്കങ്ങളോ ആയിരുന്നില്ല അവരുടെ വിഷയം. വിനയന്റെ ജീവിതത്തിലെ ആരും മനസിലാക്കാതെ പോയ കുറെ കടുംകെട്ടുകൾ. അവ ഉയർത്തിയ തിരതള്ളലിൽ നാളുകൾക്കു ശേഷം, ആ മരണ വിവരം അന്ന് ആദ്യമായി കേട്ട പോലെ ആശയുടെ മടിയിൽ തല വച്ച് ഒരു ഹിമപർവം ഉരുകിയൊലിക്കും പോലെ അവൾ വിങ്ങി വിങ്ങി കരഞ്ഞു.

പെട്ടെന്ന് ഓർമയുടെ മയക്കത്തിൽ നിന്നും പിടിച്ചുലക്കും വണ്ണം ഒരു കുലുക്കത്തോടെ ട്രെയിൻ നിന്നു. ജനലഴിയിലൂടെ മീര പുറത്തേക്കു നോക്കി. രണ്ടു ദിവസത്തെ ഉറക്കമില്ലായ്മയുടേതാകാം വല്ലാത്ത തലവേദന, തല മരവിക്കുന്ന പോലെ. പറ്റിയാൽ ഒരു ചായ കുടിക്കണം തലവേദന കുറഞ്ഞേക്കും. പ്ലാറ്റ്ഫോമിലേക്കിറങ്ങി അടുത്തുള്ള ടീസ്റ്റാൾ ലക്ഷ്യമാക്കി അവൾ നടന്നു.

കാർത്തിക്

ചെന്നൈ സെൻട്രലിൽ നിന്നും ബാംഗ്ളൂരിലേക്ക് കയറുമ്പോൾ, പുറത്തു ശാന്തമായ അന്തരീക്ഷമായിരുന്നു. എങ്കിലും ഉള്ളിലെ നിസ്സംഗതയുടെ നീലിച്ച വേവലാതികളെ ആർക്കും വിട്ടുകൊടുക്കാതെ സ്വയം കടിച്ചമർത്തിയും വിഴുങ്ങിയും കാർത്തിക് യാത്ര ആരംഭിച്ചു. യാത്ര തുടങ്ങിയിട്ട് അധികമായില്ല, തിങ്ങി നിറഞ്ഞ കമ്പാർട്ട്മെന്റിൽ അനേകം ജീവിതങ്ങൾ, ഓരോസ്റ്റേഷനിലും പലരും കയറുകയും ഇറങ്ങുകയും ചെയ്തു കൊണ്ടിരുന്നു. പ്രായമായവരും യുവാക്കളും കുട്ടികളും എന്നുവേണ്ട എല്ലാ വിഭാഗത്തിലുമുള്ള നിരവധി പേർ.

അച്ഛന്റെയും അമ്മയുടെയും ചോര വറ്റിയ മുഖങ്ങൾ, ചിരി എല്ലാം എന്നോ നഷ്ടപ്പെട്ടിരിക്കുന്നു. ആത്മാവ് ചതഞ്ഞരഞ്ഞു അസ്ഥികൾ ഒടിഞ്ഞു നുറുങ്ങിയ പോലെ ഭയം വിഴുങ്ങിയ നിമിഷങ്ങൾ .ട്രെയിനിലെ തിക്കും തിരക്കും കൂടിയും കുറഞ്ഞുമിരുന്നു. ട്രെയിനിൽ കയറും മുൻപ് വിളിച്ചതാണ് അശ്വതിയെ, അവൾ കുറച്ചു കാലമായി പറയുന്ന കാര്യം, ആദ്യമൊന്നും മുഖവിലക്കെടുത്തില്ല. അവളുടെ നിരന്തരമായ ഓർമപ്പെടുത്തൽ സ്നേഹത്തോടെ ഉള്ള കുറ്റപ്പെടുത്തൽ, കുടുംബം കുട്ടികൾ ഒന്നും വേണ്ടേ? എന്നുള്ള തുടർച്ചയായുള്ള ചോദ്യം. ഇതിപ്പോ ദിവസങ്ങളും ആഴ്ചകളുമായി നടത്തിയ നീണ്ട ആലോചനകൾക്കൊടുവിൽ എടുത്ത തീരുമാനമാണ്.

ഒരിക്കൽ പുതിയ പ്രൊജക്റ്റിന്റെ വർക്ക് എല്ലാം കഴിഞ്ഞ്, കുറച്ചു ദിവസത്തെ അവധി കിട്ടിയപ്പോൾ കാർത്തി അവളെ കുറിച്ചു മാത്രം ആലോചിച്ചു കൊണ്ടിരുന്നു. അയച്ച ഓരോ മെസ്സേജുകളും, ഓരോ വോയിസ് ക്ലിപ്പുകളും പലവട്ടം വായിക്കുകയും കേൾക്കുകയും ചെയ്തു. വിവാഹം കഴിഞ്ഞപാടെ അവൾക്ക് കിട്ടിയ വലിയ ഓഫർ ആണ് ഈ ജോലി, വളരെ വലിയ പാക്കേജ് അതും സ്റ്റേറ്റ്സിലേക്ക്, ഒരു ജീവിതം കെട്ടിപ്പടുക്കാം എന്ന പ്രതീക്ഷയിലാണ് അവൾ അങ്ങോട്ട് പോയത്.

ചെന്നൈയിലെ താമസം, ജനിച്ചു വളർന്ന ചെറിയ വീട് ഇതെല്ലാം

ഉപേക്ഷിച്ചാണ് പോകേണ്ടത്, മറ്റാരും തുണയില്ലാത്ത പ്രായമായ മാതാപിതാക്കളെ വീട്ടിൽ ഒറ്റയ്ക്ക് നിർത്താമെന്നു വച്ചാൽ ഒരു വഴിയുമില്ല. ആണായാലും പെണ്ണായാലും വിശ്വസിച്ചു ആരെയും ഇന്നത്തെ കാലത്ത് കൂടെ നിർത്താനും പറ്റില്ല. ഒടുവിൽ വളരെ വിഷമത്തോടു കൂടി ഇങ്ങനെ ഒരു തീരുമാനം എടുക്കേണ്ടി വന്നു.

വളർത്തി വലുതാക്കിയ അച്ഛനോടും അമ്മയോടും ഇതെങ്ങനെ അവതരിപ്പിക്കും? പല കുറി മാറ്റിയും മറിച്ചും ചിന്തിച്ചു ഒടുവിൽ അവതരിപ്പിക്കാൻ തന്നെ തീരുമാനിച്ചു, സർവ്വശക്തിയും സംഭരിച്ചു. ഏറെ വേദനയോടെ വിവരങ്ങൾ പറഞ്ഞു. രണ്ടുപേരും ഒരു മറുപടിയും പറഞ്ഞില്ല. ഏതാനും ദിവസത്തേക്ക് സംസാരങ്ങൾ മുറിഞ്ഞു പോയി.ഏറിയ സമയവും ഓഫീസിൽ ചിലവഴിച്ചു. ഊണിലും ഉറക്കത്തിലും ഉത്തരം കിട്ടാത്ത നിരവധി ചോദ്യങ്ങൾ പിന്നെയും പിന്തുടർന്നുകൊണ്ടേയിരുന്നു. ഒടുവിൽ എപ്പോഴോ അവർ സമ്മതിച്ചു. വൃദ്ധസദനത്തിലേക്കുള്ള യാത്രക്ക് തയ്യാറായി.

യാത്ര തുടങ്ങുമ്പോഴുള്ള പ്രസന്നമായ കാലാവസ്ഥയെല്ലാം മാറി മറിഞ്ഞു, മഴയ്ക്കുള്ള തയ്യാറെടുപ്പ്, അതിനു മുന്നോടിയായി നല്ല കാറ്റ്, വീശി അടിക്കുന്ന തണുത്ത കാറ്റിനെ വകവെക്കാതെ കിതപ്പില്ലാതെ കുതിക്കുന്ന ട്രെയിൻ, അമ്മയുടെ ഉടലിൽ നിന്നും ഊർന്നു വീണ ഷാൾ തോളിലേക്ക് കയറ്റി ഇട്ട് കാർത്തിക്ക് അവരെ രണ്ടു പേരെയും നോക്കി കൊണ്ടിരുന്നു. ഫ്ളാസ്കിൽ കരുതിയ ചായയെയും ചൂടുവെള്ളത്തിനേയും കുറിച്ച് രണ്ടുപേരെയും ഓർമിപ്പിച്ചു, അമ്മക്ക് ഒന്നും വേണ്ടന്ന് എങ്ങിനെയോ പറഞ്ഞു. അച്ഛന് സമയാസമയങ്ങളിൽ എന്തെങ്കിലും കുടിച്ചു കൊണ്ടേയിരിക്കണം. പുതിയ സ്ഥലത്ത് ഈ ചിട്ടകളൊക്കെ ആര് നോക്കും? ഒന്നിണങ്ങി വരുവാൻ പോലും സമയം എടുക്കും, കാർത്തിക് സ്വയം മനസ്സിൽ പറഞ്ഞു.

പെയിന്റ് പകുതിയും അടർന്നുപോയ ജനൽകമ്പികളിൽ വിശ്രമിക്കുന്ന വിരലുകൾ. പുറത്തെ തണുത്ത കാറ്റേറ്റ് ചുക്കി ചുളിഞ്ഞ വെളുത്ത തണുത്ത വിരലുകളെ അടർത്തി മാറ്റിക്കൊണ്ട് കാർത്തി ജനാലയുടെ നിറം മങ്ങിയ മഞ്ഞ ഷട്ടറുകളെ മടക്കു നിവർത്തി താഴ്ത്തി ഇട്ടു. നേരത്തെ കയറി കൂടിയ തണുത്ത കാറ്റ് അയാളുടെ മനസ്സ്പോലെ തന്നെ കമ്പർട്ടുമെന്റിനുള്ളിൽ കിടന്നു വീർപ്പു മുട്ടിക്കൊണ്ടിരുന്നു.

മനസ്സ് എപ്പോഴേ തളർന്നിരിക്കുന്നു എങ്കിലും എവിടുന്നോ കിട്ടിയ ഒരു ഊർജം ട്രെയിനിന്റെ വേഗതയെയും അതിജീവിപ്പിച്ചു അതി

നെ മുന്നോട്ട് നയിക്കുന്നു. തൊട്ടപ്പുറത്തു ഒരു ചെറുപ്പക്കാരനും സുന്ദരിയായ ഒരു പെൺകുട്ടിയും ഇരിക്കുന്നു, വിവാഹം കഴിഞ്ഞിട്ട് അധികം ആയില്ലെന്നു തോന്നുന്നു. മിന്നുന്ന കാഞ്ചിപുരം സാരിയിൽ അവൾ മനോഹരിയായിരിക്കുന്നു, തലയിലെ സിന്ദൂരം പടർന്നിരിക്കുന്നു.

പുറത്തേക്ക് നോക്കിയപ്പോൾ മുടി അഴിച്ചിട്ടു കൈകൾ നീട്ടി പിടിച്ചു നിക്കുന്ന വലിയ പനകൾ. നോവില്ലാത്ത വാക്കുകൾ കൊണ്ട് അടുത്തിരിക്കുന്ന അച്ഛനോടും അമ്മയോടും എന്തെല്ലാമോ പറഞ്ഞു കൊണ്ടിരുന്നു. ഏതോ സ്റ്റേഷനിൽ നിന്നും ഇടിച്ചു കയറിയ ചിലവികൃതിക്കുട്ടികൾ സമാധാനമായി യാത്ര ചെയ്തു കൊണ്ടിരുന്ന യാത്രക്കാർക്കിടയിൽ ഒച്ചയും ബഹളവും കൂട്ടി അവിടമാകെ ശബ്ദമുഖരിതമാക്കി അവരുടെ സാന്നിധ്യം അറിയിച്ചു കൊണ്ടിരുന്നു.

മടക്കുള്ള മഞ്ഞ ഷട്ടറുകളെ വീണ്ടും ഉയർത്തി വച്ചു. പുറത്തേക്ക് നോക്കിയപ്പോൾ ഏതോ ക്ഷേത്രത്തിന്റെ വലിയ മതിലുകൾ. തുറന്നു കിടക്കുന്ന വലിയ പ്രവേശന കവാടം. കാർത്തിക്കിന്റ ഉദ്ദേശം തിരിച്ചറിഞ്ഞ ദൈവങ്ങൾ പടിയിറങ്ങി പോയതുപോലെ അയാൾക്ക് തോന്നി. ദൂരെ കാടുകൾ, മലകൾ, വയലുകൾ അങ്ങിനെ ഓടി അകലുന്ന പലതും.

ജീവിതത്തിൽ വിജയിക്കുവാനുള്ള ഒരു തരം വെമ്പലാണ് മനുഷ്യനെക്കൊണ്ട് പലതും ചെയ്യിപ്പിക്കുന്നത്. അയാൾ മനസ്സിലെന്തൊക്കെയോ കുറിച്ചു. ഒഴുകി അകലുന്ന അരുവികൾ. ശൂന്യതയിൽ മാഞ്ഞു പോകുന്ന അദൃശ്യമായ കാറ്റു പോലെ പലതരം ചിന്തകൾ എങ്ങും പിടിതരാതെ അയാളിൽ നിറഞ്ഞു. അച്ഛന്റെയും അമ്മയുടെയും ദയനീയമായ നോട്ടം അയാളെ പൊള്ളിച്ചു.

ഇനി ഏതാനും മണിക്കൂർ മാത്രം ഈ യാത്ര. കരളു പറിച്ചെടുക്കുന്ന പ്രാണൻ. പ്രാണനിൽ നിന്നും വേർപെടുന്ന അതിവേദനാജനകമായ നിമിഷങ്ങൾ. അച്ഛനെയും അമ്മയെയും സദനത്തിൽ വിട്ടിട്ടു എങ്ങനെ തിരിഞ്ഞു നടക്കും? ഇനി ഒരു കൂടിക്കാഴ്ച ഉണ്ടാകുമോ? ആലോചിക്കുന്തോറും തലയിൽ വല്ലാത്ത പെരുപ്പ്. ഒന്നും ആലോചിക്കാൻ കഴിയുന്നില്ല. കൈ വളരുന്നോ കാലു വളരുന്നോ എന്ന് ഓമനിച്ചു ലാളിച്ചു വളർത്തിയ അച്ഛന്റെയും അമ്മയുടെയും ഏക മകൻ. പോയകാല നിമിഷങ്ങൾ അയാളെ വേട്ടയാടി.

വിദേശയാത്രയുടെ വിവരങ്ങൾ അറിയിച്ചതു മുതലുള്ള സന്തോഷവും സമാധാനവും വൃദ്ധസദനത്തിലേക്കുള്ള പറിച്ചുനടൽ അറിയിച്ച നിമിഷം മുതൽ എവിടെയോ പോയി ഒളിച്ചതു പോലെ. മക്കളു

ടെ ജീവിതവും സാമ്പത്തിക ഭദ്രതയും ആണ് ഏതൊരു മാതാപിതാക്കളുടെയും ഏറ്റവും വലിയ സ്വപ്നം. എങ്കിലും 'വൃദ്ധസദനം' എന്ന ഓമനപ്പേരു കേട്ടതുമുതൽ എന്തോപോലെ. ജീവിതത്തിന്റെ അവസാനം അനാഥാലയത്തിൽ അപരിചിതരോടൊപ്പം. ഭാഷയോ ജാതിയോ മതമോ ഒരു വിഷയമേ അല്ല. എല്ലാവരും മനുഷ്യർ, പച്ചയായ മനുഷ്യർ മാത്രം. ഇതെല്ലാം മനസ്സിനെ എത്ര പറഞ്ഞു പഠിപ്പിച്ചിട്ടും ഓർക്കുന്തോറും വിഷമങ്ങൾ ഏറി വരുന്നു, ഹൃദയത്തെ കുത്തി നോവിക്കുന്നു. ചെന്നൈയിലെ ചെറിയ വീട്ടിലെ സന്തോഷങ്ങൾ ഇനി ഒരിക്കലും തിരിച്ചു വരാത്ത പോലെ എപ്പോഴോ പടി ഇറങ്ങി പോയിരിക്കുന്നു.

കാർത്തിക്കിന്റെ കൂട്ടുകാരനാണ് എല്ലാം ഏർപ്പാടാക്കിയത്. ശിവാജി നഗറിലുള്ള മനോഹരമായ ഒരു പുതിയ ഭവനം. മധ്യവയസ്കർ മുതൽ വളരെ പ്രായമായവർ വരെ അവിടെ ഒരു പാട് പേരുണ്ടത്രേ. പലരുടെയും മക്കൾ വിദേശത്തും, അപൂർവം ചിലർ നാട്ടിലും. ആർക്കും പണത്തിനു ഒരു കുറവുമില്ല. സമയമില്ലത്രേ ഒന്നിനും. എല്ലാവരും തിരക്കിൽ. എന്തിനാണാവോ? ആർക്കുവേണ്ടിയാണാവോ? എല്ലാവരും പ്രായമാകുമ്പോൾ ഇതു പോലെ തന്നെയാവും.

സദനത്തിൽ കൊടുക്കാനുള്ള മുഴുവൻ തുകയും നേരത്തേ തന്നെ കൊടുത്തു കഴിഞ്ഞു. എല്ലാം ബാങ്ക് ട്രാൻസ്ഫർ. സമയാസമയങ്ങളിൽ ഭക്ഷണവും, വളരെ നല്ല ഡോക്ടർമാരുടെ പരിചരണവും. ഓരോരുത്തരുടെയും ആരോഗ്യമനുസരിച്ചുള്ള വിനോദ പരിപാടികൾ. പ്രാർത്ഥനാമുറികൾ കൂടാതെ എല്ലാ സമയത്തും പരിചാരികമാർ. അങ്ങനെ പലതും ആലോചിച്ചു സമയം പോയതറിഞ്ഞില്ല.

അമ്മയ്ക്ക് ആരോഗ്യ പ്രശ്നങ്ങൾ ഇല്ല. അച്ഛനാണ് പ്രശ്നങ്ങൾ. എങ്കിലും പിടിച്ചു നിൽക്കുന്നു. ജീവിതത്തിന്റെ അവസാനഘട്ടത്തിൽ ഇങ്ങനെ ഒന്ന് അവർ സ്വപ്നങ്ങളിൽ പോലും കരുതിയിട്ടുണ്ടാവില്ല. ഒരുപാട് കൂട്ടലും കിഴിക്കലിനും ശേഷം എടുത്ത ഒരു തീരുമാനമാണിത്. പുതിയ സാഹചര്യങ്ങളുമായി ഒത്തു പോകാൻ ഒരു പാട് സമയം എടുക്കുമായിരിക്കും. കാലഗതിയിൽ എല്ലാറ്റിനും മാറ്റങ്ങൾ വരും. തീർച്ച. കാത്തിരിപ്പിന്റെ നിമിഷങ്ങൾ. ഒരുപാട് സമയമായി യാത്ര തുടങ്ങിയിട്ട്. ട്രെയിനിൽ പഴയ തിരക്കില്ല. എങ്കിലും സീറ്റിൽ നിറയെ യാത്രക്കാർ. പലരും നീണ്ട യാത്രയുടെ ആലസ്യത്തിൽ നിന്നും മുക്തരായി അവരവരുടെ ലഗേജുകൾ എടുക്കുന്ന തിരക്കിൽ, ചിലർ അങ്ങോട്ടും ഇങ്ങോട്ടും നടക്കുന്നു,

നാളെ ഉച്ച കഴിഞ്ഞാണ് തന്റെ ഫ്ളൈറ്റ് യാത്ര. നീണ്ട ഒന്നര വർഷത്തെ വിരഹത്തിന് വിരാമമിടാൻ പ്രതീക്ഷയുടെ തുരുത്തിൽ അവിടെ അവൾ കാത്തിരിക്കുന്നു. ഇവിടെ അച്ഛനെയും അമ്മയെയും പിരിയാനുള്ള പിരിമുറുക്കത്തിന്റ ഉച്ചകോടിയിൽ താനും. എല്ലാം വിധി വൈരൂപ്യങ്ങൾ, അല്ലാതെന്തു പറയാൻ?

ഇറങ്ങേണ്ട അവസാന സ്റ്റേഷൻ എത്തിച്ചേർന്നുകൊണ്ടിരിക്കുന്നു. ട്രെയിനിന്റെ വേഗത കുറഞ്ഞു കുറഞ്ഞു വരുന്നു. പലരും ലഗേജുമായി ഡോറിന്റെ അടുത്തേക്ക് നീങ്ങുന്നു, മറ്റു ചിലർ ഇപ്പോഴും പുറംകാഴ്ച്ചയുടെ വിസ്മയ ലോകത്ത്. നീണ്ട യാത്രയുടെ ആലസ്യത്തിൽ നിന്നും ഓരോരുത്തരും മോചിതരായിക്കൊണ്ടിരുന്നു. ഉത്തരം കിട്ടാത്ത ചോദ്യങ്ങൾ പേറിയ മനസ്സുമായി അയാൾ തന്റെ ബാഗുകൾ കയ്യിലെടുത്തു. അച്ഛന്റെയും അമ്മയുടെയും അടുത്തേക്ക് നടന്നു നീങ്ങി.

നിമ

അലസമായി എവിടെനിന്നോ കടന്നു വന്ന കാറ്റിൽ 'ഇഡലി.. വട.. വടൈ.. ചായ്..', എന്നൊക്കെ ആരോ പുലമ്പുന്നുണ്ടായിരുന്നു. കൺപോളകളിൽ ആരോ ഘനമേറിയ തിരിക്കല്ല് കെട്ടിയ പോലെ, തുറക്കാനാവുന്നില്ല. കൈ കാലുകൾ ഉയർത്താൻ കഴിയുന്നില്ല. ചുണ്ടുകൾ വല്ലാതെ നീറിപ്പുകയുന്നു. അതിനുമപ്പുറം ഉണങ്ങിയ ചോരയുടെ ഗന്ധം, തുടയിടുക്കുകളിൽ എന്തോ വലിഞ്ഞൊട്ടുന്നതു പോലെ. ഉപബോധ മനസ്സിന്റെ ഏതോ കോണിലുള്ള ബോധമനസ്സിലേക്കുള്ള വാതായനം അവളുടെ മുന്നിൽ ആരോ പതുക്കെ തുറന്നു. രാത്രി ഒൻപതേമുക്കാൽ മണിക്കായിരുന്നു എറണാകുളം സെൻട്രലിൽ നിന്നും ചെന്നൈ എക്സ്പ്രെസ്സിൽ താൻ കയറിയത്. കാലത്തു പത്തുമണിക്ക് ചെന്നൈയിൽ എത്തിയ ശേഷം പ്ലാറ്റ്ഫോമിൽ ഇറങ്ങിയതോ ലാൽബാഗ് എക്സ്പ്രെസ്സിൽ കയറിയതോ തന്റെ ബോധമണ്ഡലങ്ങളിൽ എങ്ങുമില്ല. താൻ എപ്പോഴാണ് ഈ ട്രെയിനിൽ എത്തിപ്പെട്ടത്? ആരാണ് റെയിൽവേ സ്റ്റേഷനിൽ തന്നെ കൊണ്ടിരുത്തിയത്? എങ്കിലും ഒന്ന് തനിക്ക് ബോധ്യമായി. അതെ താൻ ബലാത്സംഗത്തിന് ഇരയായിരിക്കുന്നു! ശരീരം കാണിച്ചു തന്ന തെളിവുകൾ സത്യമായിരിക്കുന്നു.

ആരായിരിക്കും അത് ചെയ്തത്? ഇന്നലെ രാത്രിയിൽ തന്നോടൊപ്പം അന്താക്ഷരി കളിച്ചു അടിച്ചുപൊളിച്ച ആ പയ്യനോ? അതോ കൊച്ചുമക്കളെ കാണാൻ ബാംഗ്ളൂരിനു പോകുന്ന, താൻ അച്ഛനെ പോലെ കണ്ട ആ വൃദ്ധനോ? ഇനി ഇപ്പൊ തനിക്കു ഭക്ഷണം ഇലയിൽ വെച്ച് തന്ന ആ നാൽപ്പതുകാരിയുടെ ഏതെങ്കിലും കൂട്ടുകാർ ആയിരിക്കുമോ? ഹേയ് അതാവില്ല. സൈഡ് സീറ്റ് ആർക്കും ഒഴിഞ്ഞു കൊടുക്കാതിരുന്ന ആർക്കും മുഖം തരാത്ത ആ നിരീശ്വരവാദി?

പാതി കൂമ്പിയ മിഴികളിൽ നിന്നും അണപൊട്ടിയ ഗദ്ഗദങ്ങൾ കവിൾ ചാലിലൂടെ ഒലിച്ചിറങ്ങി. ഇനി ഇന്നലെ ചായ കോപ്പയിൽ നിറച്ചപ്പോൾ തന്നെ ഒളികണ്ണിട്ടു നോക്കിയ ആ പതിനാറുകാരൻ ആയിരി

ക്കുമോ? അവളുടെ ചിന്തകൾ മനസ്സിന് പിടികൊടുക്കാതെ ഏതോ നിഗൂഢതകളിലേക്കു ഊളിയിട്ടു കൊണ്ടിരുന്നു.

"വെറുതെ സമയം കളയണ്ട നിമ, ഇന്റർവ്യൂന് വരാവുന്ന ടോപ്പിക്കുകൾ ഒക്കെ ഒന്നുകൂടെ മറിച്ചു നോക്കൂ" നിമിഷ് അവളോടായി പറഞ്ഞു. ഏട്ടനെ കാണിക്കാൻ അവൾ പുസ്തകം തുറന്ന് മടിയിൽ വെച്ചു. കണ്ണുനീർ തളം കെട്ടിയിട്ടാവണം അക്ഷരങ്ങൾ ഒക്കെ അവ്യക്തമായിരുന്നു.

"എന്നാലും ആരാവും അത് ചെയ്തത് ..?"

കണ്ണിൽ ഒരു കൊളുത്തുന്ന നോട്ടത്തോടൊപ്പം ഇഡ്ഡലിയും ചട്ണിയും തന്ന് ചായക്കാരൻ അടുത്ത ഇരയെ തേടി നടന്നു നീങ്ങി.

ഇനി അയാളാവുമോ ??

*** *** ***

നിമയെ കൂട്ടാൻ വേണ്ടി തയ്യാറാകുന്നതിനിടയിൽ, നരച്ച താടി ചീകി ഒതുക്കിക്കൊണ്ടു ജിതിൻ അവനോടു തന്നെ പറഞ്ഞു, 'സ്വന്തം പ്രണയം തുറന്ന് പറയാൻ കഴിവില്ലാത്ത എന്ത് റിപ്പോർട്ടർ ആണ് താൻ?' എത്ര ചാനലുകളിൽ വാർത്ത വായിച്ചിരിക്കുന്നു, അപ്പോഴൊന്നും തോന്നാത്ത ഒരു ഭയമാണ് നിമയുടെ കണ്ണുകളിൽ നോക്കുമ്പോൾ. പക്ഷെ ഒന്നവന് അറിയാം, 'നിമ ഇല്ലാതെ ജിതിൻ ഇല്ല എന്ന്.'

*** *** ***

"താൻ ഇത് ജിതിനോട് പറയണോ? ഒരു റിപ്പോർട്ടർ എന്ന നിലക്ക് അവനു തന്നെ സഹായിക്കാനാകുമോ? അല്ലേൽ വേണ്ട അവൻ എന്ത് കരുതും?"

"ഹേയ് എന്ത് കരുതാൻ? പീഡിപ്പിക്കപ്പെട്ട ഒരു വ്യക്തി അതിനു കാരണക്കാരൻ ആയ വ്യക്തിയെ തന്റെ ഉറ്റ സുഹൃത്തിനു കാണിച്ചു കൊടുക്കുന്നതിൽ എന്തേലും തെറ്റുണ്ടോ?" അവൾ അവളോട് തന്നെ ചോദിച്ചു.

സമയം ഇഴഞ്ഞു നീങ്ങിക്കൊണ്ടിരുന്നു. TTE വന്നും പോയിയുമിരുന്നെങ്കിലും അതവളെ ബാധിച്ചില്ല. ശരീരമാകെ കുത്തിവലിക്കുന്ന വേദന. ട്രെയിൻ ശരവേഗത്തിൽ പാഞ്ഞുകൊണ്ടിരുന്നു. ദൂരെ നിന്ന് അരിച്ചു കയറിയ മല്ലി, ചെമ്പകപ്പൂവിന്റെ ഗന്ധം അവളുടെ മനം മടുപ്പിച്ചു. ഏട്ടൻ ഏതോ നിഗൂഢത നിറഞ്ഞ പുസ്തക ചുരുളിലേക്കു മിഴികളുറപ്പിച്ചു. അവൾ തന്റെ മനസ്സിനെ വിദൂരതയിലുള്ള ചിന്തകളുടെ പാടത്തു വിതച്ചു.

"അതെ താനിത് ജിതിനോട് പറയണം. ഇനിയൊരു പെൺകുട്ടി

ക്കും ഇങ്ങനെ സംഭവിക്കാൻ പാടില്ല" അവൾ മനസ്സിലുറപ്പിച്ചു. ട്രെയിൻ മല്ലേശ്വരത്തു നിന്നും പതിയെ ഇഴഞ്ഞു നീങ്ങി. ഇനി ബാംഗ്ലൂർ സെൻട്രൽ ഉടൻ തന്നെ എത്തും എന്നുള്ളത് കൊണ്ടാവാം പലരും ബാഗുകളും മറ്റും മുകളിലത്തെ ബർത്തിൽ നിന്നും താഴേക്കിറക്കി. ഏട്ടൻ അവളോട് എഴുന്നേൽക്കാൻ ആവശ്യപ്പെട്ടു.

*** *** ***

"welcome to banglore Cetnral "

ഇടുപ്പെല്ലിലെ അസഹ്യമായ വേദനകൊണ്ടാവാം അവൾ ബാഗ് എടുക്കാൻ തുനിഞ്ഞില്ല. വാതിലിനു അടുത്തേക്ക് പതിയെ നടന്നു നീങ്ങിയപ്പോൾ പെട്ടെന്ന് ആരോ അവളെ പിന്നിൽ നിന്ന് വയറു ചേർത്ത് പിടിച്ചു തന്നിലേക്ക് ചേർത്ത് നിർത്തി. ആ കൈകൾക്ക് കഴിഞ്ഞ രാത്രിയിൽ തന്നിൽ കാമം വർഷിച്ചവന്റെ ഗന്ധം. ഞെട്ടിത്തരിച്ചു തിരിഞ്ഞു നോക്കിയ അവൾക്കു തന്റെ കണ്ണുകളെ വിശ്വസിക്കാനായില്ല.

"തന്റെ ഏട്ടൻ' നിമിഷ്

അവളുടെ കണ്ണുകൾ നിറഞ്ഞൊഴുകി.

അയാളുടെ കൈകളിൽ നിന്നും കുതറിമാറിക്കൊണ്ട് അവൾ വാതിലിനരികിലേക്കു ധൃതിയിൽ നടന്നു. കണ്ണ് നിറഞ്ഞിരുന്നത് കൊണ്ടാവാം എല്ലാ തവണയും തന്നെ ചിരിപ്പിച്ചിരുന്ന 'REPORTER (JITHIN)' എന്ന ബോർഡ് അവൾക്കു അവ്യക്തമായിരുന്നു. നിർത്താൻ വിമുഖത കാണിച്ച ട്രെയിനിൽനിന്നും ചാടിയിറങ്ങി അവൾ ജിതിനെ തേടി കാലുകൾ വലിച്ചു വെച്ചു. അത് മനസ്സിലാകാതെ കൂടെ ഏട്ടനും.

അബ്ദു

പെരുവിരലിലൂടെ അരിച്ചു കയറുന്ന ഉറുമ്പിലേക്ക് അബ്ദു നിർവികാരതയോടെ നോട്ടമയച്ചു. ഏതോ ലക്ഷ്യത്തിലെത്താനുള്ള ഉറുമ്പുകളുടെ വഴിയിൽ അപശകുനമായി തന്റെ കാലുകൾ മാറിയെന്ന് അയാൾ തിരിച്ചറിഞ്ഞു. ഏകാന്തതയിൽ കൂട്ടിനുള്ള ഉറുമ്പുകൾക്ക് പോലും എന്റെ ജന്മം കൊണ്ട് ദ്രോഹമേ ഉണ്ടാകുന്നുള്ളു. സെല്ലിലെ പല കാഴ്ചകളിൽ ഒന്ന് മാത്രമായിരുന്നു അത്. വലതു കവിളിലെ അരിമ്പാറയും കറുത്ത മിനുങ്ങുന്ന പുരികങ്ങളും ആറടി ഉയരവുമായിരുന്നു അബ്ദുവിന്റെ പ്രത്യേകതകൾ. മുഖം കറുത്തു കരുവാളിച്ചിട്ടുണ്ട്. നീണ്ട കാലത്തെ കാത്തിരിപ്പിന്റെ നിരാശ മുഖത്തും കൺതടങ്ങളിലും ഒരുപോലെ നിഴൽ പടർത്തിയിരിക്കുന്നു.

ഓർമവച്ച നാൾ മുതലുള്ള സുഹൃത്ത് റസാഖിനെ തിരഞ്ഞു അബ്ദു മലപ്പുറത്തു നിന്ന് ചെന്നൈക്ക് വണ്ടി കയറിയതാണ്. നിർഭാഗ്യവശാൽ ആ യാത്ര ചെന്നവസാനിച്ചത് ഈ ജയിൽ മുറിയിലാണ്. ഏതോ തീവ്രവാദി സംഘടനയുടെ അംഗം ആയിരുന്നത്രെ റസാഖ്. സ്നേഹനിധികളായ ഉമ്മയെയും ബീവിയെയും മറന്ന്, ജന്മം തന്ന രാജ്യത്തെ നശിപ്പിക്കാനുറച്ചു ഭ്രാന്തിലേക്ക് നടന്നു കയറി ചാവേറായി തീർന്നവൻ.

അന്നൊരു ഞായറാഴ്ച ആയിരുന്നു എന്നാണോർമ്മ. കോലായിലിരുന്ന കുട നിവർത്തി പൊള്ളുന്ന വെയിലിലേക്ക് അബ്ദു ഇറങ്ങി 'സുലു.. ഞാൻ മ്മടെ റസാഖിന്റെ ഉമ്മാനെ ഒന്നുപോയി കണ്ടിട്ട് വരാ. ഇന്നോ നാളെയോന്നു വച്ചു കിടക്കല്ലേ ഉമ്മി' കാലുകൾ നീട്ടി വച്ചയാൾ പഞ്ചായത്തു റോഡിലേക്കിറങ്ങി. പോകുന്ന വഴി അപ്പേട്ടന്റെ കടയിൽ നിന്ന് കുറച്ചു പഴങ്ങളും വാങ്ങി കയ്യിൽ കരുതി. ആയ കാലത്തു ഒരുപാട് ഊട്ടിയിരുന്ന ഉമ്മിയെ കാണാൻ വെറും കയ്യോടെ ഇതുവരെ പോയിട്ടില്ല. ചിന്തകളുടെ ആഴങ്ങളിൽ മുങ്ങി കിടക്കുന്ന ഉമ്മിയുടെ വരണ്ട വിരലുകളിൽ പിടിച്ചപ്പോൾ നേർത്ത ഒരു നൊമ്പരം തൊണ്ടയിൽ കുരുങ്ങി. മെല്ലെ കൺപോളകളുയർത്തി ഉമ്മി പെട്ടെന്നു 'റാസു' എന്നു പറഞ്ഞു കൈ ചേർത്തു പിടിച്ചു കരയാൻ തു

ടങ്ങി. ആ രോദനത്തിൻറെ പിടച്ചിൽ കണ്ടപ്പോൾ അബ്ദുവിനും പിടിച്ചു നിൽക്കാനായില്ല.

"അബ്ബോ. ന്റെ കുട്ടീനെ കാണാതെ കണ്ണടക്കേണ്ടിവരോ? ഉമ്മാക്കിനി അധികകാലം ണ്ടാവുംന്ന് തോന്നണില്ല, ജ്ജൊന്ന് തെരഞ്ഞു പിടിച്ച് കൊണ്ടരോ? മയ്യത്തേടുക്കും മുന്നെ ഓനെ ഒന്ന് കാണാൻ പറ്റിരുന്നെങ്കിൽ!!"

ഈ കയ്യോണ്ട് വിളമ്പി തന്നിട്ടുള്ള ചൂട് കഞ്ഞിയും പയറിന്റെ സ്വാദും മൃദുസ്നേഹവും മനസ്സിൽ വെള്ളക്കടലാസ്സിൽ എന്നപോലെ തെളിഞ്ഞു. കഴിഞ്ഞ അഞ്ചാറ് കൊല്ലമായി നാട് വിട്ടു പോയതാണ് റസാഖ്. പോലീസിൽ പരാതിപ്പെട്ടെങ്കിലും അന്വേഷണം എവിടെയും എത്തിയില്ല. മുംബൈയിൽ ഉണ്ടെന്നറിഞ്ഞു കുറേയേറേ തിരഞ്ഞു. ഏതോ നീണ്ട യാത്രയിലാണെന്നും അന്വേഷിക്കേണ്ടന്നും പറഞ്ഞു ഒരു മാസം മുൻപ് റസാഖിന്റെ ബീവിക്ക് ഒരു ഫോൺ വന്നിരുന്നത്രെ. വിളിച്ച നമ്പർ അന്വേഷിച്ചപ്പോൾ ചെന്നൈയിൽ ഉണ്ടെന്നറിയാൻ കഴിഞ്ഞു. ഉമ്മിയുടെ കരച്ചിലും ബഹളവും കണ്ടപ്പോൾ പിടിച്ചു നിൽക്കാനായില്ല. അല്ലെലും ഓനെ തിരികെ കൊണ്ടരേണ്ടത് ന്റെയും കൂടി ഉത്തരവാദിത്വമല്ലേ.

അബ്ദു റസാഖിനെ അന്വേഷിച്ചിറങ്ങി.ചെന്നൈ നഗരത്തിൽ ഊരും പേരുമറിയാത്ത റസാഖിനെ തിരയുന്നതിലെ യുക്തിയില്ലായ്മയൊന്നും അബ്ദുവിന്റെ ചെറിയ ചിന്തയിൽ കയറിയില്ല. അൽപ ദിവസത്തെ അന്വേഷണത്തിനൊടുവിൽ റസാഖ് താമസിച്ചിരുന്ന സ്ഥലം കണ്ടെത്തി.. എന്നാൽ അവൻ അവിടെയില്ലായിരുന്നു. ഒന്നു രണ്ടു പ്രാവശ്യം അവിടേക്കു അന്വേഷിച്ചു ചെന്നെങ്കിലും അയൽക്കാർക്കൊന്നും കൂടുതൽ അറിവില്ലായിരുന്നതിനാൽ തിരികെ നടന്നു. അങ്ങിനെ നിരാശയോടെ തിരഞ്ഞു നടക്കവേ പെറ്റമകനെ അവസാനമായി ഒന്നുകാണാൻ വിധിയില്ലാതെ ഉമ്മി പോയ വാർത്ത കാതുകളിൽ പ്രകമ്പനം മുഴക്കി.

അബ്ദു നാട്ടിലേക്ക് തിരിക്കാൻ തീരുമാനിച്ചു. ചെന്നൈ സ്റ്റേഷനിൽ നാട്ടിലേക്കു വണ്ടി കാത്തുനിൽക്കുമ്പോൾ ഒരുപറ്റം പോലീസുകാർ വന്ന് വലിച്ചു കൊണ്ട് പോയതേ ഓർമ്മയുള്ളു. വിചാരണ പോലുമില്ലാതെ സെല്ലിലേക്ക് തള്ളിക്കയറ്റി. റസാഖിന്റെ താമസ സ്ഥലത്തേക്ക് പോയിരുന്നു എന്ന ഒരൊറ്റ കാരണത്താൽ ശിക്ഷിക്കപ്പെട്ടു, നീണ്ട ഇരുപത് വർഷം. നിരപരാധിയാണെന്നു തെളിയിക്കപ്പെടാൻ നിസ്സഹായനായി ഇരുമ്പഴികളിലേക്ക് കണ്ണും നട്ട് ദുർവിധിയുടെ ഉമിത്തീയിൽ നീറി ഉപ്പുചാലുകൾ കണ്ണിൽ ഉറവയെടുത്ത ദിനരാത്രങ്ങൾ.

പോലീസുകാരുടെ ആക്രോശം അന്നുപോലെ ഇന്നും കാതുകളിൽ അപായമണി മുഴക്കുന്നു. "നീയും ആ കൂട്ടത്തിൽ ആണെല്ലേടാ? തനിക്കൊണംകാണിക്കാതിരിക്കുമോ? നീയൊക്കെ പുറം ലോകം കാണില്ലിനി. രാജ്യദ്രോഹികൾക്ക് തൂക്കുകയറാണ് ശിക്ഷ"

ഈ നരകജീവിതം എന്ത് തെറ്റ് ചെയ്തിട്ടാണെന്ന് മനസ്സിൽ കൂട്ടിക്കിഴിക്കൽ നടത്തി, എല്ലാ മതത്തിലും പെട്ട സുഹൃത്തുക്കളോടൊപ്പം സഹോദരങ്ങളെ പോലെ ജീവിച്ച പ്രിയസുഹൃത്ത് തീവ്രവാദിയായി മാറിയിരുന്നു എന്ന മുറിവ് ഉൾക്കൊള്ളാൻ കാലം ഏറെ എടുത്തു. ചെറുപ്പകാലത്തു മിക്ക ദിവസങ്ങളിലും റസാക്കും അബ്ദുവും ഹരിയും മറ്റു കൂട്ടുകാരോടൊപ്പം റസാഖിന്റെ ഉമ്മ വിളമ്പുന്ന കഞ്ഞിക്കായി അടുക്കളപ്പടിയിൽ കാത്തിരുന്നിട്ടുണ്ട്.

വൃശ്ചികമാസത്തിന്റെ ഉടലുറയുന്ന തണുപ്പിൽ പാട്ടു കേട്ടു അമ്പലക്കുളത്തിൽ അവരോടൊപ്പം ചാടിത്തിമിർത്തിട്ടുണ്ട്. ഇതൊക്കെവിസ്മരിച്ചു എങ്ങനെ രാജ്യം നശിപ്പിക്കാനും നിരപരാധികളെ കൊന്നൊടുക്കുവാനും ഇറങ്ങിത്തിരിക്കാൻ സാധിച്ചു? ആലോചനയുടെ ഉയർച്ച താഴ്ചയിലെങ്ങും പിടി തരാത്ത ആ ചോദ്യം. എന്തിലും ഏതിലും നന്മയും തിന്മയും ഉണ്ടെന്ന തിരിച്ചറിവുകൾക്കെല്ലാം ഈ ദുനിയാവിൽ മങ്ങലേറ്റു തുടങ്ങിയിരിക്കുന്നു. ഒരു തെറ്റും തെളിയിക്കപ്പെടാതെ ജയിലറയിൽ അടക്കപ്പെടാനുള്ള മതിയായ കാരണം അബ്ദു എന്ന ഈ പേരോ? ബലി കൊടുക്കാനുള്ള മൃഗത്തെ പോലെ അബ്ദു കഴുത്ത് ബലിക്കല്ലിൽ ചേർത്തുവച്ചു. ജയിലധികാരികൾ അയാളുടെ മനസ് പല തവണ തൂക്കിലേറ്റി. അപ്പോഴൊക്കെയും മരണം വരിക്കാതെ കയറിൽ പിടഞ്ഞു. ഇതേ കേസിൽ പെട്ട പലരെയും വെറുതെ വിട്ടെന്നറിഞ്ഞപ്പോൾ ചെറിയൊരു പ്രതീക്ഷയുടെ ദീപനാളം ഉള്ളിൽ തെളിഞ്ഞു. എന്നെയും വിടും ഇത് വെറും തെറ്റിദ്ധാരണ മാത്രം.

ആയിരം കുറ്റവാളികൾ രക്ഷപ്പെട്ടാലും ഒരു നിരപരാധി പോലും ശിക്ഷിക്കപ്പെടരുതെന്ന നീതിന്യായ വ്യവസ്ഥയിൽ വിശ്വാസം.. പക്ഷെ പ്രതീക്ഷകൾ അപ്പാടെ തകർത്തു കളയുന്നതായിരുന്ന പിന്നീടുണ്ടായതെല്ലാം. ജയിലിൽ ഒരു ഇരുളറയിലേക്ക് തള്ളിവിടുമ്പോൾ സുൽഫതും മൂന്നാം ക്ലാസ്സിൽ പഠിക്കുന്ന മറിയവും ആയിരുന്നു മനസ്സിൽ. അവരിനി ജീവിതം മുന്നോട്ടെങ്ങനെ തള്ളി നീക്കും എന്നോർത്തപ്പോൾ ഹൃദയം നുറുങ്ങി. അവരെ അല്ലാഹുവിനു സമർപ്പിച്ച് അഞ്ചു നേരവും അബ്ദു മുടങ്ങാതെ നിസ്കരിച്ചു. 'വാപ്പിച്ചി'.. എന്ന അവളുടെ കിലുങ്ങുന്ന ശബ്ദം പലപ്പോഴും കാതിൽ വന്നലച്ചു. തന്റെ നെഞ്ചിലെ ശ്വാസം ആയിരുന്നു മിക്ക രാത്രികളിലും അവളുടെ താരാട്ട്. അബ്ദു

പതുക്കെ നെഞ്ചു തടവി. കബറിടത്തിലേക്കുള്ള യാത്രക്ക് മുന്നെ മറിയ ത്തിനെ ഒരു നോക്കു കാണണം, ഒരു നോക്കു മാത്രം!! പുറത്തു വരാ ത്ത ശബ്ദത്തിൽ അബ്ദു അലറി, നെഞ്ചു പറിയുന്ന കരച്ചിൽ.

നാഴികമണി എവിടെയോ അടിക്കുന്നത് കേൾക്കാമായിരുന്നു. പ ലവിധ സംഘടനയിലുള്ളവർ ജയിലിൽ അയാളെ കാണാൻ വന്നിരു ന്നു. അവരുടെ കൂടെ ചേർന്നാൽ ജയിലിൽ നിന്ന് വിടുതൽ വാങ്ങി ച്ചു കൊടുക്കാമെന്നു വാഗ്ദാനം ചെയ്തു. പക്ഷെ അവർ പറയുന്ന ത് അതു പോലെ ആവർത്തിക്കണമെന്നും അവരുടെ സംഘടനാ പ്ര വർത്തകൻ ആയിരിക്കേണമെന്നുള്ള നിരവധി ആവശ്യങ്ങളിൽ അ ബ്ദു അപകടം മണത്തു. അവർ സമൂഹത്തിലെ ഉന്നതരായിരുന്നു. സ്വ ന്തം രാജ്യത്തിനെതിരെ പ്രവർത്തിക്കുന്നതും നിരപരാധികളെ കൊ ന്നൊടുക്കുന്നതിനെക്കാളും നല്ലത് ജയിലിൽ ജീവനൊടുങ്ങുന്നതാണെ ന്നു അന്ന് തീരുമാനിച്ചു. ജീവിതത്തിൽ ഇന്ന് വരെ പരിചയിച്ചിട്ടില്ലാ ത്ത പാതകളിലൂടെ കൂർത്ത കല്ലുകളും മുള്ളുകളും ചവിട്ടുമ്പോഴും ഒരിക്കൽ നീതിയുടെ വെള്ളിവെളിച്ചം തന്നെ തേടി വരുമെന്നുറപ്പിച്ച അനിശ്ചിതാവസ്ഥയുടെ നാളുകൾ.

ജയിലിന്റെ മതിൽ കെട്ടിനകത്ത് മറ്റുള്ള തടവുപുള്ളികളെ പോ ലെ സ്വാതന്ത്ര്യം ഉണ്ടായിരുന്നില്ല. എപ്പോഴെങ്കിലും ഒന്നു പുറത്തു കൊണ്ടുപോയാൽ മറ്റുള്ളവരുടെ ക്രൂരമായ പീഡനങ്ങൾ അവനെ ഏ കാകിയാക്കി. സെല്ലിനുള്ളിൽ തന്നെയായിരുന്നു കുളിമുറിയും കക്കൂ സും എല്ലാം. പലപ്പോഴും അയാൾ പ്രതിബിംബം നോക്കി, 'നീയോ തീവ്രവാദി' എന്ന് സ്വയം ഉറക്കെ ചോദിച്ചു. കള്ളൻ എന്ന് പലവട്ടം ഉരുവിട്ടാൽ കള്ളനായി മാറുന്ന പോലെ അബ്ദു എന്ന വ്യക്തിയെ അ യാൾ സ്വയം മറന്നു തുടങ്ങുകയായിരുന്നു. ചിലപ്പോഴൊക്കെ വിഷാ ദത്തിന്റെ അഗാധ ഗർത്തത്തിലേക്കു എടുത്തെറിയപ്പെട്ടു. ജയിലിൽ തളം കെട്ടി നിന്നിരുന്ന ജീർണ വായുവിന്റെ ഗന്ധം പോലും പിന്നീട് അയാളുടെ ജീവവായുവായി മാറി.

"ചായ ചായേ ചായേ സാർ ചായ വേണോ" പണ്ടെന്നോ കേട്ടുമ റന്ന കിലുക്കാം പെട്ടി പോലൊരു ശബ്ദം അബ്ദുവിനെ ഉണർത്തി. ക ണ്ടതെല്ലാം ഒരു സ്വപ്നം പോലെ! ചായയുമായി മുന്നിൽ നിൽക്കുന്ന പെൺകുട്ടിയുടെ നിസ്സഹായത നിറഞ്ഞ മുഖം വല്ലാതെയൊന്നുലച്ചു കളഞ്ഞു. അവസാനം ഒരു നോക്കു കാണുമ്പോൾ മറിയത്തിനും ഇതേ പ്രായമായിരുന്നു. പോക്കറ്റിൽ ഉണ്ടായിരുന്ന രൂപയെടുത്തു അവളുടെ കൈകളിലേക്കിടുമ്പോൾ ഒരു ശീതക്കാറ്റ് അയാളെ വന്നു പൊതിഞ്ഞു. അബ്ദുവിന്റെ കുഴിഞ്ഞ കണ്ണുകളിൽ നിന്നും ഒരിറ്റു കണ്ണുനീർ കവിളു

കളിൽ പരക്കാനായി വെമ്പി നിന്നു. അഞ്ചു രൂപ നോട്ട് കണ്ടപ്പോൾ പെൺകുട്ടിയുടെ വാടിയ മുഖത്ത് പുഞ്ചിരി പൂക്കൾ നിറഞ്ഞു.

പുറത്ത് എതിർദിശയിലേക്ക് ഓടിമറയുന്ന തലയുയർത്തി നിൽക്കുന്ന തേക്കിൻ മരങ്ങളെയും ഒറ്റപ്പെട്ട വീടുകളെയും താണ്ടി വേൺമേഘ കൂട്ടങ്ങൾ നിറഞ്ഞ ആകാശവിസ്തൃതി കണ്ടു തുടങ്ങി. വർഷങ്ങൾക്കു ശേഷം വെളിച്ചം കാണുമ്പോൾ ഭൂമി പഴയതുതന്നെ എന്നയാൾ തിരിച്ചറിഞ്ഞു "മാറ്റം എനിക്കാണ് എനിക്ക് മാത്രം"

ചെന്നൈയിൽ നിന്നും ലാൽ ബാഗ് എക്സ്പ്രസ്സിൽ കയറുമ്പോൾ ബാംഗ്ലൂരുള്ള മറിയത്തെ കാണുകയായിരുന്നു ലക്ഷ്യം. പിതാവിന്റെ പേരിൽ തീവ്രവാദം ആരോപിക്കപ്പെട്ടപ്പോൾ നാട് കടത്തപ്പെട്ട മകൾ. ഒപ്പം അവൾക്കു പ്രിയപ്പെട്ട ഉമ്മിയും. അവർ പേറിയ അപമാനത്തിനും ഒറ്റപ്പെടുത്തലുകൾക്കും പീഡനങ്ങൾക്കും കണക്കില്ലാതിരുന്നത്രെ. വാപ്പിച്ചിയെ അന്വേഷിച്ചിറങ്ങിയ എട്ടു വയസ്സുകാരിയുടെ ശരീരത്തിനു പോലും കഴുകന്മാർ വിലയിട്ടു.

നാട് വിട്ടോടിയ സുൽഫത്തിനും മകൾക്കും അഭയമായതു ബാംഗ്ലൂരിലെ മിഷനരിമാരുടെ സ്ഥാപനമാണ്. മതത്തിനുമപ്പുറം മനുഷ്യത്വം മാഞ്ഞു പോയിട്ടില്ലാത്ത ചിലർ. സമൂഹം കുറ്റവാളി എന്ന് മുദ്ര കുത്തിയപ്പോഴും ഒന്നേ മനസ്സിൽ ഉണ്ടായിരുന്നുള്ളു, എന്റെ ചോരയിൽ പിറന്ന മകൾ. അവളോട് വാപ്പിച്ചി നിരപരാധിയാണെന്ന് ഉരുവിടണം. ബോധ്യപ്പെടുത്തണം.അവളുടെ മുൻപിൽ പഴയ അബ്ദുവായി നിവർന്നു നിൽക്കണം. പാതി വഴിയിൽ ഉപേക്ഷിച്ചു പോവാൻ പലതരം അവസരങ്ങൾ ഉണ്ടായിട്ടും എന്റെ ഓർമകളെ ചേർത്തു പിടിച്ചു കൊണ്ട് കാലങ്ങൾ കാത്തിരുന്ന സുലു. അവളോട് ഒന്നും പറയുവാനില്ലിനി. ആ കരങ്ങൾ ചേർത്തുപിടിച്ചു നെഞ്ചിലെ ഭാരമിറക്കിവച്ചു ഉറക്കെ ഒന്നു പൊട്ടിക്കരയണം.

മറിയത്തിന്റേതായി ഇടയ്ക്കു വന്നിരുന്ന കത്തുകൾ മാത്രമായിരുന്നു ഏക ആശ്വാസം. എട്ടു വയസ്സിൽ നഷ്ടപെട്ട തന്റെ മകൾ തന്നെ ഓർക്കുന്നത് തന്നെയാണ് ജീവിതം മടുത്തപ്പോഴൊക്കെയും ജീവിക്കാൻ പ്രേരിപ്പിച്ചത്. അവളയച്ച കത്തുകളിലൂടെയാണ് അവരനുഭവിച്ച ആഘാതത്തിന്റെ ഒരേകദേശ രൂപം ലഭിച്ചത്. ആ കത്തുകളിലെ അവരുടെ ജീവിതത്തിന്റെ കയ്പ്പിനോട് സ്വന്തം കണ്ണുനീരിന്റെ ഉപ്പു ചേർത്തുവക്കാൻ മാത്രമേ കഴിഞ്ഞിരുന്നുള്ളൂ.മറിയത്തിന്റ കൂടി ശ്രമങ്ങൾ കൊണ്ട് ഇരുപതു വർഷങ്ങൾക്കു ശേഷം നിരപരാധിയെന്നു തെളിഞ്ഞു നിയമം വെറുതെ വിട്ടപ്പോൾ തനിക്കു നഷ്ടപ്പെട്ട യൗവനം, മറിയത്തിന്റെ നഷ്ടപ്പെട്ട ബാല്യം, സുൽഫത്തിന്റെ ഇരുപത് വർ

ഷത്തെ കാത്തിരിപ്പ്, ഇതൊക്കെ നിഷേധിക്കപ്പെട്ടതിന് ഇനിയാരാണ് ഉത്തരവാദി? ജയിലിലേക്ക് തള്ളിവിട്ട പോലീസുകാരോ, വർഷങ്ങൾ നീളുന്ന വിചാരണകളോ, നൂലാമാലകളിൽ കെട്ടുപിണഞ്ഞ നിയമങ്ങളോ, ടീ ആർ പി കൂട്ടാൻ വേണ്ടി വാർത്താവ്യഭിചാരം നടത്തുന്ന മാധ്യമങ്ങളോ? കടലാസ്സിൽ മാറ്റിയെഴുതുംപോലെ തിരുത്താൻ സാധിക്കുമോ ഒരു നിരപരാധിയുടെ ജീവിതം. ഈ ലോകത്ത് ജയിലുകളിൽ അങ്ങനെ എത്ര പേർ!

ശരീരത്തിനേറ്റ മുറിവുകൾ ഉണങ്ങി കഴിഞ്ഞിരിക്കുന്നു, എന്നാൽ ആത്മാവിനേറ്റ ക്ഷതങ്ങൾക്ക് മരുന്നില്ല. മാധ്യമ വിചാരണയിൽ ഒരിക്കൽ കുറ്റവാളിയാക്കപ്പെട്ടാൽ പിന്നെ നിയമം നിരപരാധി എന്ന് വിധിയെഴുതിയാലും നിരപരാധിത്വത്തിലേക്കു തിരിച്ചു പോക്കില്ല. ജീവിതത്തിൽ ആദ്യമായി കേരളത്തിനു പുറത്ത് യാത്ര ചെയ്ത് ചെന്നൈയിൽ എത്തിയ തനിക്ക് ആന്തരാഷ്ട്ര തീവ്രവാദി സംഘടനയുമായി ബന്ധമുണ്ടെന്ന് മാധ്യമങ്ങളുടെ അന്തി ചർച്ചകളിൽ പലരും ആക്രോശിച്ചപ്പോൾ സമൂഹം ചാർത്തിതന്നത് രാജ്യദ്രോഹി പട്ടമായിരുന്നു. ഇനി അതിൽ നിന്നൊരു മോചനമില്ല, ഒരിക്കൽ കുരിശിലേറ്റപ്പെട്ടവന് ഉയിർത്തെഴുന്നേൽക്കാൻ ഉള്ള അവസരം ലഭിക്കാത്തത് പോലെ! അസുഖകരമായ ഓർമയുടെ ഒഴുക്കുകൾ ഞരമ്പുകളെ പിടപ്പിച്ചു കൊണ്ടിരുന്നു. മുഷ്ടി ഒന്നുകൂടി മുറുക്കി ചുരുട്ടി പിടിച്ചു.

"ഫിർ ആപ് കി നസീബ് മേം." തൊട്ടടുത്തിരിക്കുന്ന ചെറുപ്പക്കാരന്റെ ഇയർ ഫോണിൽനിന്നും ഒരു ഗസൽ അയാൾ വ്യക്തമായി കേട്ടു... "എന്റെ അടുത്തേക്ക് ഒരിക്കൽ കൂടി ഒന്ന് വരൂ... ഇനി ഒരിക്കലും നമ്മുടെ ആയുസിന്റെ കിതാബിൽ ഇങ്ങനെ ഒരേടുണ്ടാവുമെന്ന് തോന്നുന്നില്ല... ഇത് പോലൊരു കൂടി കാഴ്ചയും... " അബ്ദുവിന് ചെറുതായി ശ്വാസം മുട്ടി. അവസാന കൂടിക്കാഴ്ച്ചക്ക് വിളിക്കുന്ന മനുഷ്യർ... ഇനി കണ്ടു മുട്ടാനിടയില്ലാത്ത വഴികളിലൂടെ വേർപിരിഞ്ഞു പോകുന്ന പ്രിയപ്പെട്ടവർ..!പിന്നെയും അയാൾക്കു സുൽഫത്തിനെ ഓർമ വന്നു. "അവളെ പോലെ അത്രമേൽ മനോഹരമായി നിന്നെ ഒരാൾക്കും ഈ ലോകത്തു കാത്തിരിക്കാനാവില്ല അബ്ദു", ജയിലിലെ ആദ്യകാലങ്ങളിൽ സന്ദർശനത്തിന് വന്നിരുന്ന ഹരിയുടെ വാക്കുകൾ അയാൾ ഓർമയിൽ നിന്നു നുണഞ്ഞെടുത്തു.

മുന്നിലത്തെ സീറ്റിൽ ഒരു പിഞ്ച് കുഞ്ഞിനെ നെഞ്ചോടടുക്കി പിടിച്ചിരിക്കുന്ന കണ്ണീരണിഞ്ഞ മുഖമുള്ള മനുഷ്യനിലേക്ക് അബ്ദുവിന്റെ മിഴികൾ പാറി വീണു. അയാളുടെ കണ്ണുകളിൽ നിസ്സഹായത തെളിഞ്ഞു കാണാമായിരുന്നു. കുഞ്ഞിനെ പൊതിഞ്ഞ അയാളുടെ

വിരലുകൾ വിറക്കുന്നുണ്ടായിരുന്നു. എതിരെ ഇരുന്ന അയാളോട് പുഞ്ചിരിക്കാൻ ശ്രമിച്ചപ്പോൾ താൻ ചിരിക്കാൻ പോലും മറന്നുപോയതായി അബ്ദു തിരിച്ചറിഞ്ഞു. നോട്ടം ആ മനുഷ്യനിൽ അസ്വാഭാവികമായ വെപ്രാളം ഉണ്ടാക്കുന്നതായി അനുഭവപ്പെട്ടപ്പോൾ അബ്ദു മിഴികൾ മാറ്റി പുറത്തേക്കു നട്ടു കൊണ്ട് നെടുവീർപ്പയച്ചു. ഒരിക്കൽ ജനിച്ചു വീണാൽ എല്ലാ പരീക്ഷണങ്ങളും അതിജീവിച്ചേ മതിയാകൂ. നമ്മളെ പരിണമിപ്പിക്കാനുള്ള റബ്ബിന്റെ നിയമമത്രേ അത്.

നീളത്തിലുള്ള ചൂളംവിളി ചിന്തകളിൽ നിന്നുണർത്തി അടുത്ത സ്റ്റേഷന്റെ വരവറിയിച്ചു. മറിയത്തെ കാണാൻ ഇനി നിമിഷങ്ങൾ മാത്രം. ഹൃദയമിടിപ്പ് തൊട്ടറിയുന്നുണ്ട്. അബ്ദു അറിയാതെ തൊലിപ്പുറത്തെ നരച്ച രോമങ്ങളിലേക്ക് നോക്കി. കൈവിരലുകൾ ചെറുതായി വിറക്കുന്നുണ്ടോ. അതെ,വയസായിരിക്കുന്നു. സീറ്റിലേക്ക് അബ്ദു തളർന്നിരുന്നു. മനസ്സ് റസാഖിനെ തേടി വീട്ടിൽ നിന്നിറങ്ങിയിടത്തു നിൽക്കുന്നു. പക്ഷേ ശരീരമോ? 20 വർഷങ്ങൾ.!കാണുമ്പോൾ സുൽഫത്തു നെഞ്ചിൽ വീണു കരയുമായിരിക്കും. അവളെ ഹൃദയത്തോട് ചേർത്ത് പിടിക്കണം. പണ്ടത്തെ പോലെ അത്രയും ശക്തമായി തന്നെ. അബ്ദു വാശിയോടെ തീരുമാനിച്ചു. വീണ്ടും അയാൾ കൈ വിരലുകൾ വായുവിൽ ഉയർത്തി വെച്ചു വിറക്കുന്നുണ്ടോ എന്ന് നോക്കി. ഉണ്ട്, അയാളുടെ കണ്ണുകളിൽ ചെറുതായി നീരുറഞ്ഞു. ഇനി ഒരിക്കലും സുൽഫത്തിനെ അത്രയും ശക്തമായി കെട്ടിപ്പിടിക്കാൻ ആവില്ലെന്നും, മോളെ നെഞ്ചിൽ കിടത്തി ഉറക്കാൻ ആവില്ലെന്നും ഉള്ള തിരിച്ചറിവിൽ അയാളുടെ കണ്ണുകൾ പിന്നെയും നിറഞ്ഞു.

കയ്യിലുണ്ടായിരുന്ന പ്ലാസ്റ്റിക് കവറും ചുരുട്ടിയെടുത്തു സാഹസപൂർവം കമ്പിയഴിയിൽ തൂങ്ങി അയാൾ എണീറ്റു. ഇത്രകാലത്തെ കാത്തിരിപ്പിന്റെ വസന്തത്തിലേക്ക് ട്രെയിനിന്റെ പടികളിറങ്ങുമ്പോൾ അയാളെ കാത്ത് ആരും തന്നെ അവിടെ ഉണ്ടായിരുന്നില്ല. ആ നിമിഷം മുതൽ കീശയിലുള്ള മറിയത്തിന്റെ കത്തിന് ഭാരം വർദ്ധിച്ചു വരുന്നതായി അയാൾക്ക് തോന്നി. ഇനിയും കാലം അയാൾക്കായി കാത്തുവച്ച നീതി എന്തെന്നറിയാതെയും ജീവിതത്തിലെ ഇരുളുകൾ ഒടുങ്ങാതെയും രാജ്യദ്രോഹി എന്ന വിളി കാതുകളിൽ മുഴങ്ങിക്കൊണ്ടിരുന്നു.

ജ്യോതി

സന്ധ്യാ നേരവും കഴിഞ്ഞ് രാത്രിയുടെ ഇരുട്ടിന് കനം കൂടി വരുന്നതെ ഉള്ളുവെങ്കിലും വഴിയിലെ വിജനതയും ചുറ്റുപാടിനെ ശോകപ്പെടുത്തുന്ന നിശബ്ദതയും അയാളുടെ ഉള്ളിൽ ഭയം നിറച്ചിരുന്നു...

മകളുടെ കയ്യിലെ പിടി കൂടുതൽ മുറുക്കി കൊണ്ട് നടത്തത്തിന് വേഗത കൂട്ടാൻ അയാൾ ശ്രമിച്ചു. പ്രായം മനസിനെ മാത്രമേ കീഴ്പ്പെടുത്താൻ ബാക്കിയുള്ളൂ.കാൽ മുട്ടിലെ നീറ്റലും നടുവിലെ ഡിസ്കിന്റെ പ്രശ്നവും മനസിനൊപ്പം ശരീരത്തെ ചലിപ്പിക്കാമെന്നത് വെറും നിരാശയിലൊതുങ്ങുന്നു. കൂടെ പ്രായപൂർത്തിയായ മകളുള്ളതാണ്. ഈ സമയവും വീട്ടിലെത്താനുള്ള ദൂരവും ശരീരത്തിന്റെ വയ്യായ്കയുമൊക്കെ വില്ലൻ കഥാപാത്രമായി അയാളെ അസ്വസ്ഥനാക്കുന്നത്. യഥാർത്ഥത്തിൽ അവരെ ആരോ പിന്തുടരുന്നുണ്ടെന്ന് കുറച്ചു വഴി കൂടി പിന്നിട്ടപ്പോഴാണ് അയാൾക്ക് തിരിച്ചറിയാനായത്. മകൾ ജ്യോതിയാണ് ആ പിന്തുടരുന്നത് അപകടമാണോ എന്ന സംശയം അച്ഛനെ ബോദ്ധ്യപ്പെടുത്തിയത്.

സ്ട്രീറ്റ് ലൈറ്റ് വെളിച്ചം വിതറാത്ത ഈ വഴിയിൽ താൻ പേടിച്ചത് പോലെ തന്നെ സംഭവിച്ചിരിക്കുന്നു. അയാൾ എല്ലാ ദൈവങ്ങളെയും വിളിച്ച് മകളെ കൂടുതൽ ചേർത്ത് പിടിച്ച് തന്റെ സർവ്വ ശക്തിയും കാലുകൾക്ക് നൽകി നടത്തത്തിന് വേഗത കൂട്ടി. അവരുടെ പിന്നിൽ അധികം ദൂരമില്ലാതെ കരിയിലകൾ വില്ലന്റെ ചുവടുകളിൽ ഞെരിഞ്ഞമരുന്ന ശബ്ദം ആ വയോധികന്റെ ഹൃദയ മിടിപ്പ് വർദ്ധിക്കാൻ കാരണമായി. മുന്നിലെ ഇരുട്ടിനൊപ്പം കണ്ണിലും മനസിലും പുകഞ്ഞു കൂടിയ പേടിയുടെ ഇരുൾ അയാളെ വല്ലാതെ തളർത്തി. നടത്തം പിന്നെ ഓട്ടമായി....

ആ വഴി ചെന്നെത്തുന്നത് ഒരു റെയിൽവേ ട്രാക്കിലാണ്; അത് കടന്ന് ഒരല്പം കൂടി പോകണം റെയിൽ പാളങ്ങൾ മറികടക്കാൻ. അയാൾ അതിലേക്ക് കഷ്ടപ്പെട്ട് കയറിയപ്പോഴാണ് അയാൾ ഞെട്ടലോടെ ഒരു കാര്യം ശ്രദ്ധിക്കുന്നത്, ഓട്ടത്തിനിടയിൽ മകളുടെ പിടി വിട്ടു പോയിരുന്നു. ഓടി വന്ന വഴിയിലേക്ക് ആധിയോടെ അയാൾ നോ

ക്കി, ഇരുൾ പുതച്ച വഴി മാത്രം നിശബ്ദതയിൽ ലയിച്ചു കിടക്കുന്നു. ആ അച്ഛന്റെ ഉള്ളിൽ നിന്ന് അറിയാതെ വന്ന ഒരു നിലവിളി വിജനതയിലെ നിശ്ശബ്ദതയെ ഭേദിച്ച് അവിടെ പ്രകമ്പനങ്ങൾ തീർത്തു.

പെട്ടെന്നാണത് സംഭവിച്ചത്. അങ്ങ് ദൂരെ നിന്ന് ഒരു വെളിച്ചവും കാതടപ്പിക്കുന്ന ശബ്ദവും അയാൾക്ക് നേരെ വെടിയുണ്ട പോലെ പാഞ്ഞടുത്തത്, ബും.. ആ അതിവേഗ ട്രെയിൻ രക്ഷപ്പെടാനുള്ള ഒരു സെക്കന്റ് പോലും നൽകാതെ തന്റെ മുകളിലൂടെ കടന്നു പോയി.

“അയ്യോ....ഭീകരമായ ആ സ്വപ്നത്തിൽ നിന്നും അയാൾ ഞെട്ടലോടെ പുറത്ത് ചാടി. പേരമ്പൂർ സ്റ്റേഷനിലെ നോർമൽ കാലാവസ്ഥയിലാണെങ്കിലും സ്വപ്നത്തിലെ ആ ഓട്ടത്തിൽ അയാൾ ആകെ വിയർത്തു പോയിരുന്നു. കുറച്ചു ദിവസങ്ങളായി ജീവിതത്തിലെ പ്രതീക്ഷയുടെയും സ്വപ്നങ്ങളുടെ യും ഇടയിലേക്ക് കയറി വന്ന ഒരു കരിനിഴൽ അയാളെ വേട്ടയാടി കൊണ്ടിരിക്കുകയാണ്...

ബാംഗ്ലൂർ സിറ്റിയിലേക്കുള്ള വണ്ടി വരാൻ കുറച്ചു കൂടി സമയമുണ്ടായിരുന്നു. കോളേജിൽ നിന്നും മകളെ കൊണ്ടു വരാൻ ചെന്നൈക്ക് വന്നതാണ്, അതിരാവിലെ തുടങ്ങിയ യാത്രയും അതിന്റെ ക്ഷീണവുമാവാം ഇവിടെ കിടന്ന് മയങ്ങി പോയത്. മകൾക്കൊപ്പം വളരെ ജാഗ്രതയോടെയുള്ള ഒരു യാത്രയാണിത്. തിരക്കുള്ള ഈ സ്റ്റേഷനിൽ ഞാനിങ്ങനെ ആശ്രദ്ധയോടെ ഉറങ്ങിപ്പോകാൻ പാടില്ലായിരുന്നു. അയാൾ സ്വയം പരിതപിച്ചു.

ഇരിക്കുന്ന സീറ്റിൽ തന്റെ കൂടെ മകളില്ലെന്നറിഞ്ഞപ്പോൾ അയാളുടെ പേടി ഉള്ളിൽ വീണ്ടും പതഞ്ഞു തുടങ്ങി.അല്പം മാറി അവൾ ഫോണിൽ ആരോടോ സംസാരിക്കുകയാണ്. അയാൾക്ക് ദേഷ്യം ഇരച്ചു വന്നു.

”ആരാടി ഫോണിൽ....”

“അച്ഛാ അമ്മയാണ്...”

“മതി ഫോണ് വെക്കൂ ട്രെയിൻ വരാറായി.”

മകളെയും കൂട്ടി അയാൾ വീണ്ടും സീറ്റിൽ വന്നിരിക്കുമ്പോൾ വണ്ടി വരുന്നതിന് മുന്നോടിയായുള്ള ബെൽ മുഴങ്ങുന്നുണ്ടായിരുന്നു.

“അച്ഛനെന്നെ ഇപ്പോഴും സംശയമാണല്ലേ...” അവളുടെ കൊഞ്ചിക്കൊണ്ടുള്ള ചോദ്യത്തിന് ഒരു നൂറ് മറുപടികൾ മനസിലുണ്ടെങ്കിലും അയാൾ ഒന്നും തന്നെ പറഞ്ഞില്ല. അച്ഛന്റെ മാനസികാവസ്ഥ ആ നെഞ്ചിൽ കുറേ കിടന്നുറങ്ങിയ മകൾക്ക് നല്ലപോലെ അറിയാമായിരുന്നു.

“അച്ഛനുമമ്മയും പേടിക്കുന്നത് പോലെ നിങ്ങളെയൊക്കെ ഉപേ

ക്ഷിച്ച് ഞാൻ ഗൗതമിന്റെ കൂടെ ഇറങ്ങി പോകയൊന്നുമില്ല അച്ഛാ...നിങ്ങളുടെയൊക്കെ സമ്മതത്തോടെ മതി എല്ലാമെന്നാണ് ഗൗതമും പറയുന്നത്."

"അതൊക്കെ വീട്ടിലെത്തിയിട്ട് സംസാരിക്കാം...ഇപ്പൊ അതിനെ കുറിച്ചൊന്നും പറയണ്ട"

"വീട്ടിലെത്തിയാൽ അമ്മ ഒട്ടും സമ്മതിക്കില്ല അച്ഛാ... കുറച്ചെങ്കിലും എന്നെ ഉൾക്കൊള്ളാനും മനസിലാക്കാനും കഴിയുന്നത് അച്ഛന് മാത്രമാണ്"

"മതി, നീ പറയുന്നതിനൊക്കെ ഞാൻ നിന്ന് തന്നതിന്റെ കുഴപ്പങ്ങളാ ഞങ്ങൾക്കീ ഗതി വന്നത്."

"അതിനിപ്പോ എന്താണച്ഛാ....ഇവിടെ സംഭവിച്ചത്... ഞങ്ങൾ തമ്മിൽ എപ്പോഴും കാണുന്നവരാ... സംസാരിക്കുന്നവരാ... പിന്നീടെപ്പോഴോ പരസ്പരം ഇഷ്ടപ്പെട്ടുപോയി...., ഫ്യുച്ചറിനെ കുറിച്ച് ഞാൻ പറഞ്ഞപ്പോൾ എല്ലാവരുടെയും സമ്മതത്തോടെയും ഇഷ്ടത്തോടെയും തന്നെ കല്യാണത്തെ കുറിച്ച് ആലോചിക്കാം എന്ന് അവൻ തന്നെയാണ് പറഞ്ഞത്. അത്കൊണ്ടാണ് ഞാൻ ഈ സംഗതി അച്ഛനെ വിളിച്ചു പറഞ്ഞതും.." അച്ഛന് ദേഷ്യം കനക്കുന്നതിന് അനുസരിച്ച് അവളുടെ സംസാരവും വൈകാരികമായി മാറിയിരുന്നു....തുടർന്ന് ആത്മഗതം പോലെ പറഞ്ഞ വാക്ക് പതുക്കെയാണെങ്കിലും അയാളത് കേട്ടു

"ഇപ്പൊ തോന്നുന്നു.... അച്ഛനോട് ഇതൊന്നും പറയരുതായിരുന്നു...എന്ന്"

വളരെ വൈകാരികത നിറഞ്ഞ ആ അച്ഛന്റെയും മകളുടെയും സംസാരത്തിന് ബ്രേക്കിട്ടു കൊണ്ട് ലാൽബാഗ് എസ്പ്രെസ് അവരുടെ മുന്നിൽ പതിയെ വന്നു നിന്നു.....ട്രെയിനിൽ ചെറിയ തിരക്കുണ്ടായിരുന്നെങ്കിലും തന്റെ പ്രായത്തോളം വരുന്ന ഒരു വയോധികൻ അല്പം നീങ്ങിയിരുന്ന് അവർക്കുള്ള ഇരിപ്പടം നൽകി.

നീണ്ട ഹോണിനൊപ്പം വണ്ടി മെല്ലെ ചലിച്ചു തുടങ്ങിയപ്പോൾ കലങ്ങി മറിഞ്ഞ മനസിലെ ചുഴിയിൽ കിടന്നു കറങ്ങുന്ന അച്ഛനെ ചിന്തകളിൽ നിന്നുണർത്തി ജ്യോതി വീണ്ടും സംസാരിച്ചു തുടങ്ങി.

"അച്ഛാ ഇപ്പൊ എന്നെ കോളേജിൽ നിന്ന് വിളിച്ചു കൊണ്ടു വന്നതിന്റെ ഉദ്ദേശമെന്താണ്....ഇനി എന്നെ പഠിക്കാൻ വിടില്ല എന്നാണോ..."

"നമുക്ക് ബാംഗ്ലൂരിൽ തന്നെ ഏതെങ്കിലും കോളേജിൽ നോക്കാം, അതാവുമ്പോ നിനക്ക് വീട്ടിൽ തന്നെ നിക്കാലോ.."

"ഈ ബുദ്ധി അമ്മയുടേതായിരിക്കും അല്ലേ..."

"അമ്മയുടെ മാത്രം തീരുമാനമൊന്നുമല്ല,എനിക്കും അതാണ് നല്ല തെന്നാണ് തോന്നുന്നത്." ജ്യോതിയുടെ മുഖം സങ്കടവും ദേഷ്യവും കാരണം ചുവന്നു, പതിയെ സംസാരിച്ചിരുന്ന അവളുടെ വാക്കുകൾക്ക് ശബ്ദം വർധിച്ചു തുടങ്ങി.

"അവിടന്ന് മാറ്റി വേറൊരു കോളേജിലേക്കും ഞാനില്ല, ഞാൻ പഠിത്തം നിർത്തി വീട്ടിലിരുന്നോളാം, അപ്പൊ എല്ലാർക്കും സമാധാനമാവുമല്ലോ..."

"മതി... ഇനി ഇതിനെ കുറിച്ചുള്ള സംസാരം വേണ്ട; ആളുകൾ ശ്രദ്ധിക്കുന്നു, വീട്ടിൽ ചെന്നിട്ട് നമുക്ക് എന്താന്ന് വെച്ചാൽ തീരുമാനിക്കാം.."

"ഇനി എന്ത് തീരുമാനിക്കാൻ തീരുമാനമൊക്കെ ആയില്ലേ."

ജ്യോതിയുടെ കണ്ണുകൾ നിറഞ്ഞിരുന്നു. അയാൾ മകളെ ചേർത്ത് പിടിച്ച് സമാധാനിപ്പിക്കാൻ ശ്രമിച്ചു, പക്ഷെ അവൾ അതിനു സമ്മതിക്കാതെ പിണക്കത്തോടെ വിട്ട് മാറി മുഖം പൊത്തിയിരുന്നു. ട്രെയിനിപ്പോൾ അല്പവിശ്രമത്തിനായി അടുത്ത സ്റ്റേഷനിൽ നിർത്തിയിരിക്കുകയാണ്. അയാൾ എവിടെയെത്തി എന്നറിയാൻ പുറത്തേക്ക് കണ്ണുകളയച്ചു, ആരക്കോണം സ്റ്റേഷൻ. പിന്നെ വാച്ചിലേക്ക്... സമയം അഞ്ചു മണിയോടടുക്കുന്നു.

കുറച്ചു നേരമായി അച്ഛനും മകളും തികഞ്ഞ നിശ്ശബ്ദതയിലാണ് രണ്ടു പേരുടെയും മനസിനകത്ത് പക്ഷെ എങ്ങുമെത്താത്ത ചിന്തകളുടെ വേലിയേറ്റവും..

ജ്യോതിയുടെ വാട്സ്ആപ്പിൽ ഒരു മേസേജ്...

അവൾ അതിന് വേണ്ടി കാത്തിരുന്ന പോലെ പ്രതീക്ഷയോടെ എടുത്ത് നോക്കി... കുറേനേരം ആ സന്ദേശത്തിൽ തന്നെ അവൾ നോക്കിയിരുന്നു.

ജ്യോതി മുഖത്ത് ചെറു പുഞ്ചിരി വരുത്തി സ്നേഹം പ്രകടമാക്കി അച്ഛനടുത്തേക്ക് ചേർന്നിരുന്നു

"അച്ഛാ അടുത്ത സ്റ്റേഷൻ ബംഗാരപേട്ട് ആണ്. അവിടെ വന്നാൽ ഒന്ന് കാണാൻ സമ്മതിക്കുമോ എന്നാണ് ഗൗതം ചോദിക്കുന്നത്, എന്നെയല്ല അച്ഛനെ ഇതുവരെ നേരിട്ട് കണ്ടില്ലല്ലോ"

എന്നെയെന്തിനാ അവൻ കാണുന്നേ..? എനിക്ക് ആരെയും കാണുകയൊന്നും വേണ്ട.."

"അച്ഛാ പ്ലീസ്.. പെട്ടെന്ന് അച്ഛനെന്നെ വിളിച്ചോണ്ട് വന്നത് കൊണ്ട് പോരുമ്പോൾ അവനെ കാണാനോ ഒന്നും പറയാനോ പറ്റിയില്ല... ഇവിടെ ഒന്നോ രണ്ടോ മിനിറ്റിന്റെ കാര്യമല്ലേ ഉള്ളൂ..."

“ഒരു കാര്യം ചെയ്യ്....ആ ഫോണിങ്ങു താ...” അയാൾ അവളുടെ കയ്യിൽ നിന്ന് മൊബൈൽ ഫോൺ പിടിച്ചു വാങ്ങി.

“ഇതൊന്നും ഇപ്പഴേ വാങ്ങി കൊടുക്കേണ്ടെന്ന് അമ്മ അന്നേ പറഞ്ഞതാണ്; അന്ന് അത് കേൾക്കാത്തത് തെറ്റായിപ്പോയി.” വീണ്ടും ജ്യോതി പിണങ്ങി മാറി ഇരിക്കുമ്പോൾ അവളുടെ മുഖത്ത് അവസാനത്തെ വെളിച്ചവും അണഞ്ഞു പോയതിന്റെ നിരാശയും വേദനയും വല്ലാതെ നിഴലിച്ചിരുന്നു. അവൾ ഓടി മറയുന്ന പുറത്തെ കാഴ്ചകളിലെവിടെയോ നോക്കിക്കൊണ്ട് എന്തൊക്കെയോ പിറു പിറുക്കുകയും സ്വയം പരിതപിക്കുകയും ചെയ്യുന്നുണ്ടായിരുന്നു.

സ്നേഹവും വെറുപ്പും സന്തോഷവും ദുഖവും തുടങ്ങി വികാര വിചാരങ്ങളുടെ വൈവിധ്യ തലങ്ങൾ പേറുന്ന അനേകം മനസുകളുടെ ഉടലുകളുമായി ലാൽബാഗ് എക്സ്പ്രസ് പിന്നെയും യാത്ര തുടർന്നു. മിനിറ്റുകൾ മാത്രം നിൽക്കുന്ന ഓരോ സ്റ്റേഷനും കഴിയുന്തോറും വീടണയാനുള്ള സമയവും ദൈർഘ്യവും കുറഞ്ഞു വരുന്നു എന്ന ആശ്വാസത്തിലായിരുന്നു അയാൾ.

എവിടെയൊക്കെയോ മനസ് തറപ്പിച്ച് ഇരുന്ന ജ്യോതി ഇപ്പോൾ നല്ല മയക്കത്തിലാണ്. അയാളുടെ ചുമലിൽ ചാഞ്ഞുറങ്ങുന്ന മകളെ ആ അച്ഛൻ സ്നേഹാർദ്രമായി കുറച്ചു നേരം നോക്കിയിരുന്നപ്പോൾ അറിയാതെ കണ്ണു നിറഞ്ഞു പോയി. അയാളുടെ ഉള്ളിൽ അവളുടെ കുഞ്ഞുനാൾ മുതൽക്കുള്ള മധുരമായ കുറെ നല്ല നിമിഷങ്ങൾ അയാളുടെ ഓർമ്മകളെ തേടി വന്നു. ആ ഓർമ്മകളുടെ മധുരം അയാളെയും മയക്കത്തിലേക്ക് ക്ഷണിക്കുന്നുണ്ടായിരുന്നു. പക്ഷെ, ഈ യാത്രയിൽ ആരോ തട്ടിയെടുക്കാൻ ശ്രമിക്കുന്ന എന്റെ നിധിയാണ് കൂടെയുള്ളത്. അത് കൊണ്ട് ഒരു ചെറു മയക്കം പോലും അയാൾക്ക് ഈ നിമിഷങ്ങളിൽ ഭയമാണ്. ഒരു ലഹരി പോലെ വന്നു പോകുന്ന ഈ ഉറക്കിൽ നിന്ന് അയാൾ സ്വയം തെന്നി മാറിക്കൊണ്ടിരുന്നു.

വണ്ടി ഇപ്പോൾ വേഗത കുറച്ച് അടുത്ത സ്റ്റേഷനിൽ നിർത്താനുള്ള തയ്യാറെടുപ്പിലാണ്, ജ്യോതി ഉറക്കത്തിൽ നിന്നുണർന്ന് ചുറ്റിലും കണ്ണോടിക്കുകയാണ്. ഏതോ ഒരു ദുഃസ്വപ്നം കണ്ട് ഞെട്ടിയുണർന്നത് പോലെ അവളുടെ മുഖത്തും ശരീര ഭാഷയിലും കുറച്ചു നേരത്തേക്കാണെങ്കിലും അസ്വസ്ഥത നിഴലിച്ചു.

ട്രെയിനിലെ ചായക്കാരൻ വന്നപ്പോൾ അയാൾ മകളോട് ചോദിച്ചു

“മോളെ....ചായ വേണോ...” ജനലിലൂടെ പുറത്തെ കാഴ്ച്ചകളിൽ നിന്ന് കണ്ണെടുക്കാതെ തന്നെയാണ് അവൾ അതിന് മറുപടി പറഞ്ഞ

ത്.

"വേണ്ട..." അപ്പോഴേക്കും വണ്ടി സ്റ്റേഷനിൽ നിർത്തിയിരുന്നു. പെട്ടെന്ന് എന്തോ ഓർത്തെടുത്തത് പോലെ അവൾ അച്ഛച്ചനോട് പറഞ്ഞു.

"ചായ വേണ്ട, വെള്ളം മതി.."

"വെള്ളമോ.. ഹാ എന്ന ഞാൻ വാങ്ങിച്ചു വരാം..." അയാൾ ധൃതിയിൽ വെള്ളം വാങ്ങാൻ വണ്ടിയിൽ നിന്ന് ഇറങ്ങാനൊരുങ്ങുമ്പോൾ ഒരു ഉൾവിളി. അയാൾ തിരിച്ചു പോയി ജ്യോതിയെ വിളിച്ചു.

"വാ...നീയും കൂടെ വാ, ഇവിടെ ഒറ്റക്ക് ഇരിക്കേണ്ട"

"അതിനെന്താ....അച്ഛൻ വാങ്ങിച്ചിട്ട് പെട്ടെന്ന് വരില്ലേ.. ഞാനിവിടെ ഇരിക്കാം..."

"പറയുന്നത് കേൾക്കൂ.." അയാൾ അവളെ നിർബന്ധിച്ച് ഒപ്പം കൂട്ടി.

അധികം സമയമില്ലായിരുന്നു. സ്റ്റേഷനിലെ തൊട്ടടുത്ത കടയിൽ നിന്നും ഒരു ബോട്ടിൽ വെള്ളം വാങ്ങുമ്പോഴേക്കും ട്രെയിൻ ചലിച്ചു തുടങ്ങി. അയാൾ വെപ്രാളത്തോടെ ജ്യോതിയുടെ കൈ വിടാതെ തങ്ങളുടെ കമ്പാർട്ട്മെന്റിലേക്ക് ഓടി... വണ്ടിയിൽ കയറാനുള്ള ആളുകൾ അപ്പോഴും തിക്കി തിരക്കി കയറുന്നുണ്ടായിരുന്നു. ആ തിരക്കിനിടയിൽ ഒരുവിധം കഷ്ടപ്പെട്ട് ട്രെയിനിൽ കയറിയപ്പോഴേക്കും വണ്ടിക്ക് അല്പം വേഗത വന്നിരുന്നു.. അപ്പോഴാണ് അയാൾ ആ കാര്യം ശ്രദ്ധിച്ചത്. മകൾ ട്രെയിനിൽ കയറിയിട്ടില്ല. കയറാൻ നേരത്ത് അവളുടെ കയ്യിലെ പിടി വിട്ടിരുന്നു. ഒന്നുകിൽ അവൾ സ്വയം കയറാതിരുന്നു, അല്ലെങ്കിൽ തിരക്കിനിടയിൽ അവൾക്ക് കയറാൻ കഴിയാതെ പോയി. അയാൾ ആകെ തരിച്ചു പോയി.

ഓടിക്കൊണ്ടിരിക്കുന്ന ട്രെയിനിന്റെ ഡോറിൽ ചെന്ന് പിന്നിലേക്ക് അകന്ന് പോകുന്ന സ്റ്റേഷനെ നോക്കി അയാൾ നിലവിളിച്ചു. ട്രെയിൻ തീർക്കുന്ന ഘോരശബ്ദത്തിനും പുറത്തെ ഇരുട്ടിൽ ട്രെയിനൊപ്പം വീശിയടിക്കുന്ന കാറ്റിലും ആ നിലവിളി ഒരു പ്രതിധ്വനി പോലും ബാക്കിയാക്കാതെ ഒടുങ്ങിപ്പോയി. ആ അച്ഛൻ ഓരോ കമ്പാർട്ട്മെന്റിലേക്കും തന്റെ തകർന്ന മനസുമായി മകളെ അന്വേഷിച്ചു ചെന്നു. അവൾ ഈ വണ്ടിയിൽ കയറിയിട്ടില്ല എന്ന യാഥാർഥ്യം അയാൾക്ക് ഇപ്പോഴും ഉൾക്കൊള്ളാനാവുന്നില്ല.

ബാംഗ്ലൂർ എത്തുന്നത് വരെയുള്ള എല്ലാ ഓരോ സ്റ്റേഷനിലും ഇറങ്ങി നോക്കും, കമ്പാർട്ട്മെന്റുകൾ മാറി മാറി കയറി നോക്കും. മകളുടെ ഒരു നിഴലെങ്കിലും ഒന്ന് കാണാനായെങ്കിൽ.. അയാളുടെ നിരാശയുടെ ആഴം ഓരോ നിമിഷവും വർദ്ധിക്കുകയായിരുന്നു. അവസാനം

ലാൽബാഗ് എക്സ്പ്രസ് അതിന്റെ അവസാനത്തെ സ്റ്റോപ്പായ ബാംഗ്ലൂരിൽ വന്നു നിന്നു. അയാൾക്ക് ആ ട്രെയിനിൽ നിന്ന് ഇറങ്ങി വരാൻ തോന്നിയില്ല.

എല്ലാം കണ്ടുകൊണ്ട് കൂടെ യാത്ര ചെയ്യുകയായിരുന്ന ആ വയോധികൻ അയാളെ സഹായിക്കാനെത്തി...

"എന്റെ മകളില്ലാതെ ഞാനെങ്ങനെ വീട്ടിലേക്ക് കയറി ചെല്ലും. ഞങ്ങളെ കാത്തിരിക്കുന്ന എന്റെ ഭാര്യയോട്.... അവളുടെ അമ്മയോട് ഞാനെന്ത് സമാധനം പറയും?"

"വരൂ...നമുക്ക് അന്വേഷിക്കാം..." അയാൾ സ്റ്റേഷൻ പ്ലാറ്റ്ഫോമിലെ ബെഞ്ചിൽ തളർന്നിരുന്നു. താൻ നിധി കാക്കുന്ന ഭൂതം പോലെ നെഞ്ചോട് ചേർത്ത് വെച്ചിട്ടും മകളെ വഴിയിലെവിടെയോ നഷ്ടപ്പെട്ട ആ അച്ഛന്റെ വേദന പറഞ്ഞറിയിക്കാൻ കഴിയാത്തതായിരുന്നു.

"നമുക്ക് റെയിൽവേ പോലീസിൽ ഒരു പരാതി നൽകാം.." സഹയാത്രികനായ ആ നല്ല മനുഷ്യന്റെ ആ അഭിപ്രായത്തിൽ അയാൾക്ക് വലിയ പ്രതീക്ഷയുണ്ടായിരുന്നില്ല.

"അതിലൊന്നും കാര്യമുണ്ടാവില്ല, അവൾ അവളുടെ ഇഷ്ടപ്രകാരം പോയതാണ്..."

"എങ്കിലും വാ ഒന്ന് പരാതിപ്പെടുന്നത് നല്ലതാണ്..."

അയാൾ അവിടന്ന് എഴുന്നേറ്റ് തൊട്ടടുത്തുള്ള പൈപ്പിൽ നിന്നും കണ്ണുനീരിൽ കുതിർന്ന തന്റെ മുഖം കഴുകി, ആ വെള്ളത്തോടൊപ്പം പിന്നെയും കുറെ കണ്ണീർതുള്ളികൾ കണ്ണിൽ നിന്നും മനസിൽ നിന്നും ഒലിച്ചിറങ്ങി. ആ പൈപ്പിൻ ചുവട്ടിൽ അയാൾ നിശബ്ദമായി സങ്കടങ്ങൾ മുഴുവൻ കരഞ്ഞു തീർക്കുകയായിരിന്നു. അയാളുടെ ശക്തി മുഴുവൻ ചോർന്നത് പോലെ തീരെ തളർന്നു.

"അച്ഛാ..." ആ വിളി ഒരു ഇലക്ട്രിക് ഷോക്കിൽ ഞെട്ടിയുണർന്നത് പോലെ... നഷ്ടപ്പെട്ടു പോയ ആ ശക്തി മുഴുവൻ ഒരൊറ്റ നിമിഷം കൊണ്ട് ആവാഹിച്ചെടുത്ത സൂപ്പർ ഹീറോയെ പോലെ അയാൾക്ക് ജീവൻ നൽകി അതാ നിൽക്കുന്നു എന്റെ മകൾ... അവൾ ഓടി വന്ന് അച്ഛനെ കെട്ടിപ്പിടിച്ചു.

"അച്ഛനെന്ത് പണിയാണ് കാണിച്ചത്... വണ്ടിയിൽ കയറുമ്പോൾ അച്ചനെന്റെ കൈവിട്ടു കളഞ്ഞു... തിരക്കു കാരണം എനിക്ക് അതിൽ കയറാനും കഴിഞ്ഞില്ല. ഞാൻ ഓടി അടുത്ത കമ്പാർട്ട്മെന്റിൽ കയറി. പിന്നെ ഓരോ കമ്പാർട്ട്മെന്റും ഞാൻ അച്ഛനെ പരതി നടക്കുവായിരുന്നു. ഞാൻ ശരിക്കും പേടിച്ചു പോയി അച്ഛാ." അയാളുടെ നെഞ്ചിൽ കിടന്ന് കരഞ്ഞുകൊണ്ട് പറയുന്ന മകളെ ആശ്വസിപ്പിക്കാൻ അയാൾ

ക്ക് വാക്കുകളുടെ ആവശ്യമില്ലായിരുന്നു. സന്തോഷം കൊണ്ട് തുടിക്കുന്ന അയാളുടെ നെഞ്ചിടിപ്പുകൾ പറയുന്നത് അത് തന്നെയാണെന്ന് ജ്യോതിക്കും തിരിച്ചറിയാൻ കഴിഞ്ഞു.

തനിക്ക് വേണ്ടി കഴിഞ്ഞ കുറേ നിമിഷങ്ങളിൽ പുകഞ്ഞു കൊണ്ടിരുന്ന അച്ഛന്റെ ആ നെഞ്ചിൽ കിടന്നു കൊണ്ട് തന്നെ ജ്യോതി ചോദിച്ചു:

"ഞാൻ അച്ഛനെ ഉപേക്ഷിച്ചു ഗൗതമിന്റെ അടുത്തേക്ക് പോയതാണെന്ന് അച്ഛൻ വിചാരിച്ചിരിക്കും അല്ലേ..." അയാൾ മറുപടിയായി ഒന്നു ചിരിക്കുക മാത്രം ചെയ്തു.

"ഇല്ല അച്ഛാ.. നിങ്ങളെയൊന്നും വേദനിപ്പിച്ച് എനിക്കങ്ങനെ പോകാൻ കഴിയില്ലെന്ന് കുറച്ച് സമയം കൊണ്ട് എനിക്ക് മനസിലായി. നിങ്ങൾക്കിഷ്ടമില്ലെങ്കിൽ ഞാനവനെ മറക്കാൻ ശ്രമിക്കാം. പക്ഷെ എന്നെ പഠിക്കാൻ അനുവദിക്കണം; എന്റെ ആഗ്രഹങ്ങളെ നിറവേറ്റാനെങ്കിലും എന്നെ സപ്പോർട്ട് ചെയ്യണം.."

"നീ പേടിക്കേണ്ട മോളെ. നിന്നെ സപ്പോർട്ട് ചെയ്തിരുന്ന ആ പഴയ അച്ഛൻ തന്നെയാണിത്, എന്റെ മകളെ കുറേ കൂടി മനസിലാക്കിത്തരാൻ ദൈവം നിശ്ചയിച്ച ഒരു യാത്രയായിരിക്കും ഇത്.."

"അതൊക്കെ പോട്ടെ; നിന്റെ ഗൗതം ആളെങ്ങനെയാ?" ആ ചോദ്യം അവളുടെ മുഖത്ത് നഷ്ടപ്പെട്ടു പോയ എല്ലാ വെളിച്ചവും തിരിച്ചു വരാനിടയാക്കി, അവൾ ആവേശത്തോടെയാണ് അതിനു പ്രതികരിച്ചത്.

"അച്ഛനെ പോലെ തന്നെയാണ്. ഭയങ്കര കെയറിങ്ങാണ്."

"നിന്റെ ആഗ്രഹങ്ങളിൽ നിന്റെ ഗൗതമും പെടില്ലേ...നീ സന്തോഷമായിരിക്ക് നമുക്ക് ആലോചിക്കാം."

അയാൾക്കിപ്പോൾ കൊച്ചു കുട്ടിയോടെന്ന പോലെ മകൾ കൈവിട്ടു പോകുമെന്ന പേടിയില്ല. അനാവശ്യമായ കരുതലിന്റെ കയ്യിലെ പിടിയുമില്ല, വഴികളിൽ ആരോ അദൃശ്യമായി പിന്തുടരുന്നു എന്ന ഭയവുമില്ല. പരശ്ശതം യാത്രക്കാരാൽ ചലിച്ചുകൊണ്ടിരിക്കുന്ന ബാംഗ്ലൂർ സ്റ്റേഷനിലൂടെ ആ അച്ഛനും മകളും പുറത്തേക്കുള്ള ഗേറ്റ് ലക്ഷ്യമാക്കി നടന്നു.

ഹരി

മൊബൈലിലേയ്ക്ക് വന്ന കാളിന്റെ ശബ്ദം കേട്ടുകൊണ്ടാണ് ഹരി ഉണർന്നത്, ഓഫീസിലെ തിരക്കുകളും മരവിച്ച പ്രതീക്ഷകളും കൊണ്ടാകാം മയങ്ങി പോയത്.

സമയം ഏഴുമണി കഴിഞ്ഞിരിയ്ക്കുന്നു, ധനുക്കൂറിലെ മഞ്ഞിൻ കണങ്ങൾ ജനൽ കമ്പികളിലാകെ പടർന്നിരിയ്ക്കുന്നു, ജോലാർപേട്ടെ സ്റ്റേഷൻ കഴിഞ്ഞു കാണും പുറത്തേയ്ക്കു നോക്കി ഹരി മനസ്സിൽ ഉരുവിട്ടു. വർഷത്തിലൊരിയ്ക്കലുള്ള ഒരേ ഒരു യാത്ര, ജനറൽ കമ്പാർട്ട്മെന്റിൽ പൊതുവെ തിരക്കു കുറവായിരുന്നു ഇത്തവണ, ഇനിയധികം ദൂരം ഇല്ല കുപ്പം സ്റ്റേഷൻ എത്തിച്ചേരാൻ.

മുഖം കഴുകി തിരിച്ചു വന്നപ്പോഴാണ് എതിർ ദിശയിൽ കരഞ്ഞു കലങ്ങിയ കണ്ണുകളുമായിരിയ്ക്കുന്ന ഒരു സ്ത്രീയെയും മറ്റൊരാളെയും ശ്രദ്ധിച്ചത്. അയാളുടെ കണ്ണുകൾ അവൾക്കായി എന്തൊക്കെയോ മറച്ചു വെയ്ക്കുന്നതു പോലെ തോന്നി. കുപ്പം സ്റ്റേഷൻ എത്താറായപ്പോഴേയ്ക്കും ഹൃദയമിടിപ്പ് കൂടിക്കൂടി വന്നു,

വർഷത്തിലൊരിയ്ക്കലുള്ള ഒന്ന് രണ്ടു മിനിറ്റ് നേരത്തെ അന്വേഷണം അഥവാ മനസ്സിലെ പ്രതീക്ഷകൾ കെടാതെ സൂക്ഷിയ്ക്കാനായ് ഒരു യാത്ര. എല്ലാ വർഷത്തെ യാത്രയിലെ പോലെ പ്ലാറ്റ്ഫോമിലേയ്ക്ക് ഇറങ്ങി ഒരറ്റം മുതൽ മറ്റേ അറ്റം വരെ ഓടി നിരാശനായി വീണ്ടും യാത്രയിലേയ്ക്ക്.

വർഷങ്ങൾ കുറേ ആയെങ്കിലും മാറ്റങ്ങളൊന്നുമില്ലാത്ത ഒരു സ്റ്റേഷൻ. അക്രമികൾ തകർത്തും അഗ്നിയ്ക്കിരയാക്കി പോയതിന്റെയും അവശിഷ്ടങ്ങൾ ഒരു തീരാ വേദനയായി ഇന്നും അവിടെ കാണാം. പുതിയ ഒരുപാടു മുഖങ്ങൾ പക്ഷേ ഞാൻ തിരഞ്ഞ മുഖം മാത്രം ഇല്ല.

ഇനിയും എത്ര നാൾ. ഒരു പക്ഷേ എന്റെ മരണത്തിൽ പോലും പ്രതീക്ഷകൾ ജീവിച്ചിരിയ്ക്കാം...! അടുത്ത രണ്ട് മണിക്കൂറിൽ ബാംഗ്ലൂർ എത്തിയാൽ വീണ്ടും പ്രതീക്ഷകളോടെ മടക്കയാത്ര. കഴിഞ്ഞു

പോയ ഏഴു വർഷങ്ങൾ ഒന്നൊന്നായി മനസിലൂടെ കടന്നു പോയി തുടങ്ങി, പ്രിയപ്പെട്ടതെല്ലാം നഷ്ടപ്പെടുന്നു, മതങ്ങളുടെ പേരിൽ ഉടലെടുത്ത ലഹളയിലാണ് ഏഴു വർഷം മുമ്പ് തന്റെ പൊന്നു മോളെ നഷ്ടപ്പെടുന്നത്.

കുപ്പം സ്റ്റേഷനിൽ കുടിവെള്ളം വാങ്ങാനിറങ്ങിയ താനും മകളും ഒറ്റപ്പെട്ടുപോയത് രണ്ടു മിനിട്ടിനുള്ളിലായിരുന്നു. ഒരു പറ്റം ആളുകൾ ചേർന്ന് ട്രെയിനിന് തീ വയ്ക്കാനുള്ള ശ്രമത്തിലായിരുന്നു. ട്രയിനിലേയ്ക്ക് ഓടിക്കയറുന്ന മകളെ മാത്രമേ അവസാനമായി ഓർമ്മ വരുന്നുള്ളു. അവൾ ട്രയിനിനകത്തുണ്ടാവും എന്ന വിശ്വാസത്തോടെയാണ് തിരക്കിനടയിൽ നിന്ന് ട്രയിനിലേയ്ക്ക് ഞാൻ ഓടിക്കയറിയത്. പക്ഷേ അവൾ ഉണ്ടായിരുന്നില്ല.

ചെയിൻ വലിച്ച് ട്രയിൻ നിർത്തുവാൻ ശ്രമിച്ചെങ്കിലും ലഹളക്കാർ വരുമെന്നു കരുതി സഹയാത്രികർ ബലമായി തന്നെ തടഞ്ഞുവെച്ചു. പിന്നീടങ്ങോട്ട് അന്വേഷണത്തിന്റെ നാളുകൾ ആയിരുന്നു.

കയറിയിറങ്ങാത്ത പോലീസ് സ്റ്റേഷനുകളും കോടതികളും ഒരെത്തിലുമെത്താത്ത അന്വേഷണങ്ങളും. ഉറ്റവരെയും ഉടയവരെയും നഷ്ടപ്പെട്ട ഒരുപാടു പേർ അതായിരുന്നു ആ ഒരു ലഹളയ്ക്കും സമ്മാനിയ്ക്കാനുണ്ടായിരുന്നത്. എന്തിനും ഏതിനും കൈമലർത്തുന്ന അധികാര വർഗ്ഗങ്ങൾക്കു മുൻപിൽ തന്നെ അവർ ഒരു കുറ്റവാളിയായി ചിത്രീകരിച്ചു.

മരണത്തെ തനിയ്ക്കു ഭയമായിരുന്നു. അപ്രതീക്ഷിതമായ നല്ലപാതിയുടെ വേർപാടിലും പ്രതീക്ഷകളിലായിരുന്നു ഇത്രയും കാലത്തെ ജീവിതം. തന്റെ മകൾ എവിടെയോ ഉണ്ടെന്ന ഒരു തോന്നൽ. പതിനൊന്ന് വയസ്സുള്ളപ്പോഴാണ് അവളെ കാണാതായത്.

അന്നത്തെ പോലെ തന്നെ നല്ല ഇരുട്ട്. ആകാശം നിറയെ നക്ഷത്രങ്ങൾ. സമയം ഒമ്പതു കഴിഞ്ഞു. തന്റെ ജീവിതത്തിലും എന്നെങ്കിലും ഒരു സൂര്യോദയം കാണാൻ പ്രാർഥിച്ചുകൊണ്ട് അകലങ്ങളിൽ പ്രകാശിയ്ക്കുന്ന രണ്ട് നക്ഷത്രങ്ങളെ നോക്കി അയാൾ ഇരുന്നു...!

ട്രെയിൻ ബാംഗ്ലൂർ സെൻട്രൽ എത്തിച്ചേർന്നിരിക്കുന്നു. ഓർമ്മകൾ നട്ടുനനച്ച് തന്റെ അന്വേഷണങ്ങൾക്കായ് വീണ്ടും പ്ലാറ്റ്ഫോമിലിറങ്ങി അയാൾ നടന്നു.

സാം

"എടാ നിന്നെ റെയിൽവേസ്റ്റേഷനിൽ ഞാൻ കൊണ്ടാക്കാം' വീട്ടിലുള്ളവരോടെല്ലാം യാത്ര പറഞ്ഞിറങ്ങിയ സാമിനോട് ഉറ്റസുഹൃത്തായ ചാർളി പറഞ്ഞു. കൂടെപഠിച്ചവൻ എന്നതിലുപരി പിരിയാനാകാത്ത ഒരു സഹോദരബന്ധം ചാർളിയും സാമും എന്നും കാത്തുസൂക്ഷിച്ചിരുന്നു, ഒരുമിച്ചു പഠിച്ചിരുന്ന കാലത്ത് അവരുടെ ഈ സൗഹൃദം വളരെ പ്രസിദ്ധവുമായിരുന്നു.

മിലിറ്ററി കോളേജ് കാലത്തെ എഴു ദിവസത്തെ അവധി വേഗത്തിൽ കഴിഞ്ഞു. വീട്ടുകാരെ പിരിഞ്ഞു ജീവിക്കുന്നതിലും കൂടുതൽ സങ്കടം ഹോസ്റ്റൽ ഭക്ഷണത്തെ പറ്റി ഓർക്കുമ്പോഴായിരുന്നു. വന്നവഴിയിൽ അല്പം തടസ്സം നേരിട്ടതിനാൽ ലാൽബാഗ് എക്സ്പ്രസ്സിലെ ജനറൽ കമ്പാർട്മെന്റിൽ അവൻ എങ്ങിനെയോ ഓടിക്കയറി.

"ചാർളി, ജനറലിൽ ഒരിടം കിട്ടി. അങ്ങ് ചെന്നിട്ടു ഞാൻ വിളിക്കാം." ഒഴിഞ്ഞ സീറ്റ് കണ്ടു പിടിച്ചു ബാഗുകൾ ഒതുക്കി വച്ചുകൊണ്ട് സാം ചാർളിയെ വിളിച്ചു.

"ശരി അളിയാ എത്തിയിട്ട് വിളിക്കണം."

സാം ചുറ്റും കണ്ണോടിച്ചു. അധികം തിരക്കില്ലെങ്കിലും ഓരോരുത്തരും അവരവരുടേതായ തിരക്കുകളിലാണ്. പെട്ടിയൊക്കെ ഒതുക്കി സീറ്റിൽ ഇരുന്നു പുറത്തേക്കു നോക്കിയപ്പോൾ ഒരു മാൻപേടയെപ്പോലെ അതിസുന്ദരിയായ ഒരു പഞ്ചാബി പെൺകുട്ടിയിൽ അവന്റെ കണ്ണുകൾ ഉടക്കി. മെറൂൺ നിറത്തിലുള്ള ടോപ്പും കറുത്ത ജീൻസും ധരിച്ച അവൾ നേരെ ട്രെയിനിനുള്ളിലേക്ക് കയറാതെ യാത്രയയക്കാൻ കൂടെ വന്നവരോട് ഉറക്കെ സംസാരിച്ചു കൊണ്ടിരിക്കുന്നു. തീവണ്ടി പ്ലാറ്റ്ഫോം വിട്ടു തുടങ്ങിയപ്പോൾ, ഉറക്കെ ബൈ പറഞ്ഞു. പെട്ടെന്ന് അകത്തേക്ക് ഓടിക്കയറി വന്ന അവൾ ഇടംവലം നോക്കാതെ അവന്റെ ലാപ്ടോപ് ബാഗിനു മുകളിൽ അശ്രദ്ധയോടെ ഇരുന്നു. ഉടൻ തന്നെ അത് മനസ്സിലാക്കിയ അവൾ അവനോടു പറഞ്ഞു,

"മെനു മാഫ് കർദേ മെനു ഗൾതി നാൽ തെരെ ലാപ്ടോപ് തെ ബെഹ് ഗ്യെ."

അവൻ ഒന്നും മിണ്ടാതെ അവളെ നോക്കി ഹൃദ്യമായ ഒരു പുഞ്ചിരി സമ്മാനിച്ചു. അവൾക്കു പുറകെ ബാഗും വലിച്ചു വെളുത്ത് തടിച്ച ഒരു സ്ത്രീയും തലയിൽ കെട്ടുള്ള ഒരു സർദാർജിയും വന്നു അവന്റെ എതിർവശത്തായി ഇരുന്നു.

"എന്റെ അമ്മയും അച്ഛനുമാണ്" അവൾ പരിചയപ്പെടുത്തി. അവർ അവനോട് പുഞ്ചിരിച്ചു നമസ്തേ പറഞ്ഞു.

കുറച്ചു സമയം കഴിഞ്ഞപ്പോൾ അവൾ സർദാർജിയോട് പഞ്ചാബിയിൽ എന്തോ പറഞ്ഞു സീറ്റിൽ നിന്നും എഴുന്നേറ്റു പോയി. അവൻ ബാഗിൽ നിന്നും ഒരു പുസ്തകം എടുത്തു വായിക്കാൻ തുടങ്ങി. അരമണിക്കൂറിനു ശേഷം അവൻ ടോയ്ലെറ്റിൽ പോയി വരുംവഴി ട്രെയിനിന്റെ വാതിലിൽ ചാരി ദൂരേക്ക് നോക്കി നിൽക്കുന്ന അവളെ കണ്ടു.

"ഹേയ്, എന്താ ഇവിടെ വന്നു നിൽക്കുന്നെ?" പക്ഷേ അവൾ അവന്റെ ചോദ്യം കേട്ടതായി ഭാവിക്കാതെ പുറത്തേക്കു നോക്കി നിന്നു. അത് കണ്ടു അവനെന്തോ അസ്വാഭാവികത തോന്നി.

"ഹേയ് ചാടല്ലേ" അവൻ ഒന്നുകൂടി ഉച്ചത്തിൽ പറഞ്ഞു.

"മേരെ തെ ശക് നാ കർ മേ ട്രെയിൻ തോ നഹി കൂദൂഗാ" 'സുഹൃത്തേ, ഞാൻ ഇവിടെ ചാടാൻ വന്നതല്ലടോ" അവൾ തിരഞ്ഞു അവനെ നോക്കി പറഞ്ഞു.

"മെനു നേച്ചർ ബഹുത് പസദ് ആ സബ് തോ ജ്യതാ ഹരിയാളി ഈ കാറ്റും യാത്രയും, പച്ചപ്പും, നീലാകാശവും എന്നെ മത്തു പിടിപ്പിക്കുന്നു. അത് നന്നായൊന്നു ആസ്വദിക്കാനാണ് ഇവിടെ നിന്നത്' അവന്റെ നിശബ്ദത കണ്ടു അവൾ അവന്റെ കണ്ണുകളിൽ നോക്കി ഹൃദ്യമായ ഒരു പുഞ്ചിരി നൽകി.

അവളുടെ ചുറുചുറുക്കുള്ള വാക്കുകളിലും മനംമയക്കുന്ന സൗന്ദര്യത്തിലും ശ്രദ്ധിച്ചു. അവൾ പറയുന്നതെല്ലാം കേട്ട് വാ തുറന്നു ഒരക്ഷരം മിണ്ടാൻ കഴിയാതെ അവൻ എല്ലാത്തിനും തലയാട്ടുക മാത്രം ചെയ്തുകൊണ്ട് അവൾക്കരികിൽ നിന്നു. ഒന്ന് പുഞ്ചിരിച്ചു കൊണ്ട് അവൾ തുടർന്നു.

"യഥാർത്ഥത്തിൽ എനിക്ക് ട്രെയിനിൽ യാത്ര ചെയ്യാൻ ഒത്തിരി ഒത്തിരി ഇഷ്ടമാണ്. ഈ തെക്കേ ഇന്ത്യയുടെ ഹരിതഭംഗിയും ഇങ്ങനെ വാതിൽ പടിയിൽ നിൽക്കുമ്പോൾ ഉള്ള ഇളംകാറ്റും എല്ലാം ഒത്തിരി ഇഷ്ടമാണ്." അവൾ സംസാരിച്ചുകൊണ്ടിരുന്നു.

കുറെനേരം അവളെ കേട്ടിരുന്ന ശേഷം അവൻ അവളോട് ചോദി

ച്ചു, "ഇതുവരെ ചോദിച്ചില്ല, എന്താണ് നിന്റെ പേര്? നീ എവിടെക്കു പോകുന്നു?"

ഉടനടി അവളുടെ മറുപടി വന്നു, "ഞാൻ ഗുർപ്രീത്കൗർ, ബാംഗ്ലൂരിൽ എന്റെ അമ്മുവിന്റെ അടുത്തേക്ക് പോകുന്നു'.(അമ്മു എന്നാൽ മുത്തശ്ശി)

"ആഹാ, വേറെ ആരുണ്ട് അവിടെ?"

"വേറെ ആരുമില്ല, എന്റെ മുത്തച്ഛൻ കഴിഞ്ഞ വർഷം മരിച്ചു", അവൾ പറഞ്ഞു.

"അപ്പോൾ നിങ്ങൾ എത്രനാൾ ബാംഗ്ലൂരിൽ താമസിക്കും?"

"ഇത് പതിനഞ്ച് ദിവസത്തെ ടൂറാണ്. വേഗത്തിൽ ഞങ്ങൾക്ക് പഞ്ചാബിനു തിരികെ പോകണം. അതിരിക്കട്ടെ എന്താണ് നിങ്ങളുടെ പേര്? ഇതുവരെ സംസാരിക്കുവാൻ ഞാൻ നിങ്ങൾക്ക് അവസരം തന്നില്ലല്ലോ" അവൾ ചിരിച്ചുകൊണ്ട് പറഞ്ഞു.

"ഞാൻ സാം കൊട്ടാരത്തിൽ. മലയാളിയാണ്. ബാംഗ്ലൂർ ജാലഹള്ളി എയർസ്റ്റേഷന് സമീപം പാരാമിലിറ്ററി കോളേജിൽ നാലാംവർഷ വിദ്യാർത്ഥി. എന്റെ മാതാപിതാക്കൾ ചെന്നൈ മിലിറ്ററി ക്വാർട്ടർസിൽ താമസിക്കുന്നു. ഏകസഹോദരൻ എഞ്ചിനീയറിങ്ങിനു ഡൽഹിയിൽ പഠിക്കുന്നു." അവൻ ഒറ്റശ്വാസത്തിൽ തന്നെ പറ്റി അത്രയും അവളോട് പറഞ്ഞു .

"ഞാൻ പത്താൻകോട്ടിലെ കിന്റർ ഗാർഡൻ സ്കൂൾ ടീച്ചറാണ്. ഒപ്പം ബിരുദാനന്തര ബിരുദവും ചെയ്യുന്നു" അവൾ അഭിമാനത്തോടെ പറഞ്ഞു.

"കൊള്ളാം, ഞാൻ ടീച്ചർ എന്ന് വിളിച്ചോട്ടെ?" അവൻ ഒരു ചെറു ചിരിയോടെ ചോദിച്ചു.

അതുകേട്ടപ്പോൾ അവൾ സന്തോഷത്തോടെ തലയാട്ടി.

"ഇപ്പോൾ ക്രിസ്മസ് അവധിയല്ലേ?" അവൻ ചോദിച്ചു.

"അതെ, ഇപ്പോൾ അവധിയാണ്, ഇനി പതിനഞ്ചു ദിവസത്തെ അവധിക്കുകൂടി അപേക്ഷിച്ചിട്ടുണ്ട്." അവർ സംസാരിച്ചു നിന്നു ആ കമ്പാർട്ട്മെന്റിലെ മറ്റുള്ളവരെ പൂർണ്ണമായും മറന്നു.

"അയ്യോ പപ്പ ഇപ്പോൾ എന്നെ അന്വേഷിക്കുന്നുണ്ടാകും, നമുക്ക് സീറ്റിൽ പോയി ഇരിക്കാം?" അവൾ അതും പറഞ്ഞു സീറ്റിലേക്ക് നടന്നു. അവനും അവൾക്കു പുറകെ നടന്നു സീറ്റിൽ പോയി ഇരുന്നു.

ഇനി ഏറിയാൽ ഒരു മണിക്കൂർ കൂടിയേയുള്ളൂ ബാംഗ്ലൂർ എത്താൻ. അവൻ വേഗത്തിൽ പേന എടുത്ത് പേപ്പറിൽ സ്വന്തം ഫോൺ നമ്പർ

എഴുതി അവൾക്കു കൊടുത്തു. അടുത്ത പേപ്പർ അവളിൽ നിന്നും എത്തി, "എനിക്ക് സമാധാനം കിട്ടുന്നില്ല. നിങ്ങൾക്ക് ശരിക്കും എന്നോട് ഇഷ്ടം തോന്നുന്നുണ്ടോ? എന്നെ എന്താണ് ഇങ്ങനെ തുറിച്ചു നോക്കുന്നത്, എന്തെങ്കിലും പറയൂ'. അവൾ ഒരു കഷ്ണം പേപ്പർ വീണ്ടും എഴുതി അവനു കൊടുത്തു.

"ഒത്തിരി ഇഷ്ടം" എന്നു സാം മറുപടി കൊടുത്തു. അവളുടെ അച്ഛനും അമ്മയും സീറ്റിൽ ചാരിക്കിടന്നു ഉറങ്ങുന്നതിനാൽ പരസ്പരം സംസാരിക്കണ്ട എന്ന് കരുതി വീണ്ടും കുറിപ്പെഴുതി കൈമാറാൻ തുടങ്ങി. യഥാർത്ഥത്തിൽ ഇരുവരും അത് ആസ്വദിച്ചുവെങ്കിലും എഴുതി സംസാരിക്കുന്നത് അൽപ്പം ബുദ്ധിമുട്ടായതിനാൽ അവർ വീണ്ടും വാതിലിനരികിൽ പോകാൻ തീരുമാനിച്ചു.

പക്ഷേ അവളുടെ മാതാപിതാക്കൾ ഉണർന്നാൽ, അവർ അത് നല്ല രീതിയിൽ എടുക്കില്ല എന്നുള്ളതിനാൽ അവൾക്കു ഭയമുണ്ടായിരുന്നു. എങ്കിലും മുൻപും പിൻപുമായി അവർ ട്രെയിനിന്റെ വാതിൽക്കലേക്കു പതുക്കെ നീങ്ങി.

വാതിലിന്റെ ഇരുവശത്തുമായി ചാരി നിന്നു തണുത്ത കാറ്റും ആസ്വദിച്ചു മുഖത്തോട് മുഖം നോക്കി അവർ വീണ്ടും സംസാരം തുടങ്ങി. തന്റെ പഴയ കാമുകനെക്കുറിച്ചാണ് അവൾ അപ്പോൾ വാതോരാതെ സംസാരിച്ചത്. അവർ ബാല്യകാല സുഹൃത്തുക്കളായിരുന്നു. ആൾ ഒരു സമ്പന്നകുടുംബത്തിൽ നിന്നുള്ളയാളായിരുന്നു. അവന്റെ പല സ്വഭാവങ്ങളും അവൾക്കു ഇഷ്ടമായിരുന്നില്ല. പലതവണ അവന്റെ സുഹൃത്തുക്കൾക്ക് മുന്നിൽ താൻ എങ്ങനെ അപമാനിക്കപ്പെട്ടുവെന്നതിനെക്കുറിച്ച് അവൾ സങ്കടത്തോടെ പറഞ്ഞു.

പലപ്പോഴും അവൾ അവനു മാംസക്കഷണം മാത്രമായിരുന്നു എന്ന് നിറകണ്ണുകളോടെ പറഞ്ഞപ്പോൾ സാമിന് അവളോട് സഹതാപം തോന്നി. എന്ത് ചെയ്യണം, എങ്ങനെ അവളോട് പെരുമാറണം. സഹതാപം, സഹാനുഭൂതി അല്ലെങ്കിൽ അവഗണിക്കുക? അവൻ വല്ലാതെ ആശയക്കുഴപ്പത്തിലായി. ട്രെയിൻ അതിവേഗം ഓടിക്കൊണ്ടിരുന്നു, ഇരുഹൃദയങ്ങളും അതിവേഗം സ്പന്ദിച്ചുകൊണ്ടേയിരുന്നു. ഒരു ആലിംഗനത്തിൽ അവളെ മാറോടു ചേർക്കാൻ അവന്റെ മനസ് മന്ത്രിച്ചു കൊണ്ടേ ഇരുന്നു. പക്ഷേ അതു വേണോ, അവൻ ആകെ ആശയക്കുഴപ്പത്തിലായി. അവളുടെ സങ്കടം കുറയ്ക്കാനായി തന്റെ ജീവിതത്തിലും സമാനമായ ഒരു സംഭവം ഉണ്ടായിട്ടുണ്ടെന്നു അവളെ വിശ്വസിപ്പിക്കാൻ ശ്രമിച്ചു.

അവൾ സാമിന്റെ കൈയിൽ പിടിച്ച് അടുത്തേക്ക് വന്ന് ചേർന്ന് നിന്നു. മണിക്കൂറുകൾ മുൻപ് ഇരുവരും അപരിചിതരായിരുന്നു എന്ന തോന്നലുപോലും ഇരുവർക്കും ഇപ്പോൾ ഉണ്ടായില്ല.

അവൻ അവളെ ചേർത്ത് നിർത്തി, 'ഇല്ല, ഇനി നിന്നെ ഞാൻ ആർക്കും കൊടുക്കില്ല' എന്നു പറഞ്ഞു കൊണ്ടേ ഇരുന്നു. സമയം വളരെ വേഗം കടന്നു പോകുന്നതായി ഇരുവർക്കും അനുഭവപ്പെട്ടു. സാം വാച്ചിൽ നോക്കി. ബാംഗ്ലൂർ എത്താൻ ഏറിയാൽ പത്ത് മിനിറ്റ് മാത്രം. യാത്രക്കാർ ഇറങ്ങാനുള്ള തിരക്കിൽ അങ്ങോട്ടും ഇങ്ങോട്ടും പായുന്നു.

കയ്യൊന്നു നീട്ടാൻ അവൾ സാമിനോട് ആവശ്യപ്പെട്ടു. അവന്റെ കൈത്തണ്ടയിൽ അവൾ ഒരു ഹൃദയം വരച്ചു. അതിൽ തന്റെ ഫോൺ നമ്പർ എഴുതുമ്പോൾ അവളുടെ കൈകൾ വിറക്കുന്നുണ്ടായിരുന്നു. ഇത്രയും എന്നെ വിശ്വസിക്കാൻ ഇവൾ തന്റെ മുജ്ജന്മ പ്രിയതമ തന്നെ. അവൻ അവളെ തന്നിലേക്കടുപ്പിച്ചു.

വേഗത്തിൽ കുതറിമാറി അവൾ സീറ്റ് ലക്ഷ്യമാക്കി നീങ്ങി. സാം ലഗേജ് സീറ്റിനടിയിൽ നിന്നും പുറത്തേക്കു എടുത്തു അടുക്കിവെച്ചപ്പോഴേക്കും അവളും മാതാപിതാക്കളും ഇറങ്ങാനായി വാതിൽക്കലേക്കു നീങ്ങി. ദുഃഖസാന്ദ്രമായിരുന്നു അവളുടെ മിഴികൾ. നഷ്ടബോധം ഇരുവരെയും അലട്ടിക്കൊണ്ടേയിരുന്നു.

"ഒരു ദിവസം നിന്നെ കൂടെ കൂട്ടാൻ ഞാൻ വീട്ടുകാരോടൊപ്പം നിന്റെ വീട്ടിലേക്കു വരാം. ഉറപ്പ്". അവളുടെ അടുത്തു ചെന്ന് അത്ര മാത്രം പറഞ്ഞ് പ്ലാറ്റ്ഫോമിലേക്കിറങ്ങി തിരിഞ്ഞു നോക്കാതെ അവൻ മുന്നോട്ട് നടന്നു. അങ്ങ് ദൂരെ ചാർളി സാമിന്റെ ഫോൺ വിളിക്കായി കാത്തിരിക്കുന്നുണ്ടായിരുന്നു.

അരുന്ധതി

"ന്യൂ ഇയർനു മുന്നേ ഫീ അടക്കണം അമ്മാ, ഇവിടെവരെ ഒന്ന് വന്നിട്ടും പോകാല്ലോ. അച്ചമ്മയേം ഗായൂനെയും കൂട്ടി വാ കേട്ടോ, എല്ലാർക്കും ഒരു മാറ്റവും ആകും"

ബാംഗ്ലൂരിൽ എഞ്ചിനീയറിംഗിനു പഠിക്കുന്ന ലക്ഷ്മിയുടെ നിർബന്ധം മൂലമാണ് താൻ വയ്യാത്ത അമ്മയെയും ഗായുവിനെയും കൂട്ടി ഈ യാത്രക്കൊരുങ്ങിയത്.

ധൃതിപിടിച്ചു ജനറൽ കംപാർട്മെന്റിലേക്ക് അവളെയും അമ്മയെയും പിടിച്ചു കയറ്റി സീറ്റിൽ ഇരിക്കുമ്പോഴേക്കും വിയർത്തു കുളിച്ച പോലെയായി. കൈയിൽ ഇരുന്ന കിറ്റും ഹാൻഡ്ബാഗും ഒരു അരികിലേക്കൊതുക്കിവച്ച്, സാരി ഒന്നൂടെ നേരെ വലിച്ചിട്ട് ഇരുന്നപ്പോൾ ഒരുവിധം സീറ്റിലൊക്കെ ആൾക്കാർ നിറഞ്ഞിരുന്നു.

"അരുന്ധതീ, നീ ആ ബിപിയുടെ മരുന്ന് മറന്നില്ല്യാലോ?" അമ്മയുടെ വേവലാതി കണ്ടപ്പോ ചിരി വന്നുപോയി. ഭക്ഷണത്തെക്കാളും പുള്ളിക്കാരിക്ക് മരുന്നുകളോടാണ് പ്രിയം.

"ഉവ്വെന്റെ ഭാനു, ഇല്ലേൽ ചിലപ്പോ ഞങ്ങളെ വിഴുങ്ങൂല്ലോ?" ഗായൂന്റെ പെട്ടെന്നുള്ള മറുപടിയിൽ ഞങ്ങൾ രണ്ടും പൊട്ടിച്ചിരിച്ചു. ട്രെയിൻ നീങ്ങി തുടങ്ങി. പെട്ടെന്ന് ജയേട്ടനെ ഓർമ വന്നു. കണ്ണുനിറയും പോലെ.

"താരകുട്ടീടെ കണ്ണ് നിറയാൻ പാടില്ല്യാട്ടോ". ജയേട്ടൻ കാതോരം വന്നു പറഞ്ഞുവോ? ഞെട്ടിപ്പിടഞ്ഞപോൽ ചുറ്റും നോക്കി. ഇല്ല.. ആരുമില്ല! വെറും തോന്നൽ മാത്രം. എപ്പോഴും ഇങ്ങനെയാണ്, ഒന്ന് കണ്ണ് നിറയ്ക്കാൻ പോലും സമ്മതിക്കാതെ ചേർത്ത് പിടിച്ചു. സ്നേഹിച്ചു കൊല്ലുമെന്ന് തോന്നിയ ആൾ പെട്ടെന്നൊരു ദിനം ഇല്ലാതായതു ഉൾക്കൊള്ളാൻ ആവാത്ത പോലെ. ഏവർക്കും പ്രിയങ്കരനായ, എപ്പോഴും ചിരിക്കുന്ന, എന്തിനെയും പോസിറ്റീവ് ആയി കാണാൻ പഠിപ്പിച്ച ജയേട്ടനെ ദൈവത്തിനു കൂടുതൽ ഇഷ്ടമായിരുന്നിരിക്കാം. അ

തല്ലേ ഒരു അറ്റാക്കിന്റെ രൂപത്തിൽ അങ്ങ് കൊണ്ടുപോയത്.

കല്യാണം കഴിഞ്ഞുള്ള ആദ്യ യാത്രയും ഈ ട്രെയിനിൽ ആയിരുന്നു. പിന്നീട് ജോലിക്കുവേണ്ടിയും, കുട്ടികളുമായും ഒക്കെ ഒരുപാട് യാത്രകൾ. ജയേട്ടൻ കൂടെയുണ്ടെങ്കിൽ ഉത്സവം ആണെല്ലാവർക്കും.

സൈഡ് സീറ്റിൽ ഇരിക്കാനുള്ള തന്റെ വാശി കുട്ടികൾ പോലും മനസിലാക്കി ഒഴിഞ്ഞു തരാറുണ്ട്. ഇപ്പോഴും സൈഡ് സീറ്റ് ആണേലും വല്ലാത്തൊരു ശൂന്യത ചുറ്റിലും തളംകെട്ടി നിൽക്കുന്നു. അച്ഛമ്മയും മോളും ഗൗരവമേറിയ ചർച്ചയിലാണ്. ലച്ചൂന് കൊടുക്കാൻ വച്ചിരിക്കുന്ന ഉണ്ണിയപ്പപ്പാത്രം അച്ഛമ്മ ഇടയ്ക്കിടെ പരിശോധിക്കുന്നുണ്ട്.

"ലച്ചുനോട് പ്രിയം കൂടുതൽ ആണ് ഭാനൂനു" ഗായുവിന്റെ സ്ഥിരം പല്ലവി ആണ്. ശരിയാണ് കടിഞ്ഞൂൽ പേരക്കുട്ടിക്കു തന്റെ ഛായയും കൂടെയാണെന്ന് ഭാനുമതിയമ്മയ്ക്കു അറിയാം. മരുമകൾ ആയിട്ടൊരിക്കലും കണ്ടിട്ടില്ല തന്നെ. ഭർത്താവു മരിച്ച, ഒറ്റ പുത്രന്റെ അമ്മയ്ക്കുണ്ടാകേണ്ടിയിരുന്ന ദുഃശീലങ്ങളൊന്നുമില്ലാത്ത ഒരു സാധുസ്ത്രീ. ഒക്കെയും ആലോചിച്ചു നെടുവീർപ്പോടെ അരുന്ധതി കണ്ണടച്ച് ഇരുന്നു.

ഓർക്കാനിഷ്ടമില്ലാത്ത എന്തൊക്കെ ഓർമകളാണോ മനസ്സിനുള്ളിൽ താഴിട്ടു വച്ചിരുന്നത്, അതൊക്കെ പുറത്തേക്കു പൊട്ടിയൊലിക്കും പോലെ പിന്നെയും മനസ്സിനെ വന്നു മൂടുന്നു.

ജയേട്ടന്റെ മരണത്തിനുശേഷം കിട്ടിയ നഷ്ടപരിഹാര തുകയുടെ ചെക്ക് വാങ്ങുമ്പോൾ കൈയും ശരീരവും ഒരുപോലെ വിറയ്ക്കുന്നുണ്ടായിരുന്നു. കണ്ണുനീർ വീണു അത് നനയുമ്പോഴും അദ്ദേഹത്തിന്റെ ജീവന്റെ വിലയായി അത് തന്റെ നെഞ്ചിൽ ഒട്ടിച്ചേർന്നിരുന്നു.

പെട്ടെന്നൊരു ദിനം നടുക്കടലിൽ നിയന്ത്രണം തെറ്റിപ്പോയ വഞ്ചി പോലെ ആടി ഉലയുന്ന അവസ്ഥ അറിഞ്ഞിട്ടുണ്ടോ? രണ്ടു ചെറിയ പെൺമക്കളെയും, പ്രായമുള്ള രോഗിയായ അമ്മയെയും ചേർത്ത് പിടിച്ചു രാത്രികളിൽ പേടിച്ചരണ്ട് നിലവിളിക്കുന്ന ഒരു നാൽപ്പതുകാരിയുടെ വേദനയിൽ ആശ്രയിക്കാൻ ആരുമുണ്ടായിരുന്നില്ല.

ഭർത്താവു മരിച്ചാലും നഷ്ടപരിഹാരം, ലക്ഷങ്ങൾ, ജോലിക്കാരി അരുന്ധതിക്ക് ഇനിയും എന്ത് വേണം? ഒരു പ്രയാസവും കൂടാതെ ജീവിക്കാമല്ലോ? സ്വന്തക്കാരും ബന്ധുക്കളുമൊക്കെ അങ്ങനെ ആണ് പറഞ്ഞിരുന്നത്. എത്ര പട്ടിണിയിലും നിനക്കു ഞാനുണ്ടെന്നു പറഞ്ഞു കരുതലോടെ ഒന്ന് ചേർത്ത് പിടിക്കുന്ന ഭർത്താവിന്റെ സാമീപ്യം അവരൊക്കെ കാശിന്റെ തട്ട് വച്ചളന്നു.

നഷ്ടപ്പെടുന്നവർക്ക് മാത്രം മനസിലാവുന്ന വേദന, അത് മറ്റൊരാളെ പറഞ്ഞു മനസ്സിലാക്കാൻ സാധിക്കുമോ?

കാലം ആരെയും കാത്ത് നിൽക്കാതെ കടന്നു പോയി. നല്ല മാർക്കോടെ പ്ലസ്ടുവും എൻട്രൻസും പാസായപ്പോൾ ലച്ചൂന് ബാംഗ്ലൂരിൽ എഞ്ചിനീറിംഗിന് ചേരണമെന്നായിരുന്നു. അഡ്മിഷന്റെ കാര്യങ്ങൾക്കും അതിനുള്ള സാമ്പത്തിക കാര്യങ്ങൾ ശരിയാക്കുന്നതിനുമൊക്കെ ഒറ്റയ്ക്കു പോകുമ്പോഴാണ് ജയേട്ടന്റെ അസാന്നിധ്യം ഏറ്റവും വലച്ചത്.

വിദ്യാഭ്യാസ ലോണിനു വേണ്ടി ബാങ്കുകൾ തോറും കയറിയിറങ്ങി നടന്നപ്പോഴാണ് വീടിന്റെ അടുത്ത് തന്നെയുള്ള ജോസഫ് അച്ചായൻ അദ്ദേഹത്തിന്റെ ബാങ്കിൽ ലോൺ കൊടുക്കുന്നുണ്ടെന്നറിയിച്ചതും അവിടെ പോയതുമൊക്കെ. നേരത്തെ പറഞ്ഞു വച്ചിരുന്നതിനാൽ വലിയ ബുദ്ധിമുട്ടുകൾ ഉണ്ടായില്ല എങ്കിലും ബാങ്ക് മാനേജർ വഷളൻ ചിരിയോടെ വന്നതും സൈൻ ചെയ്യുമ്പോൾ, അറിയാത്ത വിധത്തിൽ ദേഹത്ത് തൊട്ടതും ഓർക്കുമ്പോൾ ഇപ്പോഴും അറപ്പു തോന്നുന്നു.

ഒക്കെയും ശരിയായിട്ടും അയാൾ എന്തൊക്കെയോ തടസങ്ങൾ പറഞ്ഞു പലവട്ടം വിളിച്ചത് ജോസഫ് അച്ചായനോട് പറഞ്ഞിരുന്നു. ഉടനെ കേരളത്തിലേക്കു ട്രാൻസ്ഫർ ഉള്ളതുകൊണ്ടാവാം അദ്ദേഹം അതിനൊന്നും മുൻതൂക്കം കൊടുത്തില്ലെന്നു മാത്രമല്ല, മാനേജറിനെ പിണക്കരുതെന്നുള്ള ഒരു താക്കീതും തന്നു.

ജയേട്ടൻ ഉണ്ടെങ്കിൽ ഇതൊന്നും തനിക്കറിയേണ്ടി വരില്ലായിരുന്നുവെന്നു പലവട്ടം ചിന്തിച്ചിട്ടുണ്ട്. പെട്ടെന്ന് ലോൺ ശരിയാക്കാൻ അയാളുടെ ഫ്ളാറ്റിലേക്ക് ചെല്ലണമെന്ന് പറഞ്ഞപ്പോൾ, സർവ്വ നിയന്ത്രണവും നഷ്ടപ്പെട്ട് അലറിക്കരഞ്ഞപ്പോൾ ഭാനുവും മക്കളും വല്ലാതെ പേടിച്ചുപോയി. അന്ന് രാത്രിയിൽ ഉറങ്ങാതിരിക്കുമ്പോൾ ജയേട്ടൻ അരികിൽ വന്നു നിൽക്കും പോലെ. ആ മണവും സാമീപ്യവും തന്ന ഊർജ്ജം എത്രയോ വലുതാണ്.

"താരക്കുട്ടീ, നാളെ താൻ ധൈര്യമായി പോകൂ.. തനിക്ക് ജയേട്ടൻ ഉണ്ടെടോ." ആ സന്ദീപിനെ ഒന്ന് വിളിച്ചു സമയവും സ്ഥലവും ക്ലിയർ ആയി പറഞ്ഞിട്ട് പോകൂ.. ഇവിടെ താൻ തളർന്നാൽ നാളെകളിലെ താഴ്ച്ചകളിൽ നിന്നും ഉയരാൻ തനിക്കോ മക്കൾക്കോ സാധിച്ചെന്നു വരില്ല, മറിച്ചു ഇപ്പോൾ താനൊന്നു ചിന്തിച്ചു പ്രവർത്തിച്ചാൽ നമുക്ക് മാത്രമല്ല, ഒരുപാട് പെൺകുട്ടികൾക്ക് ഭാവിയിലേക്ക് അതൊരു പ്രതീക്ഷയുടെ വെളിച്ചമാകും. ആലോചിക്കുക, പെണ്ണായി ജീവിക്കുന്നതിൽ അഭിമാനിക്കുക, അവളെ അപമാനിക്കുന്ന എല്ലാവരിലും ഒ

രു ഭീതി ഉണ്ടാക്കാൻ തനിക്ക് കഴിഞ്ഞാൽ, നമ്മൾ ജയിച്ചു മോളെ'. ഞെട്ടി പിടഞ്ഞു എണീറ്റപ്പോൾ ഒരു പുകമറയെന്നവണ്ണം ജയേട്ടൻ നിൽക്കുന്നതുപോലെ. ഓടിയൊന്നു പുണർന്നു ആ നെഞ്ചിലൊന്നു ചേർന്ന് കിടന്നു കരഞ്ഞു തീർക്കാൻ കൊതിതോന്നി.

പിറ്റേന്ന് രണ്ടും കൽപിപ്പിച്ചു സ്ഥലം സി.ഐ യും ജയേട്ടന്റെ സുഹൃത്തിന്റെ സഹോദരനുമായ സന്ദീപ് ദുരൈയോട് കാര്യങ്ങൾ വിളിച്ചു പറഞ്ഞു, അയാളുടെ ഫ്ളാറ്റിലേക്കു പോയതു ജയേട്ടൻ തന്ന ഒറ്റവാക്കിന്റെ ബലത്തിൽ ആണ്. പെണ്ണിന്റെ മാനത്തിനു വില പറഞ്ഞു നേടിയ അയാളുടെ ജീവിതം പിന്നീടങ്ങോട്ട് ജയിലിൽ തീരുമെന്ന് ഏതാണ്ട് ഉറപ്പായിരുന്നു.

ഒരുദിവസം പരിചയമില്ലാത്ത രണ്ടു സ്ത്രീകൾ വന്നു വാതിലിൽ മുട്ടിയപ്പോൾ അമ്പരപ്പോടെയാണ് തുറന്നത്. അയാളുടെ ഭാര്യയും അമ്മയും ആണെന്നറിഞ്ഞപ്പോൾ ഒരുവേള പകച്ചുപോയ തന്റെ കൈകൾ കൂട്ടിപ്പിടിച്ചു കരഞ്ഞ അവർ "അമ്മാ നിങ്ങൾ ഏറ്റവും നല്ല കാര്യം ആണ് ചെയ്തത്"എന്നും പറഞ്ഞു ഇറങ്ങിപ്പോയി. പത്രത്തിലൊക്കെ വലിയ വാർത്തയായ ആ സംഭവത്തിനു ശേഷം അതുവരെയില്ലാത്തൊരു ബഹുമാനം എല്ലാവരും തന്നോട് കാണിച്ചിരുന്നു, പ്രത്യേകിച്ച് പെൺകുട്ടികൾ ഉള്ള അമ്മമാർ.

മഹിളാ സമാജത്തിന്റെ സെക്രട്ടറി ഒക്കെ ആയപ്പോഴും അതിശയം ആയിരുന്നു. അന്ന് ജയേട്ടൻ വന്നത് തോന്നലായിരുന്നോ അതോ ശരിക്കും നടന്നതാണോയെന്നു ഇന്നും സ്വപ്നത്തിൽ നിന്നും വേർതിരിക്കാനാകാത്ത യാഥാർഥ്യമായി തന്നെ പിൻതുടരുന്നു. ജയേട്ടന്റെ മരണത്തെക്കാളും പിടിച്ചുലച്ചതു ആ സംഭവം ആയതിനാൽ ആവാം തന്നെ ആശ്വസിപ്പിക്കാൻ ജയേട്ടൻ വന്നത്.

ഇപ്പോഴുമുണ്ട് ആ മണവും സാമീപ്യവും. എന്താണോ ഇനി വരാനുള്ളത്? "താരക്കുട്ടീ, ഇങ്ങനെ ഉറങ്ങാമോ? എല്ലാവരും കൂടെ പോകുന്നത് കാണുമ്പോൾ ശരിക്കും കുശുമ്പ് തോന്നണു കേട്ടോ പെണ്ണേ! വരുന്നോ എന്റെ കൂടെ?" പെട്ടെന്നോർമ്മകളിൽ നിന്നും പിടഞ്ഞെണീറ്റു നോക്കുമ്പോൾ ട്രെയിൻ ജോലാർപേട്ടെലെത്തിയിരുന്നു. ഉള്ളിലൊരു നോവുണർത്തി ആമ്പൂർ ബിരിയാണിക്കട കണ്ടപ്പോൾ ജയേട്ടൻ പിന്നെയും വന്നു തന്നെ പൊതിയുന്നത്പോലെ അരുന്ധതിക്ക് തോന്നി.

തനി സസ്യഭുക്കായ തന്നെ ആമ്പൂർ ബിരിയാണിയുടെ ആരാധിക ആക്കാൻ ജയേട്ടനു മൂന്നുയാത്രകൾ കൊണ്ട് കഴിഞ്ഞു. കുട്ടികൾ

ക്കും ഭാനുവിനും ഇഷ്ടമല്ലെങ്കിൽ കൂടിയും രണ്ടു പൊതികൾ വാങ്ങുന്നത് അരുന്ധതിയുടെ ഒരു ശീലം ആണ്.

അവരെ ഉണർത്താതെ പതിയെ ഇറങ്ങുമ്പോൾ, നേരത്തെ അടുത്ത കംപാർട്ട്മെന്റിൽ നിന്നും ബഹളം വച്ച പെൺകുട്ടി തളർന്നു മൂലക്കിരിക്കുന്നതു കണ്ടു. തിരിച്ചു ബിരിയാണിയുമായി വന്നൊരു പൊതി അവൾക്കായി നീട്ടുമ്പോൾ ദൈന്യതയോടെ നോക്കിയിരുന്ന അവളെ ലച്ചു ആയി കാണാനേ കഴിഞ്ഞുള്ളു.

'സമീറ' എന്ന് സ്വയം പരിചയപ്പെടുത്തിയ, സമൂഹത്തിലെ അവഗണന നേരിടുന്ന, നമ്മൾ അംഗീരിക്കാത്ത ഒരു വിഭാഗത്തിലെ കുട്ടി. പല വെല്ലുവിളികളും അതിജീവിച്ചു, സ്വപ്ന സാക്ഷാത്കാരമായ ഫോട്ടോ ജേർണലിസ്റ്റ് എന്ന ജോലിയിൽ പ്രവേശിക്കുവാൻ പോവുന്ന അവളോട് വല്ലാത്ത ബഹുമാനം തോന്നി. അവളുടെ കഥ കേട്ട് നേരം പോയത് അറിഞ്ഞേയില്ല. ആശംസകളും പ്രാർത്ഥനകളും പരസ്പരം കൈമാറി കംപാർട്ട്മെന്റിൽ എത്തുമ്പോഴേക്കും ഭാനുവും ഗായുവും കണ്ണും തിരുമ്മി എണീറ്റ് തന്നെ അന്വേഷിക്കുന്നതു കണ്ടു.

ആമ്പൂർ ബിരിയാണി പൊതി കണ്ടപ്പോഴേ അവര് പിന്നെയും കണ്ണടച്ച് കിടന്നു. ആ മണം ഉള്ളിലേക്ക് ആവാഹിക്കുമ്പോൾ ജയേട്ടൻ വായും തുറന്നു മുന്നിലതാ കള്ളച്ചിരിയോടെ നിൽക്കുന്നു. ഒരു പിടി വാരി തന്റെ വായിലേക്ക് വയ്ക്കുന്നതുപോലെ, അറിയാതെ അതിലൊരു പിടി അങ്ങോട്ടും വച്ച് കൊടുക്കുമ്പോൾ രണ്ടാളും കരഞ്ഞു പോയിരുന്നു. ഈ യാത്രയിൽ ഉടനീളം തന്നെ വന്നു പൊതിയുന്ന ഈ കരുതൽ എന്നുമിങ്ങനെ തനിക്ക് മാത്രമായി അനുഭവിക്കാൻ സാധിക്കണേയെന്നുള്ള പ്രാർത്ഥനയോടെ കണ്ണ് തുറന്നപ്പോളേക്കും ട്രെയിൻ ബാംഗ്ലൂരിൽ എത്താറായിരുന്നു.

നിറഞ്ഞ കണ്ണുകൾ അമർത്തിതുടച്ചു ഉറങ്ങുന്ന അമ്മയെയെയും ഗായുവിനെയും വിളിച്ചു പുറത്തിറങ്ങുമ്പോൾ ആ നഗരം പുതുവർഷത്തെ വരവേൽക്കാൻ അണിഞ്ഞൊരുങ്ങി നിൽക്കുന്ന പെണ്ണിനെ പോലെ തോന്നിച്ചു.

അരുൺ

"നീതൂ എന്റെ ഫോണിന്റെ ചാർജർ എടുത്ത് വച്ചൊ നീയ്?"

"എന്റെ പൊന്നെ അതൊക്കെ ആ ലാപ്ടോപ് ബാഗിലുണ്ട്" അടുക്കളയിൽ നിന്ന് പൊതിച്ചോറുമായ് വന്ന ഭാര്യയുടെ മറുപടി കേട്ട് അരുണിന് ചിരി വന്നു .

"എനിക്കറിയാം എന്റെ പൊന്ന് അതെല്ലാം എടുത്ത് വയ്ക്കുമെന്ന്" കൈയ്യിലുണ്ടായിരുന്ന ചോറ് പൊതി ബാഗിൽ വച്ചിട്ട് അവൾ തുടർന്നു "ഏട്ടാ മൂന്ന് ദിവസത്തേയ്ക്കുള്ള ഡ്രസ്സ് എടുത്ത് വച്ചിട്ടുണ്ട്. ബ്രഷും പേസ്റ്റും സൈഡിലെ കള്ളിയിൽ വച്ചിട്ടുണ്ടേ, പിന്നെ ബാംഗ്ലൂരിൽ ഇപ്പൊ ചൂടാണോ, തണുപ്പാണോ?" അരുൺ നീതുവിനെ ഒന്ന് നോക്കി ചിരിച്ചു.

"മൂന്ന് ദിവസത്തെ കാര്യമെ ഉള്ളൂ ഞാനിങ്ങ് വേഗം വരില്ലേ?" നീതുവിന്റെ മുഖം വാടി അവൾ മെല്ലെ അരുണിനോട് ചേർന്ന് നിന്നു "എന്നാലും ഏട്ടൻ ഒറ്റയ്ക്കല്ലേ ഉള്ളൂ"

"അതൊന്നും സാരമില്ല പൊന്നെ, ബാംഗ്ലൂരിൽ ഞാൻ ആദ്യമൊന്നുമല്ലല്ലൊ" കണ്ണാടിയിൽ നോക്കി മുടി ചീകി കൊണ്ട് നിന്ന അരുൺ നീതുവിനെ ഇടുപ്പിൽ ചേർത്ത് പിടിച്ചിട്ട് പറഞ്ഞു.

ബാഗിൽ എല്ലാം വച്ചു എന്ന് ഉറപ്പുവരുത്തിയിട്ട് നീതു ബാഗ് എടുത്ത് അരുണിന്റെ കൈയ്യിൽ കൊടുത്തു. നീതുവിനേയും ചേർത്ത് പിടിച്ച് അരുൺ വീടിന് പുറത്തേയ്ക്ക് വന്നു. അരുൺ വരുന്നതും കാത്ത് ഡ്രൈവർ നാരായണൻ മുറ്റത്ത് തന്നെ ഉണ്ടായിരുന്നു. അരുണിനെ കണ്ടതും "സാറെ റിസർവ്വേഷൻ കിട്ടിയില്ല, ജനറൽ കംപാർട്ട്മെന്റാ കിട്ടിയത്. വണ്ടിയിൽ കേറിയിട്ട് മാറ്റിയാൽ മതി എന്ന് ടിക്കറ്റ് തന്ന സാറ് പറഞ്ഞു"

അരുൺ കൈയ്യിൽ ഉണ്ടായിരുന്ന ബാഗ് നാരായണനെ ഏൽപ്പിച്ചു, "പെട്ടെന്നുള്ള യാത്ര ആയത് കൊണ്ടാ, ഹാ! സാരമില്ല, TTRനു വല്ലതും കൊടുത്താൽ AC കിട്ടും" നീതു ചെറിയ സങ്കടത്തോടെ അരുണിനെ നോക്കി. "നീയിപ്പോ എന്തിനാ മുഖം വീർപ്പിക്കുന്നത് നാ

ളെ കഴിഞ്ഞാൽ ഞാനിങ്ങു വരില്ലേ?" അരുൺ കാറിലേക്ക് കയറി. നീതു അവർ പോകുന്നത് നോക്കി നിന്നു. വണ്ടി ഗേറ്റ് കടന്നു പോയതും പോസ്റ്റുമാൻ വീട്ടിലേയ്ക്ക് വന്നു. "അയ്യോ സാറ് പോയോ? ഒരു രജിസ്റ്റേർഡ് ഉണ്ടല്ലോ കുഞ്ഞേ"

"ദേ ഇപ്പ പോയതേ ഉള്ളൂ, ഞാൻ ഒപ്പിട്ട് തന്നാൽ മതിയോ?" രജിസ്റ്റേർഡ് കൈയ്യിലെടുത്ത് ഫോമും കൂടി നീതുവിന്റെ കൈയിൽ കൊടുത്തു. നീതു അത് വായിച്ച് നോക്കി, എന്നിട്ട് ഒപ്പ് ഇട്ട് തിരികെ കൊടുത്തു. "എത്രപറഞ്ഞാലും കേൾക്കില്ല വണ്ടി പതുക്കെ ഓടിക്കണമെന്ന്" നീതു ആത്മഗതം പോലെ പറഞ്ഞു. കവർ മേശപ്പുറത്ത് വച്ചിട്ട് അവൾ അടുക്കളയിലേക്ക് പോയി.

റെയിൽവേ സ്റ്റേഷനിലെത്തിയ അരുൺ ട്രെയിൻ വരുന്നതും നോക്കി ഒരു ബെഞ്ചിൽ ഇരുന്നു. തൊട്ടടുത്തായി ഒരു പെൺകുട്ടി ഇരിപ്പുണ്ടായിരുന്നു. അവൾ ഫോണിൽ എന്തൊക്കയോ നോക്കി ഇരിക്കുന്നു.

അല്പനേരം കഴിഞ്ഞപ്പോൾ ആ പെൺകുട്ടി "ചേട്ടാ ബാംഗ്ലൂർക്കാണോ" അരുൺ അവളെ നോക്കി ചിരിച്ചു. "അതെ നാളെ ഒരു മീറ്റിംഗ് ഉണ്ട്, കുട്ടി അവിടെ ജോലി ചെയ്യുകയാണോ" അരുൺ തിരക്കി "അതെ ചേട്ടാ ഞാൻ അവിടെ വിപ്രോയിലാ വർക്ക് ചെയ്യുന്നേ എന്റെ പേര് നീതു". പേര് കേട്ടതും അരുണിന്റെ കണ്ണുകൾ ഒന്ന് വിടർന്നു, നീതു തന്റെ ഭാര്യയുടെ അതേ പേര്.

"എന്റെ പേര് അരുൺ ഇന്ത്യടുഡേയിൽ ഫോട്ടോഗ്രാഫർ ആണ്" അപ്പോഴേയ്ക്കും ട്രെയിൻ വരുന്നതിന്റെ അനൗൺസ്മെന്റ് കേട്ടു. "ശെരി ചേട്ടാ കാണാം എനിക്ക് ജനറൽ കമ്പാർട്ട്മെന്റാ" അതും പറഞ്ഞ് നീതു എഴുന്നേറ്റു. "ആഹാ അത് കൊള്ളാല്ലോ ഞാനും ജനറലിലാ പെട്ടന്നുള്ള യാത്ര ആയത് കൊണ്ട് AC ഒന്നും കിട്ടിയില്ല"

അവർ രണ്ടുപേരും ട്രെയിനിലേയ്ക്ക് കയറി അധികം തിരക്കില്ലാത്തതിനാൽ രണ്ടുപേർക്കും അടുത്തടുത്ത് തന്നെ സീറ്റ് കിട്ടി. വണ്ടി മെല്ലെ നീങ്ങി തുടങ്ങി.

പെട്ടെന്ന് പിന്നിൽ വാതിലിനടുത്തായി എന്തോ ബഹളം കേട്ട് അരുൺ ആ വശത്തേയ്ക്ക് നോക്കി. AC കമ്പാർട്ട്മെന്റിൽ നിന്ന് കുറച്ച് ആൾക്കാരെ TTR പുറത്താക്കിയതിന്റെ ബഹളമായിരുന്നു അത്. രണ്ട് സ്ത്രീകളും ഒരു കുട്ടിയും വയസായ ഒരാളുമായിരുന്നു. "നിങ്ങൾ അവിടെ പോയി ഇരിക്കു അത് ജനറൽ കമ്പാർട്ട്മെന്റ് ആണ്" TTRന്റെ ഉച്ചത്തിലുള്ള ശബ്ദം കേട്ട് അരുൺ അവിടേയ്ക്കു ചെന്നു "എന്താ സാർ എന്താ പ്രശ്നം?" അയാൾ തിരിഞ്ഞ് അരുണിനെ നോക്കി

"ഹേയ് ഒന്നുമില്ല ഇവർ ടിക്കറ്റ് ഇല്ലാതെയാ കയറിയത് ഞാൻ ഫൈൻ അടക്കം ടിക്കറ്റ് നൽകി അപ്പൊ അവർക്ക് AC കമ്പാർട്ട്മെന്റിൽ ഇരിക്കണമെന്ന്" അപ്പോഴേക്കും അവർ മൂന്ന്പേരും ജനറൽ കമ്പാർട്ട്മെന്റിൽ ഒരിടത്തായി ഇരുന്നു. ACയിലേക്ക് മാറണം എന്നുണ്ടായിരുന്നു എങ്കിലും നീതു ഉള്ളത് കൊണ്ട് അരുൺ അത് വേണ്ടെന്നുവച്ച് തന്റെ സീറ്റിൽ പോയി ഇരുന്നു.

നിഴലുകൾ നിയോൺ വെളിച്ചത്തിന്റെ തണലിൽ ശക്തിപ്രാപിച്ചു തുടങ്ങി. ഡിസംബറിന്റെ മഞ്ഞിൽ കുതിർന്ന കാറ്റ് ട്രെയിനിന്റെ ഇരുമ്പഴിയ്ക്കിടയിലൂടെ ഇരച്ചുകേറികൊണ്ടിരുന്നു. നീതു ഏതോ പുസ്തകം വായിച്ചുകൊണ്ടിരിക്കുകയാണ്. രൂപേഷ് എഴുതിയ 'വസന്തത്തിലെ പൂമരങ്ങൾ' എന്ന പുസ്തകമാണ് അത്. അരുൺ ഇടക്കൊക്കെ നീതുവിനെ നോക്കുന്നുണ്ടെങ്കിലും അവൾ അത് കണ്ട ഭാവം നടിക്കാതെ പുസ്തകം വായിച്ചുകൊണ്ടേ ഇരുന്നു. നീതുവിന്റെ തൊട്ട് മുകളിലെ ബെർത്തിൽ ഒരാൾ കിടക്കുന്നുണ്ട്. ചുരുണ്ട് നീണ്ട തലമുടിയുള്ള മെലിഞ്ഞ ഒരു യുവാവ്. പെട്ടെന്ന് അയാൾ അരുണിനെ തുറിച്ചുനോക്കി, അയാളുടെ തീഷ്ണമായ നോട്ടം കണ്ട് അരുൺ ഭയന്നു. പൊടുന്നനെ ഉച്ചത്തിൽ എന്തോ ശബ്ദം. തെല്ല് നേരത്തേയ്ക്ക് എല്ലാവരും ഒന്ന് ഭയന്നു. ട്രെയിനിന്റെ വാതിൽ ഗതിമാറിയെത്തിയ കാറ്റ് തള്ളി അടച്ചതായിരുന്നു അത്. അരുൺ കയ്യിൽ കരുതിയിരുന്ന വെള്ളം എടുത്ത് കുടിച്ചു. ട്രെയിന്റെ വേഗതയിൽ വന്ന വ്യതിയാനം കാരണം വെള്ളം ദേഹത്ത് വീണു "ശ്ശൊ! വെള്ളം മറിഞ്ഞല്ലോ ചേട്ടാ" നീതു ചിരിച്ചുകൊണ്ട് പറഞ്ഞു. വെള്ളം മറിഞ്ഞ വിഷമത്തെക്കാൾ അരുണിന് സന്തോഷമായത് ഏറെനേരത്തെ ഇടവേളയ്ക്ക് ശേഷം നീതു മിണ്ടിയതായിരുന്നു. "അത് സാരമില്ല വെള്ളമല്ലേ" അരുൺ ചിരിച്ചുകൊണ്ട് പറഞ്ഞു. വണ്ടി ഏതോ സ്റ്റേഷനോട് അടുക്കുകയായിരുന്നു. ചക്രങ്ങളുടെ വേഗത കുറഞ്ഞു വന്നു. സ്റ്റേഷനിലെ ബഹളം കുറെശ്ശെ കൂടി കൂടി വന്നു. വണ്ടി നിൽക്കുന്നതിനു മുന്നേ തന്നെ തിക്കും തിരക്കും കൂട്ടി ആളുകൾ ഇരച്ചുകയറി തുടങ്ങി.

ഏകദേശം മൂന്ന് മിനിറ്റ് ആയിക്കാണും, വണ്ടി പിന്നെയും നീങ്ങി തുടങ്ങി. "രൂപേഷിന്റെ പുസ്തകമല്ലേ ഇത്, ഞാൻ വായിച്ചിട്ടുണ്ട്" അരുൺ നീതുവിനോട് പറഞ്ഞു. "വളരെ നല്ല കഥയാണ് എനിക്ക് ഇഷ്ടമായി" നീതു ചിരിച്ചുകൊണ്ട് മറുപടി നൽകി.ഈ വിഷയത്തിൽ പിടിച്ചു കയറാം എന്ന് തീരുമാനിച്ചു അരുൺ. "കഥയൊക്കെ നല്ലതാണ്, അതിലെ മാവോയിസ്റ്റുകളുടെ രീതി അതിലെ എന്നല്ല മാവോയി

സ്റ്റുകളുടെ രീതിയേ ശരിയല്ല" നീതു പുസ്തകം മടക്കി വച്ചിട്ട് ഒരു തർക്കത്തിനെന്നവണ്ണം ഒരുങ്ങി "സമൂഹത്തിൽ നീതി നിഷേധിക്കപെടുമ്പോൾ അവകാശങ്ങൾ ലംഘിക്കപ്പെടുമ്പോൾ അധികാര വർഗ്ഗത്തിനെതിരെ പോരാടുന്നവരാണ് അവർ"

"അത് ശരിയായിരിക്കാം അതിന് ഒന്നുമറിയാത്ത പാവങ്ങളെ കൊലക്ക് കൊടുക്കാറില്ലേ ഇവറ്റകൾ" ഒരല്പം പരുഷമായിത്തന്നെ അരുൺ പറഞ്ഞു. "മാർഗ്ഗമല്ല ലക്ഷ്യമാണ് പ്രധാനം എന്ന് നിങ്ങളുടെ ഭഗവാൻ കൃഷ്ണൻ തന്നെ പറഞ്ഞിട്ടില്ലേ, രക്തച്ചൊരിച്ചിലിലൂടെയേ വിപ്ലവം സാധ്യമാകുള്ളൂ അത് കൊണ്ടാവും അങ്ങനെ" നീതുവിന്റെ കണ്ണുകൾ ജ്വലിക്കുന്നതായി അരുണിന് തോന്നി. "അല്ലേലും ഈ പുരാണത്തിലെ വാക്യങ്ങളുടെ ആവശ്യമില്ലാത്ത അർത്ഥം കണ്ടെത്തി അതിന് ഇല്ലാത്തൊരു മാനം കൊടുക്കലാണല്ലോ എല്ലാ തീവ്രവാദികളുടെയും രീതി. ഹാ അത് പോട്ടെ" അരുൺ അത് അവസാനിപ്പിക്കാനെന്നവണ്ണം പറഞ്ഞു.

"സംഭവാമി യുഗേ യുഗേ എന്നാണല്ലോ" ഒരു നിമിഷത്തെ നിശബ്ദതയ്ക്കു ശേഷം ചിരിയോടെ അത് പറയുമ്പോഴും അവളുടെ കണ്ണിലെ ആ ജ്വാല കെട്ടടങ്ങിയിട്ടില്ലായിരുന്നു. അപ്പോഴേയ്ക്കും മുകളിലുണ്ടായിരുന്ന പരുക്കനായ മനുഷ്യൻ താഴെ ഇറങ്ങി ഇരുന്നു. അയാളുടെ കണ്ണുകൾ അലക്ഷ്യമായി എന്തൊക്കെയോ പരതുന്നുണ്ടായിരുന്നു. അയാളെ തന്നെ ശ്രദ്ധിച്ചുകൊണ്ട് അരുൺ അല്പനേരം എന്തോ ചിന്തിച്ച് ഇരുന്നു. അപ്പോഴാണ് ഒരു പെൺകുട്ടി അഴികൾക്കിടയിലൂടെ ഫോട്ടോകൾ എടുക്കുന്നത് അരുൺ കണ്ടത്.

അരുൺ അവളെ ശ്രദ്ധിക്കാൻ തുടങ്ങി. ഒരു കൗതുകം തോന്നിയ അരുൺ തന്റെ ക്യാമറ ഓൺ ചെയ്തു ആ പെൺകുട്ടിയുടെ ഫോട്ടോ പകർത്തി. മുഖം ചലിപ്പിച്ചു അവളെ അവൻ അടുത്തേക്ക് വിളിച്ചു. ആ പെൺകുട്ടി അയാളെ നോക്കി ചിരിച്ചിട്ട് പറഞ്ഞു "ഹായ് ഞാൻ സമീറ, യുണൈറ്റഡ് ന്യൂസ് ഒഫ് ഇന്ത്യയിൽ ഫോട്ടോ ജേർണലിസ്റ്റ് ട്രെയ്നി ആണ്" "ഞാൻ അരുൺ ഇന്ത്യടുഡേയിൽ ഫോട്ടോഗ്രാഫറാണ്", അരുൺ ചിരിച്ചുകൊണ്ട് മറുപടിയേകി. "സമീറ ബാംഗ്ലൂർ ബ്യൂറോയിൽ ആണോ?" അവൾ കൈയ്യിൽ ഉണ്ടായിരുന്ന ക്യാമറയുടെ ലെൻസ് ക്യാപ്പ് അടച്ച് ക്യാമറ ഓഫ് ചെയ്തുകൊണ്ട് പറഞ്ഞു "നാളെ ഞാൻ ജോയിൻ ചെയ്യുന്നതേയുള്ളൂ"

"എന്തായാലും ഇയാളുടെ നമ്പർ ഒന്ന് തന്നേക്ക് ഇന്ത്യ ടുഡേയിൽ വേക്കൻസി ഉണ്ടേൽ ഞാൻ അറിയിക്കാം" ഇതും പറഞ്ഞ് അരുൺ

മൊബൈൽ പോക്കറ്റിൽ നിന്ന് എടുത്തതും അത് ബെല്ലടിക്കാൻ തുടങ്ങി. അരുൺ സമീറയെ നോക്കി ഒരു നിമിഷം എന്ന് കൈകൊണ്ട് ആംഗ്യം കാണിച്ചിട്ട് ഫോണിലേക്ക് നോക്കി വീട്ടിൽ നിന്ന് നീതുവാണ്. "ഹലോ....പൊന്നാ."

"ഹലോ അരുണേട്ടാ... എവിടെത്തി?"

"അറിയില്ല എവിടേയോ എത്തി നീ എന്ത് ചെയ്യുവാ?"

"ബോറടിക്കുന്നു ചേട്ടാ, ഹാ പിന്നേ, ചേട്ടൻ പോയ ഉടനെ പോസ്റ്റ്മാൻ ഒരു രെജിസ്റ്റേഡ് കൊണ്ടുവന്നു. ഞാൻ വാങ്ങി വച്ചിട്ടുണ്ട്"

"രെജിസ്റ്റേഡോ? എന്നിട്ട് അത് നീ പൊട്ടിച്ച് നോക്കിയില്ലേ?" ഒന്ന് സംശയിച്ചിട്ട് അരുൺ ചോദിച്ചു

"പൊട്ടിച്ചില്ല RTOയിൽ നിന്ന് വന്നതാണെന്നാ തോന്നുന്നേ, ഒരു നിമിഷം ഞാൻ ഒന്ന് നോക്കട്ടെ". അവൾ അത് പൊട്ടിച്ച് നോക്കി.

"ഏട്ടാ ഇത് ഹെൽമെറ്റ് ഇല്ലാതെ വണ്ടി ഓടിച്ചതിന്റെ ഫൈനാണ്"

"ആണൊ അപ്പൊ 500 പോയി".

നീതു ആ പേപ്പറിൽ തന്നെ സൂക്ഷിച്ച് നോക്കി ഒന്നും മിണ്ടാതിരുന്നു. ട്രെയിൻ ഓടി ഒരു തുരങ്കത്തിലേയ്ക്ക് കയറി.

"ഹലൊ..... ഹലോ പൊന്നാ..."

അപ്പോഴെയ്ക്കും കാൾ കട്ടായി. അരുൺ ഫോൺ മാറ്റി വച്ചിട്ട് എതിർഭാഗത്തിരിക്കുന്ന നീതുവിനെ ഒന്ന് നോക്കി. അവൾ ആ പുസ്തകത്തിൽ തന്നെ ശ്രദ്ധിച്ച് ഇരിയ്ക്കുകയാണ്. പെട്ടെന്ന് അവളുടെ ഫോൺ ശബ്ദിക്കാൻ തുടങ്ങി. നീതു ഫോൺ എടുത്തു.

"ഹാ അമ്മേ, ഇല്ല ഞാൻ എത്തീട്ട് വിളിച്ചേക്കാം ശെരിമ്മാ" ഫോൺ കട്ട് ചെയ്തിട്ട് അരുണിനെ നോക്കി നീതു ഒന്ന് ചിരിച്ചു "ചേട്ടൻ എന്തോ വലിയ ചിന്തയിലാണെന്ന് തോന്നുന്നു"

"ഹേയ് ഒന്നുല്ല വൈഫിനോട് സംസാരിച്ചിരുന്നപ്പൊ കാൾ കട്ടായി അത് ആലോചിച്ച് ഇരുന്നതാ"

"ഹോം സിക്നസ്സ് ഉണ്ടല്ലേ?" അവൾ കളിയാക്കിയ മട്ടിൽ ചോദിച്ചു.

"അങ്ങനെ ഒന്നുല്ല ചെറുതായിട്ട്.. അല്ല താൻ കല്ല്യാണം കഴിച്ചതാണൊ?"ചോദ്യം മുഴുമിപ്പിക്കും മുന്നേ അരുണിന്റെ ഫോൺ വീണ്ടും ബെല്ലടിയ്ക്കാൻ തുടങ്ങി.

"ഹാ പൊന്നാ..."

"ഏതാ ആ പെണ്ണ്?" ദേഷ്യത്തോടെയുള്ള നീതുവിന്റെ ചോദ്യം

കേട്ട് അരുൺ ഒന്ന് ഞെട്ടി.

"ഏത് പെണ്ണ്?"

"നിങ്ങടെ കൂടെ ഇരിക്കുന്ന പെണ്ണ് ഏതാന്ന്?" ദേഷ്യം അടക്കാൻ കഴിയാതെ നീതു വീണ്ടും ചോദിച്ചു. അരുൺ ചുറ്റും ഒന്ന് നോക്കി തന്റെ കൂടെ പെണ്ണ് ഇരിക്കുന്നു എന്ന് ഇവൾ എങ്ങനെ അറിഞ്ഞു? ഒരു ശ്വാസമെടുക്കാനുള്ള സമയം പോലും കിട്ടും മുന്നേ അവളുടെ അടുത്ത ചോദ്യം എത്തി.

"നിങ്ങടെ കൂടെ ഈ ബൈക്കിന്റെ പിന്നിൽ ഇരിക്കുന്ന പെണ്ണ് ഏതാണെന്ന് മര്യാദയ്ക്ക് പറഞ്ഞോ" അരുണിന് ഒന്ന് സമാധാനമായി അപ്പോൾ ഇവിടെ ഇരിക്കുന്ന പെണ്ണിനെ പറ്റിയല്ല ഇവൾ പറയുന്നത്.

"നീതു.." അരുൺ കടുപ്പിച്ച് വിളിച്ചു.

എതിർവശത്തുണ്ടായിരുന്ന നീതു "എന്താ ചേട്ടാ..." അരുൺ അവളോട് മിണ്ടരുത് എന്ന് ആംഗ്യം കാട്ടി. ഒരു പെൺ കുട്ടിയുടെ ശബ്ദം കൂടി കേട്ടതും നീതുവിന്റെ സംശയം വർധിച്ചു.

"ഓഹൊ അവളെ കൂടെ കൊണ്ട് നടക്കുവാണല്ലേ? നിങ്ങൾ എന്നെ പറ്റിക്കുവായിരുന്നുല്ലെ?"

അരുണിന് ആകെ ദേഷ്യം വന്നു. "നീതു നീ എന്തൊക്കയാ പറയുന്നെ? ഞാൻ ആരെയും കൊണ്ട് നടക്കുന്നില്ല"

"ഈ ബൈക്കിൽ നിങ്ങടെ പിന്നിലിരിക്കുന്ന പെണ്ണ് ആരാന്ന് ഇപ്പൊ പറയണം. അവൾ ഹെൽമെറ്റ് വയ്ക്കാത്തതിനാ പെറ്റി വന്നത് എന്തായാലും അത് ഞാനല്ല" അരുണിന് കാര്യം ഏകദേശം മനസിലായി RTO അയച്ച ഫൈൻ സ്ലിപ്പിൽ ഉള്ള ഫോട്ടൊയിൽ ബൈക്കിന്റെ പിന്നിൽ ഒരു പെണ്ണുണ്ട് അതാണ് പ്രശ്നം.

"എന്റെ പൊന്നെ, എന്റെ കൂടെ നീ അല്ലാതെ വേറെ ആര് വരാനാ? അരുൺ അസ്വസ്ഥത പ്രകടിപ്പിച്ചുകൊണ്ട് ചോദിച്ചു. അരുണിന്റെ ഫോൺ സംഭാഷണം കേട്ട് എതിർവശത്തിരുന്ന നീതു അരുണിനെ നോക്കി ചിരിച്ചു. ട്രെയിൻ ഓടി ഏതാണ്ട് ബാംഗ്ലൂർ എത്താറായിരിയ്ക്കുന്നു. അരുൺ പലതരത്തിലും നീതുവിനെ പറഞ്ഞ്മനസിലാക്കാൻ ശ്രമിച്ചു.

എന്നാൽ അവൾ അത് ഉൾക്കൊള്ളാൻ തയ്യാറായില്ല. ഒടുവിൽ നീതു ആ കടുത്ത തീരുമാനത്തിലെത്തി "നേരം വെളുക്കുന്നതിനു മുന്നേ നിങ്ങൾ ഈ വീട്ടിൽ വന്നില്ലെങ്കിൽ പിന്നെ ഞാൻ ജീവനോടെ ഉണ്ടാകില്ല." ഇതും പറഞ്ഞ് നീതു ഫോൺ കട്ട് ചെയ്തു. അരുൺ ആകെ ധർമ്മസങ്കടത്തിലായി.

"എന്താ ചേട്ടാ എന്തേലും പ്രശ്നം ഉണ്ടൊ?" എതിർവശത്തുണ്ടായി രുന്ന നീതു അന്വേഷിച്ചു.

"ഏയ് ഒന്നുല്ല RTO തന്ന ഒരു പണിയാണ്, ഹെൽമെറ്റ് ഇല്ലാതെ വണ്ടി ഓടിച്ചതിന് ഫൈൻ വന്നു അതിൽ ബൈക്കിന്റെ പിന്നിൽ ഒരു പെണ്ണ് ഇരിക്കുന്നു അതാണ് പ്രശ്നം" മുഖത്തു ഒരു ചിരി തേച്ചു പി ടിപ്പിച്ചുകൊണ്ട് അരുൺ പറഞ്ഞു.

"ആള് നല്ല പൊസ്സസീവ് ആണല്ലേ എന്താ പേര്?" അരുണിനെ ഒ ന്ന് കൂൾ ആക്കാൻ എന്നവണ്ണം നീതു സംസാരിച്ച് തുടങ്ങി.

"പൊസ്സസീവ് മാത്രമല്ല ഭയങ്കര ഇഷ്ടമാ നീതുവിന് എന്നോട്"

"ഹേ കൊള്ളാല്ലൊ നീതുന്നാണൊ പേര്?"

"അതെ, പാവമാ ഭയങ്കര വാശിക്കാരിയാ" "ഇനി മീറ്റിങ്ങിന് പോ ക്കൊന്നും നടക്കില്ല ഞാൻ അടുത്ത വണ്ടിക്ക് തിരിച്ച് പോകും" അ രുൺ പറഞ്ഞു.

"അയ്യേ ഈ ചെറിയ കാര്യത്തിന് മീറ്റിംഗ് ഒഴിവാക്കണൊ?" അ വൾ അത്ഭുതത്തോടെ ചോദിച്ചു.

"അവൾ പിണങ്ങിയാൽ പിന്നെ ഒന്നും ശെരിയാവില്ലടൊ അതാ" അരുൺ ചിരിച്ചു.

"എങ്കിൽ ചേട്ടൻ ഒരു കാര്യം ചെയ്യ് അടുത്ത സ്റ്റേഷനിൽ ഇറങ്ങി തിരിച്ചു പോകാൻ നോക്ക്"

"ഇനി കുറച്ച് നേരംകൂടിയല്ലേ ഉള്ളു ബാംഗ്ലൂർ ഇറങ്ങിയാൽ അ പ്പോൾ തന്നെ തിരികെ വണ്ടികിട്ടും അതാ നല്ലത്" അരുൺ അല്പ നേരം ഒന്ന് ആലോചിച്ചിട്ട് പറഞ്ഞു.

നീതു വിടാൻ ഭാവമില്ല "അല്ല ചേട്ടാ അടുത്ത സ്റ്റേഷനിലാകുമ്പോ ബസ്സ് കിട്ടും കുറച്ചുകൂടി സൗകര്യം അതല്ലേ?"

"അത് വേണ്ട അതുവരെ താൻ പിന്നെ ഒറ്റക്കല്ലേ ഉള്ളൂ , ഇനി കു റച്ച് സമയമല്ലേ ഉള്ളൂ?"

നീതു ആകെ അസ്വസ്ഥയായി എന്ത് പറയണം എന്ന് അറിയാതെ പുറത്തേയ്ക്ക് നോക്കി ഇരുന്നു.

"അല്ല തനിക്ക് ഞാൻ ഇവിടെ ഇരിക്കുന്നത് ബുദ്ധിമുട്ടായോ" അ രുൺ ചോദിച്ചു.

"അല്ല ചേട്ടാ ഒരു അപകടം ഒഴിവാക്കാൻ പറഞ്ഞു എന്നേ ഉള്ളു"

"അപകടമോ എന്ത് അപകടം? ഹാ എന്റെ ഭാര്യ പറഞ്ഞത് ഓർ ത്തിട്ടാണോ? അവൾ എന്നെ ഭയപ്പെടുത്താൻ പറയുന്നതാ ചുമ്മാ"

"അതെ അത് തന്നെ" നീതു പിന്നെ അധികമൊന്നും മിണ്ടിയില്ല

പുറത്ത് വിദൂരത്തിയിലേയ്ക്ക് നോക്കി ഇരുന്നു. വണ്ടി ഓടി ബാംഗ്ലൂർ സിറ്റിയിൽ എത്തിയതും പരുക്കനായ മനുഷ്യൻ ഒരു ബാഗും വലിച്ചെടുത്ത് ചാടിയിറങ്ങി വണ്ടി നിൽക്കുന്നതിനു മുന്നെ പുറത്തേയ്ക്ക് ഓടി.

ഇയ്യാൾക്ക് ഭ്രാന്താണോ എന്നമട്ടിൽ അരുൺ അയാളെ തന്നെ നോക്കി. അപ്പോഴേയ്ക്കും നീതുവിന്റെ കാൾ വന്നു.

"പൊന്നാ... ഞാൻ ദെ ഇപ്പൊ തിരിച്ച് കേറും നീ പിണങ്ങല്ലെ ഞാൻ വന്നിട്ട് പറയാം"

"നിങ്ങൾ ഇനി ഒന്നും പറയണ്ട കെട്ടിപിടിച്ച് ഇരിയ്ക്കുവല്ലെ അവൾ" നീതു കരയാൻ തുടങ്ങി.

"നീതൂ, കരയല്ലേ പൊന്നാ നീ ആ ഫോട്ടൊ ഒന്ന് അയച്ചെ ഞാൻ നോക്കട്ടെ" അരുൺ ട്രെയിനിൽ നിന്ന് ഇറങ്ങി.

"അപ്പൊ ചേട്ടാ എങ്ങനാ തിരിച്ച് പോകുവാണൊ?" നീതുവിന്റെ ചോദ്യം കേട്ട് അരുൺ തിരിഞ്ഞു നോക്കി

"ഇന്ന് ഞാൻ മീറ്റിങ്ങിന് പോയാൽ ശെരിയാവില്ല കമ്പനിയിൽ ഞാൻ ഇൻഫോം ചെയ്തു മെഡിക്കൽ ഇഷ്യൂസ് ഉണ്ടെന്ന്, അപ്പൊ താൻ പോകുവല്ലേ?, ഞാൻ ഒന്ന് ടിക്കറ്റ് നോക്കട്ടെ"

"ഹാ ചേട്ടാ പോകുവാ എന്റെ ഫ്രെണ്ട് വരാം എന്ന് പറഞ്ഞിട്ടുണ്ട്, അവൻ വന്നിട്ട് പോകാം. ചേട്ടൻ ടിക്കറ്റ് എടുത്തിട്ട് വാ"

വാട്സാപ്പിൽ വന്ന ഫോട്ടൊയും നോക്കിക്കൊണ്ട് അരുൺ നീതുവിന്റെ അടുത്തായ് വെയിറ്റിംഗ് ബഞ്ചിൽ ഇരുന്നു. "എന്താ" അരുണിനെ ഒന്ന് നോക്കിയിട്ട് നീതു ചോദിച്ചു.

"ഏയ് ഒന്നുമില്ല ഞാൻ ഈ ഫോട്ടോ നോക്കുവായിരുന്നു" അരുൺ മൊബൈലിൽ നിന്ന് കണ്ണെടുക്കാതെ മറുപടി പറഞ്ഞു.

"പണി വരുന്ന വഴിയേ" നീതു അതിലേയ്ക്ക് നോക്കി ചിരിച്ചു.

"ഈ കേസ് ഞാൻ ജയിച്ചു", അരുൺ ഒരു ചെറു ചിരിയോടെ ഫോണിലേക്ക് നോക്കി.

"സസ്പെൻസ് ഇടാതെ കാര്യം പറ" നീതു ആകാംക്ഷയോടെ ചോദിച്ചു.

അരുൺ തുടർന്നു"ഈ വണ്ടി ഓടിക്കുന്നത് ഞാനല്ല കാരണം ഈ ഷൂ, ഷർട്ട് ഇത് രണ്ടും എനിക്കില്ല. ഇത് രണ്ടും ഉള്ള ആളെ എനിക്ക് അറിയാം. അതുമല്ല ഈ ഫൈൻ അടിച്ചിരിക്കുന്ന ഡേറ്റ് ഒക്ടോബറിൽ ആണ് ആ സമയത്ത് ഞാൻ ഡൽഹിയിൽ ആണ്"

"അല്ല അപ്പൊ ആരാ ഈ കൊലച്ചതി ചേട്ടനോട് ചെയ്തത്" നീതു ചിരിച്ചുകൊണ്ട് ചോദിച്ചു.

"എന്റെ അളിയൻ നിതിൻ അല്ലാതാര്? അവന് ഞാൻ വാങ്ങി കൊടുത്ത ഷർട്ടാണ് ഇത്. തെണ്ടി ചെറ്റ" ഒരല്പം ദേഷ്യത്തിൽ തന്നെ അരുൺ പറഞ്ഞു .

"ചേട്ടനെന്നാൽ വൈഫിനെ വിളിച്ച് അത് പറഞ്ഞുകൂടേ?" നീതു ചോദിച്ചു

"എന്തായാലും മീറ്റിംഗ് മുടങ്ങി ഇനി വീട്ടിൽ ചെന്നിട്ട് അളിയനെ കൂടി കൊണ്ട് പോയി നേരിൽ തെളിയിക്കാം"

"അല്ല ചേട്ടാ വിളിച്ചു പറയുകയാണെങ്കിൽ മിനിറ്റിങ്ങിനു പോകാല്ലോ"

"ഇനിയിപ്പോ എന്തായാലും വേണ്ട. ഒരു മണിക്കൂർ കഴിഞ്ഞാൽ ട്രെയിൻ വരും ഞാൻ തിരിച്ചുപോകും അവളുടെ പിണക്കം മാറിയിട്ടു മതി ഇനി എല്ലാം"

ചുറ്റുപാടും നോക്കി നിന്ന നീതു "അങ്ങനെയെങ്കിൽ ചേട്ടൻ പുറത്ത് പോയി ഒന്ന് ഫ്രഷ് ആയിട്ട് വാ ഒരുമണിക്കൂർ ഉണ്ടല്ലോ?" ഇവളെന്താ ഇങ്ങനെ പറയുന്നത് അരുൺ നീതുവിനെ ഒന്ന് നോക്കിയിട്ട് ആലോചിച്ചു.

"ഹേയ് അതൊന്നും വേണ്ട, തന്റെ ഫ്രണ്ട് വരാറായില്ലേ?"

"ഹാ ഇപ്പോവരും" നീതു അവളുടെ ഫോണിലേക്ക് നോക്കി, അപ്പോഴേയ്ക്കും നീതുവിന് ഒരു കാൾ വന്നു.

"ഹാലോ ഞാൻ ഇവിടെ ഉണ്ട്. നിങ്ങൾ എവിടെയാ? ആണോ? ഞാൻ അങ്ങോട്ട് വരാം" നീതു ഫോൺ കട്ട് ചെയ്തു. അതുവരെ ഉണ്ടായിരുന്ന നീതുവിന്റെ മുഖമല്ലായിരുന്നു അപ്പോൾ, അകെ ഭയന്ന ഒരു ഭാവം.

"ചേട്ടാ ദേ അവിടെ പോലീസ് എന്തൊക്കയോ നോക്കുന്നു പോലീസ് പട്ടിയുമുണ്ട്"

എന്താണെന്ന് അരുൺ ചോദിയ്ക്കുന്നതിനു മുൻപേ അവൾ പറഞ്ഞു. അരുൺ ആ വശത്തേയ്ക്ക് നോക്കി.

"വല്ല അനോണിമസ് കോളും വന്നുകാണും അതിന് താൻ എന്തിനാ ഭയപ്പെടുന്നേ?"

"ഹേയ് ഒന്നുമില്ല ചേട്ടാ, എന്റെ ഫ്രണ്ട്സ് അപ്പുറത്ത് നിൽപ്പുണ്ട് ഞാൻ അങ്ങോട്ട് ചെല്ലട്ടെ" അതും പറഞ്ഞുകൊണ്ട് അരുണിന്റെ മറുപടിക്ക് കാത്തു നില്കാതെ അവൾ പോലീസ് നിൽക്കുന്ന വശത്തേയ്ക്ക് നടന്നു. എന്തെന്ന് മനസിലാകാതെ അരുൺ നീതു നടന്നകലുന്നതും നോക്കി ഇരുന്നു.

സമീറ

യെൻ സർ യെൻ ഇപ്പടി പാകരെ..യെന്ന പുടിച്ചിരിക്കാ? !

ചെന്നൈ സ്റ്റേഷൻ എവിടെ തിരിഞ്ഞാലും ഇവരുടെ കൂട്ടം കാണാം. സമീറ ബാഗിൽ നിന്ന് ക്യാമറ എടുത്ത് അവരുടെ ഒരു പടം എടുത്തു എന്നിട്ട് സ്നേഹത്തോടെ ആലിംഗനം ചെയ്തു. അവരെ അരികിലേക്ക് വിളിച്ചു കുറച്ചു പൈസ കൊടുത്തു.

“പയനികളിൽ കനിവാർന്ന ഗവന്നിതിർക്ക്, വണ്ടി എൻ 12607 ലാൽ ബാഗ് എക്സ്പ്രസ്സ് അയിതാവത് പ്ലാറ്റ്ഫോമിലിരുന്ത് 15:45 മണിക്ക് പുറപ്പെടും” ലേറ്റ് ആണല്ലോ, എന്നാ കുറച്ചു മിസൽപാവും ചായും കഴിക്കാം, സമീറ നേരെ പ്ലാറ്റ്ഫോം ഒന്നിലെ അങ്ങേ തലക്കുള്ള ചായക്കടയിലേക്കു നീങ്ങി. മുൻപ് പലതവണ ഇവിടുന്ന് മിസൽ പാവ് കഴിച്ചിട്ടുണ്ടെങ്കിലും ഇന്ന് ഇവിടുന്ന് ഓർഡർ ചെയ്തപ്പോൾ സമീറക്ക് വല്ലാതെ ഒരു സന്തോഷം, കഴിച്ചപ്പോൾ രുചിയും അല്പം കൂടുതൽ ആണെന്ന് തോന്നി. കഴിച്ചു കഴിഞ്ഞപ്പോഴേക്കും അടുത്ത അനൗൺസ്മെന്റ് വന്നു.

സമീറ നേരെ പ്ലാറ്റ്ഫോം അഞ്ചിലേക്ക് പോകാൻ തുടങ്ങി. ഏ സി ക്ലാസ് ടിക്കറ്റ് കയ്യിൽ ഉണ്ടെങ്കിലും, സമീറക്ക് ജനറൽ കംപാർട്മെന്റ് കണ്ടപ്പോൾ പിന്നെ മുന്നോട്ടു നീങ്ങാൻ തോന്നിയില്ല. നേരെ ജനറൽ കംപാർട്മെന്റിലോട്ടു കേറി, ഒരിക്കലും മറക്കാൻ ആകാത്ത ആ ഗന്ധം സമീറ അറിയാൻ തുടങ്ങി, അതിന്റെ സന്തോഷം ആ മുഖത്തും പ്രതിഫലിച്ചു. പെട്ടെന്നു തന്നെ ഒഴിഞ്ഞു കിടന്ന വിൻഡോ സീറ്റിൽ പോയി ഇരുന്നു.

അല്പസമയം കഴിഞ്ഞപ്പോൾ, ലാൽബാഗ് എക്സ്പ്രസ്സ് നീങ്ങി തുടങ്ങി. ചെന്നൈ റെയിൽവേ ബോർഡ് മറയും മുൻപേ സമീറ ക്യാമറയിൽ അത് പകർത്തി. പിന്നെ അവിടെ ഇരുന്ന ഒരു അമ്മയുടെയും കുഞ്ഞിന്റെയും സ്നേഹചുംബനവും പകർത്തി. ചെറിയൊരു മഴ പെയ്തതിനാൽ ജനാലയിൽ നിന്ന് മഴത്തുള്ളികൾ താഴെ വീഴണോ വേണ്ടയോ എന്ന ചിന്തയിൽ തുരുമ്പിച്ച കമ്പികളിൽ ചേർന്നു

നിക്കുന്നുണ്ടായിരുന്നു. ഒരു സമയത്തു സമീറ സ്വന്തം ജീവിതം ഈ ട്രെയിനിൽ തന്നെ നരകിച്ചു തീർക്കേണ്ടിവരുമോ എന്ന് ആകുലതപ്പെട്ടതുപോലെ.

പക്ഷെ വിവേക് ആ ജീവിതം മാറ്റി എഴുതി. സമീറ എന്തോ ആലോചനയിൽ ക്യാമറയിലേക്ക് നോക്കി പിന്നെ ആ തുരുമ്പിച്ച കമ്പികളിലെ മഴത്തുള്ളികളെ പകർത്തി. ട്രെയിനിന്റെ വേഗത കൂടി തുടങ്ങി, ഇനിയും ജീവിതത്തിൽ പലതും വെട്ടിപ്പിടിക്കണം എന്ന വാശി പോലെ അത് കുതിച്ചു തുടങ്ങി. സമീറ താൻ എടുത്ത ഫോട്ടോകളിലൂടെ കണ്ണോടിച്ചു.

അതിൽ ഏറ്റവും പ്രിയപ്പെട്ടത് ലോകം തന്നെ നോക്കുന്നു എന്ന ഭയം ഇല്ലാതെ ഒരുപിടി സ്നേഹത്തോടെ അവനെ ചുംബിച്ചുകൊണ്ട് ഇടതുകൈയിൽ ക്യാമറ വെച്ച് ആ നീണ്ട കൈകൾ നീട്ടിപിടിച്ചു എടുത്ത വൈഡ് ആംഗിൾ സെൽഫി. പിന്നിൽ അന്ധാളിച്ചു നിൽക്കുന്ന ഒരു ചെറിയ ലോകം കാണാം, സമീറ മറക്കാൻ കൊതിച്ച ലോകം. ട്രെയിൻ അരക്കോണം സ്റ്റേഷനിൽ എത്തിയപ്പോഴേക്കും ഒരു രണ്ടു മണിക്കൂർ കഴിഞ്ഞു. സമീറ അറിയാതെ ഒന്ന് മയങ്ങിപ്പോയി.

*** *** ***

ഫോട്ടോ ജേർണലിസം തലക്കു പിടിച്ചപ്പോൾ എങ്ങനെയെങ്കിലും ഒരു കോഴ്സ് പഠിക്കാൻ ചെന്നൈയിൽ ഒരുപാടു അലഞ്ഞു. തന്നെ പോലെ ഒരാളെ അംഗീകരിക്കാൻ പല കോളേജുകളും വിസ്സമ്മതിച്ചു. പക്ഷെ അന്നും എനിക്കൊരു വിശ്വാസമുണ്ടായിരുന്നു ആരെങ്കിലും ഒക്കെ വരും ഒരു രക്ഷകനെ പോലെ എന്ന്. ആ വിശ്വാസം ഒട്ടും വൈകാതെ തന്നെ തീരു സാറിന്റെ രൂപത്തിൽ എത്തി ഭാരത് ഇൻസ്റ്റിട്യൂട്ടിൽ. “നിങ്ങളുടെ സ്വപ്നത്തിന്റെ കൂടെ ധൈര്യമായി സഞ്ചരിച്ചോളൂ, ഒരിക്കലും നിരാശപ്പെടേണ്ടി വരില്ല” തീരു സാറിന്റെ വാക്കുകളായിരുന്നു അത്. തീരു സാറിന്റെ സഹായത്തോടെ ഭാരത് ഇൻസ്റ്റിട്യൂട്ടിൽ അഡ്മിഷൻ കിട്ടി. പിന്നെ നീണ്ട രണ്ടു വർഷം, പണത്തിന്റെയും സമയത്തിന്റെയും വില ഇത്ര വലുതാണെന്ന് പഠിച്ച കാലം. കരഞ്ഞും കാലുപിടിച്ചും അന്തസായി തെണ്ടിയും കാശുണ്ടാക്കിയ കാലം. വിശപ്പ് മറന്ന നാളുകൾ, ലക്ഷ്യം എങ്ങനെയെങ്കിലും കോഴ്സ് തീർക്കണം, ഒരു നല്ല ക്യാമറ വാങ്ങണം. പെട്ടെന്ന് മറുവശത്തുനിന്നു അതി വേഗതയിൽ വന്ന ട്രെയിൻ ശബ്ദം കേട്ട് സമീറ ഞെട്ടി ഉണർന്നു.

*** *** ***

മയങ്ങുമ്പോളൊക്കെ സ്വപ്നങ്ങളിൽ സ്വന്തം ജീവിതത്തെ തന്നെ പിന്നെയും കാണുന്നു. ചിലപ്പോൾ സമീറക്ക് തന്നെ ഈ അവസരം ഇപ്പോഴും ഒരു സ്വപ്നംപോലെ തന്നെയാണ് തോന്നാറ്. ആമ്പുർ സ്റ്റേഷൻ എത്താൻ പോകുന്നു, ട്രെയിൻ വേഗത കുറച്ചു, ഒരു പ്രത്യേക താളത്തിൽ നീങ്ങി തുടങ്ങി. സമീറ ജനാലയിലോട്ടു ചേർന്നു തല ചായ്ച്ചു ആ നിമിഷത്തേക്ക് അലിഞ്ഞു ചേർന്നു. സ്റ്റേഷനിൽ നിന്നും ട്രെയിൻ നീങ്ങി തുടങ്ങി.

അടുത്തത് ജോലാർപേട്ടൈ ജംഗ്ഷൻ ആണ്, സമീറയ്ക്കു വിശന്നു തുടങ്ങി. ജോലാർപേട്ടൈൽനിന്നും ആമ്പുർ ബിരിയാണി വാങ്ങിക്കാം എന്ന് വിചാരിച്ചു അവൾ വിശപ്പ് അടക്കി പിടിച്ചിരുന്നു. വീണ്ടും ക്യാമറ എടുത്ത് കുറച്ചു ആമ്പുർ ഗ്രാമത്തിന്റെ കാഴ്ചകൾ പകർത്തി. സമീറ മുൻപ് പലപ്പോഴും മനസ്സിൽ പകർത്തിയ കാഴ്ചകൾ എല്ലാം ഇന്നത്തെ യാത്രയിൽ ക്യാമറയ്ക്കുള്ളിൽ ഭദ്രമാക്കി.

അതിനിടയിൽ മറുവശത്ത് ഇരുന്ന അരുൺ സമീറയെ പരിചയപ്പെട്ടു. യാദൃച്ഛികമെന്നപോലെ അരുണും ഫോട്ടോഗ്രാഫർ ആണ്, ഇന്ത്യ ടുഡേയിൽ. സമീറയുടെ സീറ്റിന്റെ മറുവശത്തു മുകളിൽ പരുക്കനായ മനുഷ്യൻ കുറച്ചു നേരമായി അവളെ തുറിച്ചു നോക്കുന്നുണ്ടായിരുന്നു.

പെട്ടെന്നു രണ്ടു ട്രാൻസ്ജൻഡറുകൾ കേറി വന്നു. മുൻ പരിചയം എന്ന പോലെ സമീറയുടെ ക്യാമറക്കു മുന്നിൽ പോസ് ചെയ്തു കൊടുത്തു. സമീറയുടെ കണ്ണിലെ സന്തോഷവും ട്രാൻസ്ജൻഡറുകളുടെ തിരിച്ചുള്ള മുഖഭാവവും അവരുടെ നല്ല ഒരു സൗഹൃദം വ്യക്തമാക്കുന്നതായിരുന്നു. പക്ഷെ അവർ സമീറയുടെ അടുത്തേക്ക് പോയില്ല. അവരുടെ സ്വാഭാവിക ശൈലിയിൽ ആ കംപാർട്ട്മെന്റിലേ മറ്റു യാത്രക്കാരുടെ അടുത്തേക്ക് നീങ്ങി.

അരുണിന്റെ അടുത്തിരുന്ന ആൾ പെട്ടെന്നു ട്രാൻസ്ജൻഡറുകളുടെ നേരെ തിരിഞ്ഞു, വല്ല ജോലി എടുത്ത് ജീവിച്ചൂടെ? ഇങ്ങനെ തെണ്ടി നാട്ടുകാരുടെ പൈസ പിരിക്കണോ? അയാൾ ചോദിച്ചു.

നമ്മൾക്കു ആര് ജോലി തരാനാണ് സർ?. ഒരു പത്തുരൂപ കൊടുക്ക് സർ. അതിൽ ഒന്നാമൻ യാചിച്ചു. അയാൾ അവരുടെ ശരീരത്തെ ക്കുറിച്ചു അവിടെ ഇരുന്ന അരുണിനോട് പറഞ്ഞു ചിരിച്ചു. അരുൺ അത് കേൾക്കാത്ത ഭാവം നടിച്ചു.

അത് വേണ്ട സർ, നമ്മളും ജീവിക്കണ്ടേ. നിങ്ങടെ കാശ് വേണ്ട സർ. അതും പറഞ്ഞുകൊണ്ട് അവർ അവിടുന്ന് മുന്നോട്ടു നീങ്ങാൻ

നോക്കുന്നു.

പെട്ടെന്ന് ട്രെയിൻ ഒരു തുരങ്കത്തിലൂടെ കടന്നു പോകുന്നു. തുരങ്കം കഴിഞ്ഞയുടൻ അതിൽ ഒരു ട്രാൻസ്ജെൻഡർ അവിടെ പൊട്ടിക്കരയുന്നു. അവരുടെ പിന്നിൽ ഒരു പരുക്കനായ മനുഷ്യൻ നിൽപ്പുണ്ടായിരുന്നു. അതുവരെ അയാൾ മുകളിൽ കിടക്കുകയായിരുന്നു. അവിടെ ഇരുന്ന യാത്രക്കാരൊക്കെ അമ്പരപ്പിൽ ആയിരുന്നു, എന്താ സംഭവിച്ചത് എന്ന് മനസിലായില്ല. അതുവരെ അരുണിന്റെ അടുത്തിരുന്ന ട്രാൻസ്ജെൻഡറുകളെ പരിഹസിച്ചിരുന്ന ആൾ പെട്ടെന്നു എണീറ്റു മാറിനിന്നു.

പെട്ടെന്നുണ്ടായ എന്തോ ഒരു പ്രേരണയാൽ സമീറ നേരെ പോയി ആ പരുക്കനായ മനുഷ്യന്റെ മുഖത്ത് ആഞ്ഞടിച്ചു. ആരാണ് അത് ചെയ്തതെന്ന് ഒരു കൺഫ്യൂഷൻ ഉണ്ടായിരുന്നെങ്കിലും സമീറയുടെ പ്രതികരണത്തോടെ അത് വ്യക്തമായി. പിന്നെ അവിടെ പിടിയും വലിയും ഒക്കെയായി വലിയ തർക്കമായി, ബഹളം കേട്ട് ടി ടി ഇ അനിരുദ്ധ് ബാല വന്നു. ഏ സി കംപാർട്മെന്റിലെ ടി ടി ഇ യാദൃച്ഛികമായാണ് അവിടെ എത്തിയത്. ആ പരുക്കനായ മനുഷ്യനെയും ട്രാൻസ്ജൻഡറുകളെ അവിടെ നിന്നും മാറ്റി എന്നിട്ടു റെയിൽവേ പോലീസിനെ വിവരം അറിയിച്ചു. ടി ടി ഇ അനിരുദ്ധ് കുറച്ചു പരിഭ്രമിച്ചെങ്കിലും, ആ സാഹചര്യം നന്നായി കൈകാര്യം ചെയ്തു. അരുണിന്റെ അടുത്തിരുന്ന ആളിന്റെ മുഖ ഭാവം അത്ര പന്തിയല്ലെന്ന് തോന്നിയതോടെ അയാളെയും വേറൊരു കംപാർട്മെന്റിലേക്ക് മാറ്റിയിരുത്തി. ആ അപമാനം അയാൾക്ക് താങ്ങാനാവുന്നതിലും അപ്പുറമായിരുന്നു. ആരും ഒട്ടും പ്രതീഷിക്കാത്ത സംഭവങ്ങൾ ആയിരുന്നു അവിടെ അരങ്ങേറിയത്, മുകളിൽ നിന്ന് അതുവരെ ഒന്നും പ്രതികരിക്കാത്ത തീഷ്ണമായി താഴെ നോക്കികൊണ്ടിരുന്നു ആൾ ഇങ്ങനെ ഒരു വൃത്തികേട് കാണിക്കുമെന്ന് ആരും പ്രതീക്ഷിച്ചില്ല. അപ്പോഴാണ് പിടിവലിയുടെ ഇടയിൽ താഴെ വീണുപോയ തന്റെ ക്യാമറ സമീറയുടെ ശ്രദ്ധയിൽപെട്ടത്. ലെൻസ് പൊട്ടിയ ക്യാമറയും ചേർത്തുപിടിച്ചു അവൾ പൊട്ടിക്കരഞ്ഞു. കംപാർട്മെന്റ് വീണ്ടും ശാന്തമായി, ട്രെയിൻ അപ്പോഴേക്കും ജോലാർപേട്ടൈ സ്റ്റേഷൻ വിട്ടുകഴിഞ്ഞിരുന്നു.

പതുക്കെ എല്ലാവരും സമീറയെ ശ്രദ്ധിക്കാൻ തുടങ്ങി.

“അവൾ ഒരു പെണ്ണല്ലെന്നു ഉറപ്പാണ്”.

“ആ രൂപത്തിൽ എന്തോ ഒരു വശപിശകുണ്ട്.”

“എനിക്കും തോന്നി, ആ ട്രാൻസ്ജൻഡറുകളോട് എന്തോ അടുപ്പം ഉണ്ട്.”

“ശരിയാണ് അവരുടെ പെരുമാറ്റവും ഫോട്ടോയെടുപ്പും ഒക്കെ കണ്ടപ്പോൾ സംശയംഉണ്ടായിരുന്നു.”

കംപാർട്ട്മെന്റിന്റെ പല ഭാഗത്തുനിന്നും അവ്യക്തമായ അശരീരികൾ സമീറയുടെ കർണപടത്തിൽ വീണു പ്രതിധ്വനിച്ചു.

അടുത്ത കംപാർട്ട്മെന്റിൽ നിന്നും അരുന്ധതി എല്ലാം ശ്രദ്ധിക്കുന്നുണ്ടായിരുന്നു. അവർ തനിക്ക് പ്രിയപ്പെട്ട ആമ്പൂർ ബിരിയാണി വാങ്ങാൻ പോയപ്പോൾ ഒരു പൊതി കൂടുതൽ വാങ്ങി. അതുമെടുത്തു സമീറയുടെ അടുത്ത് വന്നിരുന്നു.

“മോൾ ഇതു കഴിക്ക്, സമയം കുറെ ആയില്ലേ വിശക്കുന്നുണ്ടാവും”

ആദ്യം സമീറ വിസമ്മതിച്ചെങ്കിലും, ഇവിടത്തെ സ്പെഷ്യൽ ആമ്പൂർ ബിരിയാണി ആണെന്ന് പറഞ്ഞപ്പോൾ പിന്നെ ഒന്നും നോക്കിയില്ല, പതുക്കെ കഴിക്കാൻ തുടങ്ങി. സമീറക്ക് ഏറെ ഇഷ്ടമായിരുന്നു ആമ്പൂർ ബിരിയാണി.

കുറച്ചു നേരം കഴിഞ്ഞപ്പോൾ സമീറ അരുന്ധതിയോടു മനസ്സ് തുറക്കാൻ തുടങ്ങി.

“ചേച്ചിക്ക് അറിയോ? എനിക്ക് ഈ യാത്രയുടെ അന്ത്യത്തിൽ എന്റെ എത്രകാലത്തെ സ്വപ്നമാണ് പൂവണിയാൻ പോകുന്നതെന്ന്. യു എൻ ഐ യുണൈറ്റഡ് ന്യൂസ് ഒഫ് ഇന്ത്യയിൽ ഫോട്ടോ ജേർണലിസ്റ്റ് ട്രെയിനി ആയി ജോയിൻ ചെയ്യാൻ പോവുകയാ”.

ക്യാമറ നെഞ്ചോട് ചെർത്ത് വച്ചുകൊണ്ട് സമീറ തുടർന്നു, ‘ഒരിക്കൽ ഇതെന്റെ പാഷൻ മാത്രമായിരുന്നു, പക്ഷെ എതിർപ്പുകൾ പലതും തരണം ചെയ്തു ചെയ്തിപ്പോൾ ഇതെനിക്കൊരു വാശിയും പിന്നെ എന്നെപോലെയുള്ള പലർക്കും ഞാൻ കൊടുക്കാൻ പോകുന്ന പ്രതീക്ഷയുമാണ്. ഇതുപോലുള്ള അവഗണനകൾ എന്നെ തകർക്കില്ല.”

സമീറയുടെ ആത്മവിശ്വാസം കണ്ടപ്പോൾ അരുന്ധതിയുടെ മുഖത്തു ആകാംക്ഷയും സന്തോഷവും മിന്നിമറയുന്നുണ്ടായിരുന്നു. “എങ്ങനെയാണ് UNI പോലുള്ള വലിയ സ്ഥാപനത്തിൽ ജോലി കിട്ടിയത്?”

“വിവേക്, സീനിയർ ഫോട്ടോ ജേർണലിസ്റ്റ് ആണ് അവിടെ, വളരെ യാദൃച്ഛികമായിരുന്നു ആ കൂടിക്കാഴ്ച, ഒരു നിമിത്തം പോലെ. നല്ല മഴ ഉണ്ടായിരുന്ന ആ ദിവസം. ഇന്ദിരാനഗറിലെ കഫേ കോഫിഡേക്ക് അരികിൽ ഞാൻ മഴ നനയാതിരിക്കാൻ കേറി നിന്നു. വെറുതെ ചില്ലിനു

ള്ളിലെ കാഴ്ചകളിലേക്ക് ഒന്ന് കണ്ണോടിച്ചു. അവിടെ ജനലിനടുത്ത് വിവേക് ക്യാമറയിൽ പുറത്തെ മഴക്കാഴ്ചകൾ പകർത്തുന്നുണ്ടായിരുന്നു. പെട്ടെന്നു എന്റെ എത്തിനോട്ടം അയാളുടെ ശ്രദ്ധയിൽ പെട്ടു. അയാൾ ഒരു ഫോട്ടോ എടുത്തോട്ടെ എന്ന രീതിയിൽ അനുവാദം ചോദിച്ചു. പിന്നെ സൈഡിലോട്ടു ചെരിഞ്ഞു ജനാലയോടു ചേർന്നു നിൽക്കാൻ ആംഗ്യം കാണിച്ചു. അങ്ങനെ ഫോട്ടോ എടുത്തതിനു ശേഷം ആ ഫോട്ടോ കാണാൻ ഞാൻ വിവേകിന്റെ അടുത്തേക്ക് പോയി. പിന്നെ എല്ലാം ഒരു സ്വപ്നം പോലെയായിരുന്നു. എന്റെ കഥ വളരെ ക്ഷമയോടെ കേട്ടതിനു ശേഷം വിവേക് പറഞ്ഞു, "നിന്റെ കോഴ്സ് കഴിഞ്ഞാലുടൻ എന്നെ വിളിക്കൂ, നമുക്ക് എല്ലാം ശരിയാക്കാം."

"പക്ഷെ ഇനിയും ഏറെ ദൂരം പോകുവാനുണ്ട്, ഒരു നെടുവീർപ്പിട്ടു കൊണ്ട് അപ്പോൾ അവിടെ നടന്ന സംഭവമോർത്തുകൊണ്ടു സമീറ പറഞ്ഞു നിർത്തി."

അരുന്ധതി സമീറയുടെ തലയിൽ തഴുകികൊണ്ട് പറഞ്ഞു, 'ഏറെ ദൂരം പോകാനുള്ളത് മറ്റുള്ളവർക്കാണ്, നിന്റെ സ്വപ്നത്തിലേക്ക് ഇനി കുറച്ചു ദൂരം കൂടി സഞ്ചരിച്ചാൽ മതി".

സമീറ ഒരു ചെറുപുഞ്ചിരിയോടെ പ്രതീക്ഷയുടെ ഭാവികാലത്തിലേക്ക് നോക്കിയിരുന്നു.

ജയദേവൻ

ഡിസംബറിലെ തണുത്ത കാറ്റ് ഭൂമിയെ തൊട്ടുതലോടി ബോഗിക്കുള്ളിൽ ഏറിയും കുറഞ്ഞും വന്നുപോയിക്കൊണ്ടിരുന്നു. ജയദേവൻ സീറ്റിനരികിലേക്ക് കുറച്ചുകൂടി ഒതുങ്ങിയിരുന്നു. തെല്ലകലത്തെ പാതിതുറന്നിട്ട ജനാലയിലൂടെ പുറത്തേക്ക് നോക്കി, ഇരുട്ട് വീണുതുടങ്ങിയിരിക്കുന്നു. ട്രെയിൻ യാത്രക്കാരുണ്ടെങ്കിലും ആരുംതന്നെ പരസ്പരം സംസാരിക്കുന്നുണ്ടായിരുന്നില്ല.ലാൽബാഗ് എക്സ്പ്രസ്സ് ചെന്നൈ സെൻട്രൽ വിട്ടിട്ട് അധികം നേരമായില്ല. അടുത്ത സ്റ്റേഷൻ പേരമ്പൂർ ആണ്. അവസാനസ്റ്റേഷനായ ബാംഗ്ളൂർ വരെ പോകേണ്ടവരുമുണ്ട് അക്കൂട്ടത്തിൽ. പെട്ടെന്ന് ട്രെയിനിന്റെ വേഗത കുറഞ്ഞു. വലിയ ഇരുമ്പ് ചക്രങ്ങൾ പാളങ്ങളിൽ ഉരയുന്ന ശബ്ദം ജയദേവന്റെ കാതുകളിൽ അസ്വസ്ഥതയുണ്ടാക്കി. ട്രെയിൻ പേരമ്പൂർ സ്റ്റേഷനിൽ എത്തി. നിമിഷങ്ങൾക്കുള്ളിൽ കുറെ യാത്രക്കാരിറങ്ങുകയും കുറച്ചു പേർ കയറുകയും ചെയ്തു. എല്ലാവർക്കുമിറങ്ങാൻ സമയമുണ്ട്. എന്നിട്ടും എന്തിനാണാവോ ഈ ധൃതി?.ജയദേവൻ ഓരോരുത്തരെയുമായി ശ്രദ്ധിക്കാൻ തുടങ്ങി. പലവേഷത്തിലും ഭാവത്തിലുമുള്ളവർ,പലവിധ സ്വപ്നങ്ങളും ദുഖങ്ങളുംപേറുന്നവർ.

പലകാര്യങ്ങൾക്കുമായി ഒരു സ്റ്റേഷനിൽനിന്ന് മറ്റൊരുസ്റ്റേഷനിലേക്ക് യാത്രചെയ്യുന്നവരാണ്. അതിനിടയിൽ പലരെയും കണ്ടുമുട്ടിയേക്കാം, അതിൽ നല്ലവരും മോശക്കാരുമുണ്ടായേക്കാം.

ബാംഗ്ലൂരിലേക്ക് പ്രൊമോഷനോട് കൂടിയുള്ള ട്രാൻസ്ഫർ ആണീ യാത്ര. പക്ഷെ ഈ മഞ്ഞു കാലത്തും മനസ്സിൽ മായാതെ ഒരു മഴക്കാലം പെയ്തിറങ്ങുകയാണ്. ജയദേവന്റെ ചിന്തകൾ പുറകോട്ട് പോയി.

*** *** ***

ജോലിതേടി അലഞ്ഞു തിരിഞ്ഞിരുന്ന നാളുകൾ. അത്ര പരിചിതമല്ലാത്ത ആ സ്ഥലത്ത് നിരാശനായി ജയദേവൻ നടന്നു. പെട്ടെന്ന് അതിശക്തമായി മഴപെയ്യാൻ തുടങ്ങി. ആഞ്ഞടിക്കുന്ന കാറ്റ് മഴയെ

കൂടുതൽ അസഹനീയമാക്കി മാറ്റി. ജയദേവൻ വളരെ ശ്രദ്ധയോടെ വഴിയുടെ ഒരരികുപറ്റി നടന്നു. കൈവിട്ട് പോകാതിരിക്കുവാൻ കുടയിൽ മുറുകെ പിടിച്ചിരുന്നു.

"എങ്ങോട്ടാണ് ഈ പെരുംമഴയത്ത്?" പുറകിൽ തൊട്ടടുത്തുനിന്നായിരുന്നു ചോദ്യം. തീർത്തും പരിചയമില്ലാത്ത ശബ്ദം. അല്ലെങ്കിലും തനിക്കിവിടെ ആരുമില്ലല്ലോ പരിചയക്കാരായി?. ജയദേവൻ പെട്ടെന്ന് തിരിഞ്ഞു നോക്കി, പുറകിലുള്ള ആൾ ചോദ്യം ആവർത്തിച്ചു.

"എങ്ങോട്ടാണ് ഈ പെരുമഴയത്ത്?", പക്ഷേ ചോദ്യത്തിന് ഉത്തരം ജയദേവൻ നൽകിയില്ല. താനെന്തിന് അയാളോട് പറയണം ?

"എങ്ങോട്ടാണ് ഈ പെരുമഴയത്ത് ?" അയാൾ മൂന്നാമതും അതേ ചോദ്യമാവർത്തിച്ചു. അയാളെനോക്കി ജയദേവൻ വെറുതെ ഒന്ന് ചിരിക്കുക മാത്രം ചെയ്തു. അയാൾ തുടർന്നു. "വലിയ മഴയത്ത് ഇവിടാരും പുറത്തിറങ്ങത്തില്ല. എപ്പോൾ വേണമെങ്കിലും വെള്ളം ഇരച്ചെത്താം. മരങ്ങൾ കടപുഴകി വീണേക്കാം. താങ്കൾ കാണുന്നില്ലേ വീഥികൾ തീർത്തും വിജനമായിരിക്കുന്നത്?" ജയദേവൻ ഒന്നും മിണ്ടിയില്ല. അയാൾ പറയുന്നത് ശ്രദ്ധയോടെ കേട്ടു. എന്നിട്ട് ചുറ്റും നോക്കി. ശരിയാണ്, വഴിയിൽ മറ്റാരേയും കാണുന്നില്ല. ഇരുളുപരന്നെങ്കിലും തെരുവ് വിളക്കുകൾ തെളിയിച്ചിട്ടില്ല. അതിനായി നിയോഗിക്കപ്പെട്ടയാളും പേടിയോടെ ഇപ്പോൾ വീടിനുള്ളിലാവുമോ?. അയാൾ നാലാമതും ചോദിക്കുന്നതിന് മുമ്പെങ്കിലും മറുപടി പറയേണ്ടത് മാന്യതയാണെന്ന് ജയദേവന് തോന്നി.

"ഞാൻ ഇവിടെ, ഈ സ്ഥലത്ത് പുതിയതാണ്. എന്തെങ്കിലും ജോലി കണ്ടെത്തുകയാണ് ലക്ഷ്യം." ജയദേവൻ പറഞ്ഞു നിർത്തി. രോമാവൃതമായ ആയാളുടെ മുഖത്ത് എന്തോ സംശയം ആ അരണ്ട വെളിച്ചത്തിൽ ജയദേവന് കാണാമായിരുന്നു.

"മഴ തുടങ്ങിയതേയുള്ളൂ. പോരാത്തതിന് രാത്രിയാകുകയും ചെയ്തു. ഇനി ഇപ്പോൾ വെളിയിലൂടെ ഇങ്ങനെ നടക്കുന്നത് നല്ലതല്ല." അയാൾ തുടർന്നു. "ഞാൻ പൗലോ, വീട് ഇവിടടുത്താണ്. എന്നോടൊപ്പം പോരൂ, മഴതോർന്നിട്ട് പോയാൽ മതി". ജയദേവന്റെ മറുപടിക്ക് കാത്തുനിൽക്കാതെ പൗലോ മുന്നോട്ട് നടന്നു. ഒന്ന് ശങ്കിച്ചെങ്കിലും ജയദേവൻ പൗലോയെ പിന്തുടർന്നു. ജയദേവനോട് ഇരിക്കാനായി പറഞ്ഞിട്ട് പൗലോ ഉള്ളിലേക്ക് പോയി. ഒരുവലിയ ചില്ലുഗ്ലാസ്സിൽ ചായയുമായി മിനിറ്റുകൾക്കുള്ളിൽ തിരിച്ചെത്തി.

"കുടിക്കൂ, നല്ല ചൂടുള്ള ചായയാണ്, തണുപ്പൽപ്പം കുറഞ്ഞുകിട്ടും."

ചായ മുമ്പിൽ വച്ചിട്ട് പൗലോ ജയദേവനഭിമുഖമായിരുന്നു. ജയദേവൻ ചായയെടുത്ത് മെല്ലെ മെല്ലെ കുടിച്ചു. പൗലോ പറഞ്ഞത് പോലെ നല്ല ചൂടുള്ള ചായ. വല്ലാത്ത സുഖം അനുഭവപ്പെട്ടു. പുറത്ത് നിന്ന് വരുന്ന ഇടിമിന്നലിന്റെ വെളിച്ചത്തിലൂടെ പൗലോയുടെ മുഖത്തേക്ക് ജയദേവൻ സൂക്ഷിച്ചു നോക്കി. ആ മുഖം പരിചിതമാണെന്ന് തോന്നിയെങ്കിലും എവിടെയാണ് കണ്ടതെന്ന് ഒട്ടുമേ ഓർക്കാൻ കഴിയുന്നില്ല.

ജയദേവനങ്ങനെ ചിന്തിച്ചുകൊണ്ടിരുന്നപ്പോൾ പൗലോ പെട്ടെന്ന് മൗനത്തെ ഭേദിച്ചു.

"താങ്കൾക്ക് നല്ല വിശപ്പുണ്ടാകും. ഞാൻ കഴിക്കാനായി എന്തെങ്കിലുമുണ്ടാക്കി തരട്ടെ?" അത്രയും പറഞ്ഞശേഷം പൗലോ അകത്തേക്ക് പോയി. മറുപടിക്കോ, അനുവാദത്തിനോ കാത്തുനിൽക്കാതെയുള്ള പൗലോയുടെ പ്രവർത്തികൾ ജയദേവനെ ആശ്ചര്യപ്പെടുത്തി. ജയദേവന് ശരിക്കും വിശക്കുന്നുണ്ടായിരുന്നു. അതും മനസിലാക്കിയിട്ടെന്നപോലെയായിരുന്നു അയാളുടെ പ്രവർത്തി. കടകളെല്ലാം തന്നെ വളരെ നേരത്തെ അടച്ചിരുന്നല്ലോ!. അകത്ത് എന്തോ ഭക്ഷണം പാകം ചെയ്യുന്നതിന്റെ ലക്ഷണങ്ങൾ. ധൃതിയിൽ ചെയ്യുന്നതിനാലാവാം പാത്രങ്ങളുടെ ശബ്ദം ഇത്തിരി കൂടുതലായിരുന്നു. ഭക്ഷണം പാകം ചെയ്യുന്നതിന്റെ മണം അവിടെയെല്ലാം പരന്നു. അപ്പോൾ ജയദേവന് തന്റെ വിശപ്പേറിവരുന്നതായി ഒരു തോന്നൽ അനുഭവപ്പെട്ടു. എങ്കിലും ക്ഷമയോടെ കാത്തിരുന്നു.

എന്താണ് സംഭവിക്കുന്നതെന്ന് വ്യക്തമല്ല, സ്വപ്നവുമല്ല. അതോ സ്വപ്നം തന്നെയോ? സ്വപ്നത്തിൽ പോലും സംഭവിക്കാത്തതാണ് തന്റെ ജീവിതത്തിൽ സംഭവിച്ചിട്ടുള്ളതും, സംഭവിക്കുന്നതും. ജയദേവൻ ചിന്തിച്ചുകൊണ്ടിരിക്കെ, പൗലോ ഭക്ഷണവുമായി എത്തി. ആവി പാർക്കുന്ന പത്രങ്ങൾ ജയദേവന്റെ മുമ്പിൽ വച്ചിട്ട് ഒരാത്മഗതമെന്നോണം പറഞ്ഞു. "എല്ലാത്തിനും പരിഹാരമുണ്ട്, ഓർമ്മവേണം, ഈ ജീവിതത്തിൽ നമുക്ക് കിട്ടുന്നതെല്ലാം കടമായിട്ടാണ്, നമ്മുടെ ആത്മാവ് പോലും. തിരിച്ചുകൊടുത്തേ മതിയാവൂ, ഒരു രീതിയിലല്ലെങ്കിൽ മറ്റൊരുരീതിയിൽ." ജയദേവൻ അമ്പരപ്പോടെയാണ് അത് കേട്ടത്.

"ഉം.. കഴിക്കൂ, ചൂടാറേണ്ട", കഴിച്ചുകഴിഞ്ഞാൽ പൊയ്ക്കോളൂ. ഇനി ഇവിടെ ഈ രാത്രി തങ്ങണമെങ്കിൽ ആയിക്കോളൂ, അതിനും വിരോധമില്ല." പൗലോ സ്നേഹത്തോടെ പറഞ്ഞു. മാംസത്തിന്റെ ചേരുവയിൽ ഉണ്ടാക്കിയെടുത്ത അപ്പവും ചൂടുള്ള കറിയും കഴിച്ചുകഴിഞ്ഞപ്പോൾ തെല്ലൊരാശ്വാസം തോന്നി. നല്ല രുചിയുള്ള ഭക്ഷണം. ജ

യദേവൻ വീടിനുള്ളിലേക്ക് മെല്ലെ നോക്കി മറ്റാരുമില്ല ഉറപ്പ്.

ഇത്രയും ബുദ്ധിമുട്ടി ഒരു പരിചയവുമില്ലാത്ത തന്നോട് ഈ സ്നേഹം കാണിച്ചതാരാണ്?എന്തിനാണ്?, ഭക്ഷണം കഴിച്ചുകൊണ്ടിരുന്നപ്പോൾ ചില ചോദ്യങ്ങൾ ജയദേവനെ അലട്ടി കൊണ്ടിരുന്നു. പോകുന്നതിന് മുമ്പ് കൂടുതൽ ചോദിച്ചറിയണം. ജയദേവൻ തീർച്ചപ്പെടുത്തി. ഭക്ഷണം കഴിച്ചു കൈകൾ വൃത്തിയാക്കി പൗലോക്ക് വേണ്ടി കാത്തിരുന്നു. നന്ദി പറയണം, അയാൾ ആരെന്നറിയണം. കുറച്ചു നേരം കാത്തിരുന്നിട്ടും പൗലോയെ കണ്ടില്ല. വീടിനുള്ളിൽ ഉണ്ടാകുമെന്ന് കരുതി, അവിടെയുമില്ല. പിന്നെവിടെ പോയി? ജയദേവൻ അത്ഭുതപ്പെട്ടു. താൻ ഭക്ഷണം കഴിക്കുമ്പോൾ തന്റെ ചാരത്തുണ്ടായിരുന്നതാണ്. ഒരു നന്ദി പോലും പറയാനായില്ല. മഴ പെയ്യുന്നുണ്ടായിരുന്നു, ജയദേവൻ ദുഃഖഭാരത്തോടെ തലകുനിച്ച് വെളിയിലേക്കിറങ്ങി. അപ്പോൾ പൗലോ തെരുവിൽ മറ്റാരോടോ സംസാരിച്ചുകൊണ്ടുനിൽക്കുകയായിരുന്നു.

*** *** ***

"കാപ്പി കാപ്പി കാപ്പി" പുറത്തു നിന്നും ഉറക്കെയുള്ള ശബ്ദം കേട്ടപ്പോഴാണ് ട്രെയിൻ അടുത്ത സ്റ്റേഷൻ എത്തിച്ചേർന്ന വിവരം തന്റെ ശ്രദ്ധയിൽ പെടുന്നത്. ജയദേവൻ പുറത്തേക്ക് നോക്കി.ജോലാർപെട്ടു സ്റ്റേഷൻ ആയിരിക്കുന്നു അവിടെയും കുറേയാളുകൾ ഇറങ്ങുകയും കയറുകയുമൊക്കെ ചെയ്തു. ഇനിയുള്ളവരെല്ലാം അവസാന സ്റ്റേഷനായ ബാംഗ്ലൂർക്ക് ഉള്ളവരാകാം. അവരോടൊപ്പം ജയദേവനും കാത്തിരുന്നു, യാത്രയൊന്നവസാനിക്കാൻ.

ട്രെയിൻ ബാംഗ്ലൂർ സ്റ്റേഷനിൽ എത്തി, പ്രതീക്ഷയുടെ ഭാണ്ഡവും പേറി ജയദേവനും പ്ലാറ്റ്ഫോമിലേക്കിറങ്ങി നടന്നു.

വേണി

ചെന്നൈ സെൻട്രൽ റെയിൽവേ സ്റ്റേഷനിലെ നെടുനീളൻ ഓവർബ്രിഡ്ജിന്റെ പടവുകളിലൂടെ ഓടിക്കിതച്ചു പ്ലാറ്റ്ഫോമിലേക്ക് ഇറങ്ങിയ വേണി അടിതെറ്റി വീഴാൻ തുടങ്ങി. ഇത്രയും വലിയ ബാഗുകളും തൂക്കിയുള്ള ഒരു യാത്ര ആദ്യമായാണ്. ഓടിയോടി അവളുടെ ചെരുപ്പ് പൊട്ടാറായി. പണ്ട് സ്കൂളിൽ പഠിക്കുന്ന കാലത്ത് മീറ്റർഗേജ് ട്രെയിനിൽ പഴനിയിലേക്ക് പോയതാണ്. സ്കൂൾ പഠനം കഴിഞ്ഞു ചെന്നൈയിൽ കോളേജിന് ചേർന്നുവെങ്കിലും നാട്ടിലേക്കുള്ള പോക്കും വരവുമൊക്കെ ബസ്സിലാണ്. ഒറ്റക്കുള്ള തീവണ്ടി യാത്രയും റെയിൽവേസ്റ്റേഷനുമൊക്കെ അവൾക്കെന്തോ വലിയ ഭയമാണ്.

പക്ഷെ ഇന്ന് പോകേണ്ടത് തീവണ്ടിയിൽത്തന്നെയാണ്. മടങ്ങിവരാനായി മാത്രം അനിവാര്യമാണ് ഈയൊരു യാത്ര. ഈ ജോലിയും, സിജോവിനോടൊത്തുള്ള ജീവിതവും മാത്രമാണ് ഇനി മുന്നിൽ. സ്റ്റേഷനിലെ ബഹളങ്ങളും, പെയ്യാതെ പെയ്തു കണ്ണാരം പൊത്തിക്കളിക്കുന്ന മഴയുമൊന്നും അവളുടെ ശ്രദ്ധയാകർഷിച്ചതേയില്ല.

ഇന്നലെ കണ്ട് പിരിയുമ്പോൾ, സിജോവിന്റെ മുഖത്തെ പതിവില്ലാത്ത സന്തോഷം അവൾ ശ്രദ്ധിച്ചു. തന്റെ ബാഗും സാധനങ്ങളും എല്ലാം അവൻ പരിശോധിച്ചു. ബാഗിനടിയിൽ അവന്റെ ഒരു കൊച്ചു പൊതിയും വെച്ചിരുന്നു. "എന്റെ കുറച്ചു മരുന്നുകളാണ്. ഞാൻ ചിലപ്പോൾ തിരക്കിനിടെ എടുക്കാൻ മറക്കും" അവൻ പറഞ്ഞു.

പ്ലാറ്റ്ഫോമിലെ ആളൊഴിഞ്ഞ ഒരു ബെഞ്ചിൽ ഇരിപ്പുറപ്പിച്ച വേണി തലയിലേക്ക് വലിച്ചിട്ട ഷാൾ കഴുത്തിലേക്ക് മാറ്റി. രണ്ടു ഷോൾഡർ ബാഗുകളിലെ വലിയ ഷോൾഡർബാഗ് തുറന്ന്, ഒരു പൊതി പുറത്തെടുത്തു. മുത്തശ്ശി തന്ന ആ കടലാസുപൊതി തുറന്നു നോക്കിയ വേണിയുടെ കണ്ണ് മഞ്ഞളിച്ചുപോയി. ഒരു നിമിഷം, സ്വബോധം വീണ്ടെടുത്തവൾ ആരെങ്കിലും തന്നെ ശ്രദ്ധിക്കുന്നുണ്ടോ എന്ന് നാലുപാടും നോക്കി, പൊതി തന്റെ ബാഗിനടിയിലേക്ക് തന്നെ തിരുകി.

ഇരയെ കണ്ട് കുതിക്കുന്ന ഒരു പെരുമ്പാമ്പിനെപ്പോലെ മഴയെ

കീറിമുറിച്ചുകൊണ്ട് ലാൽബാഗ് എക്സ്പ്രസ്സ് സ്റ്റേഷനിലേക്ക് പാഞ്ഞടുത്തു. തന്റെ ഭാവിയിലേക്കുള്ള യാത്ര ഇനി ഇതിലാണ്. എല്ലാ ദൈവങ്ങളെയും മുത്തശ്ശിയേയും, മണ്മറഞ്ഞ അച്ഛനമ്മമാരെയും മനസ്സിലോർത്ത് വേണി യാത്രയ്ക്ക് തയ്യാറായപ്പോൾ, കൺപീലികളെ തഴുകിയൊഴുകിയ കണ്ണീർത്തുള്ളികൾ കാറ്റിലലിഞ്ഞു.

ഡിസംബർ 27

ചെന്നൈയുടെ പ്രാന്തപ്രദേശത്തെ ഒരു പഴയ കെട്ടിടത്തിലെ അരണ്ട വെളിച്ചമുള്ള കുടുസ്സു മുറിയിലിരുന്ന് ഒരു പൊതി നീട്ടിക്കൊണ്ടയാൾ പറഞ്ഞു,

“സിജോ, ഇതാ സാധനം. ഇത് വേണം നാളത്തെ ലാൽബാഗിൽ ബാംഗ്ലൂരിലേക്ക് പോകുവാൻ. എന്തെങ്കിലും കുഴപ്പമുണ്ടായാൽ.”

താടിക്കാരൻ ഒന്ന് നിറുത്തി കണ്ണടയൂരി അയാളെ ഒന്ന് തറപ്പിച്ചു നോക്കി, ചിറി കോട്ടി ഒന്ന് ചിരിച്ചു.

“ഇല്ല ബ്രോ.. ഇന്നുതന്നെ ഞാനിത് കാരിയറുടെ ബാഗിൽ ലോഡ് ചെയ്യും. ബാംഗ്ലൂരെത്തുന്നതിന് മുന്നേതന്നെ നമ്മുടെ ആളുകൾ കൊടുത്ത വിവരപ്രകാരം പോലീസ് അവളെ പരിശോധിക്കും. ഇല്ലെങ്കിൽ നമ്മുടെ “പ്ലാൻ ദൂസര' ചാലു ആകും.

സിജോ പറഞ്ഞു കൊടുത്ത സീറ്റ് നമ്പറും തപ്പി, കയ്യിൽ ടിക്കറ്റും പിടിച്ചു വേണി കംപാർട്ട്മെന്റുകൾക്കുള്ളിൽ കയറി. അവളറിയാതെ അവളെ പിന്തുടരുന്ന രണ്ട് കണ്ണുകൾ, പ്ലാറ്റ്ഫോമിലൂടെ നടക്കുന്ന റെയിൽവേ പോലീസുകാരെ കണ്ട്, ഒരു മൂലയ്ക്ക് ഒതുങ്ങി. മുഷിഞ്ഞ പാന്റും കറ പുരണ്ട ഷർട്ടും ധരിച്ച, പാൻ ചവച്ച് ഇടയ്ക്കിടെ തുപ്പുന്ന, വൃത്തിഹീനനായ ആ ചെറുപ്പക്കാരൻ രണ്ടു സീറ്റുകൾക്ക് അപ്പുറം കമ്പിയിൽ തൂങ്ങി അവളെത്തന്നെ തുറിച്ചു നോക്കിക്കൊണ്ടേയിരുന്നു. പറ്റെ വെട്ടിയ അവന്റെ തലമുടി, പൊടിയും പുകയും കരിയും കൊണ്ട് മലിനമായിരുന്നു. സ്റ്റേഷനിൽ നിന്ന് ഒരു കിലോമീറ്റർ മാറി, നിർത്തിയിട്ടിരുന്ന കറുത്ത കാറിന്റെ ഡ്രൈവിങ് സീറ്റിലെ ചെറുപ്പക്കാരന്റെ ഫോൺ ശബ്ദിച്ചു.

“അവളാണ്.” അയാൾ ഇടതുവശത്തിരുന്നയാളോട് പറഞ്ഞു.

“ഹലോ സിജോ... ഞാൻ കയറി. നീയെവിടെ?”

“മോളെ... ഞാൻ ട്രെയിനിനകത്തുണ്ട്. നീ സീറ്റിലിരുന്നോ. ഞാൻ പറ്റിയാൽ അങ്ങോട്ട് വരാം.”

ഫോൺ വെച്ച് കഴിഞ്ഞപ്പോൾ സിജൊക്കൊപ്പം കാറിലിരുന്നയാൾ ചോദിച്ചു. “ഇവളെയൊക്കെ നമ്പാൻ കൊള്ളുമോടെ?”

"അണ്ണാ... കൊന്നാലും അവൾ എന്റെ പേര് പറയില്ല. തനി നാട്ടിൻ പുറം കേസാണ്. ഈ ദിവ്യപ്രണയം." സിജോ ഒന്ന് പുച്ഛിച്ചു ചിരിച്ചു.

ട്രെയിനിൽ സാമാന്യം തിരക്കുണ്ട്. ചായയും ഭക്ഷണവും വിൽക്കുന്ന ജീവനക്കാരുടെ ബഹളം അലോസരമുണ്ടാക്കി. ജനാലക്കരികിൽ, രണ്ടുപേർ മുഖത്തോട് മുഖം നോക്കിയിരിക്കുന്ന തരത്തിലുള്ള സീറ്റ് ആണ്. സീറ്റിനടിയിൽ മറ്റാരുടെയോ ബാഗിരിപ്പുണ്ട്. തന്റെ ബാഗുകൾ മുകളിലെ ബെർത്തിൽ കയറ്റി വെച്ച് അവൾ സീറ്റിലിരുന്നു.

തീവണ്ടി കൂകിപ്പാഞ്ഞു. സിജോ എത്തിയില്ല. ഒന്നുകൂടെ വിളിക്കണോ? വേണ്ട. അവൻ വരട്ടെ. അവൻ പറഞ്ഞിരുന്നല്ലോ, ചിലപ്പോൾ ട്രെയിനിനകത്ത് വെച്ച് തമ്മിൽ കാണാൻ പറ്റിയില്ലെന്ന് വരും, പേടിക്കരുതെന്ന്.

ഏകദേശം ഒരുമണിക്കൂർ കഴിഞ്ഞു കാണും, അതിനിടെ ഏതോ ഒരു സ്റ്റേഷനിൽ വണ്ടി നിർത്തി. മിക്ക യാത്രക്കാരും മദ്ധ്യാഹ്ന ആലസ്യത്തിന്റെ പാതിമയക്കത്തിലാണ്. ബാക്കിയുള്ളവർ മൊബൈലിൽ മുഴുകിയിരിക്കുന്നു.

"സിജോ what next?" കലങ്ങിചുവന്ന കണ്ണുകളോടെ അയാൾ ചോദിച്ചു.

"ബാംഗ്ലൂരിൽ ചെന്നാലുടൻ, അവളെ അവർ വിളിച്ചോളും. മജെസ്റ്റിക്കിന് പുറത്തു വെച്ചവർ പൊതിയും വാങ്ങിച്ചോളും. എന്തെങ്കിലും പ്രശ്നമുണ്ടായാൽ പോലീസ് അവളെ പൊക്കിക്കോളും. നമുക്ക് റിസ്കില്ല."

"ഉം"

തീവണ്ടി അടുത്ത സ്റ്റേഷനിലേക്ക് അടുക്കുകയാണ്. ഓരോ സ്റ്റേഷനുകളും തന്റെ ഭാവി ജീവിതത്തിലേക്കുള്ള അകലം കുറയ്ക്കുകയാണ്. ആളുകൾ അവരവരുടെ സാധനങ്ങൾ വലിച്ചെടുക്കാനുള്ള തത്രപ്പാടിലും. കമ്പിയിൽ നിന്നും പിടിവിട്ട ചെറുപ്പക്കാരൻ വാതിലിനരികെ നടന്നു. അവളുടെ ബാഗ് സീറ്റിനടിയിൽ തന്നെയുണ്ട് എന്നുറപ്പ് വരുത്തി.

വേണി ഒന്ന് കണ്ണടച്ചു. മുത്തശ്ശിയാണ് ചെറുപ്പം തൊട്ടേ അവളുടെയെല്ലാം. വയ്യാതായതിന് ശേഷം ഇപ്പോൾ മുത്തശ്ശി കൊച്ചച്ചന്റെ വീട്ടിലാണ്. സിജോയുമായുള്ള പ്രണയത്തിന് തന്നെ പിന്തുണച്ചതും മുത്തശ്ശിയാണ്.

"തന്തയും തള്ളയും ചത്ത കൊച്ചാണോ എന്നൊന്നും ഞങ്ങൾ നോക്കില്ല. കൊന്നുകളയും നിന്നെ. ഇനി നീ ചെന്നൈയിലും പോവി

ല്ല പഠിക്കുകയുമില്ല.."

വലിയച്ഛനും കൊച്ചച്ഛനും ചേർന്ന് ശകാരിച്ചപ്പോൾ, ചാരുകസേരയിലിരുന്ന് മുത്തശ്ശി ഒന്ന് കണ്ണിറുക്കി കാണിച്ചു ചിരിച്ചു. മുത്തശ്ശി തന്ന ധൈര്യമാണ് തനിക്കെന്നും കൂട്ടിനുള്ളത്.

അതുകൊണ്ട് ഒളിച്ചോട്ടത്തിനു മുമ്പ് മുത്തശ്ശിയെ കണ്ടൊന്നു കാൽ തൊട്ടു വന്ദിക്കുവാനാണ് മൂന്ന് ദിവസങ്ങൾക്ക് മുൻപ് നാട്ടിലെ കൊച്ചച്ഛന്റെ വീട്ടിലേക്ക് പോയത്.

"ന്റെ കുട്ടി പോയി വരൂ. മോൾടെ കല്യാണം മുത്തശ്ശി ഒരുപാട് ആഗ്രഹിച്ചതാണ്. ന്നാലും സാരല്യ. മുത്തശ്ശിയുടെ അനുഗ്രഹം എന്നുമുണ്ടാവും കുട്ടിക്ക്" മുത്തശ്ശി നൽകിയ പൊതിയും വാങ്ങി കാലു പിടിച്ചു യാത്ര ചോദിച്ചപ്പോൾ മുത്തശ്ശി പറഞ്ഞു. "അത് സൂക്ഷിക്കണം കുട്ടിയേ..."

മുത്തശ്ശി തന്നത് എന്താണെന്നറിയാനാണ് സ്റ്റേഷനിൽ എത്തി പൊതി തുറന്നത്. കുറെ സ്വർണ്ണാഭരണങ്ങൾ ആയിരുന്നു അതിൽ. തനിക്കുള്ള വിവാഹസമ്മാനം. സിജോയെ കാണുന്നില്ലല്ലോ, അവൾ വേവലാതിപ്പെട്ടു.

"Listen സിജോ, അഥവാ പിടിക്കപ്പെടാതെ അവൾ അവിടെ എത്തിയാൽ രണ്ടു ദിവസത്തിനകം നമ്മൾ അവളെക്കൊണ്ട് അടുത്ത പൊതി കേരളത്തിലേക്ക് എത്തിക്കുവാൻ വേണ്ട ഏർപ്പാട് ചെയ്യണം. അങ്ങിനെ പിടിക്കപ്പെടുന്നത് വരെ അവളെ നീയൊരു shuttle carrier ആക്കണം." കാറിലിരുന്നയാൾ കയ്യിൽ വെച്ച് ചുരുട്ടിക്കൊണ്ടിരുന്ന എന്തോ ഒരു സാധനം അണപ്പല്ലുകൾക്കിടയിൽ തിരുകികൊണ്ട് തുപ്പൽ ചീറ്റിച്ചു പറഞ്ഞു.

തീവണ്ടിയിൽ തിരക്ക് കുറഞ്ഞു. നാളെ ഈ നേരത്ത് തന്റെ കല്യാണം കഴിയും. താനാഗ്രഹിച്ച ജീവിതം. വേണി ഉറക്കത്തിലേക്ക് വഴുതി വീണുകൊണ്ടേയിരുന്നു. ഒരു നിമിഷം കൊണ്ട്, പൊടുന്നനെയാണ് അവളെത്തന്നെ നോക്കിക്കൊണ്ടിരുന്ന ആ ചെറുപ്പക്കാരൻ പാഞ്ഞെത്തി, അവളുടെ ബാഗുമായി ബോഗികൾക്കിടയിലൂടെ ഓടിയകന്നത്.

തീവണ്ടിയുടെ ചൂളം വിളിക്കൊപ്പം അവളുടെ തലച്ചോറിൽ വലിയൊരു കൂക്കിവിളിയുണ്ടായി. നടുങ്ങിപ്പോയ വേണി ഉറക്കെ അലറിക്കരഞ്ഞു. കൂടെയുണ്ടായിരുന്നവർ ആരൊക്കെയോ ചങ്ങല വലിക്കണോ എന്ന് ചോദിക്കുന്നു.

തലകറങ്ങുന്നത് പോലെ. യാത്രക്കാർ അവളെ ചോദ്യം ചെയ്തു

തുടങ്ങി. ജോലിയാവശ്യത്തിനായി ബാംഗ്ലൂർ പോകുകയാണെന്ന് പറഞ്ഞു വേണി.

"ഹലോ... സിജോ... സിജോ... നീയെവിടെയാ... എന്റെ ബാഗ് ഒരാൾ എടുത്തുകൊണ്ട് പോയി.. നീ വേഗം ഇങ്ങോട്ട് വരാമോ..."

"മോളെ ഞാൻ."

"പോലീസിനെ വിളിക്കാൻ ആളുകൾ പറയുന്നു സിജോ ഞാൻ എന്താണ് ചെയ്യേണ്ടത്?"

"അരുത് മോളെ... നീ പോലീസിനെ വിളിക്കരുത്. പോലീസ് വന്നാൽ നമുക്കൊന്നും ചെയ്യാനാവില്ല. നീ ബാംഗ്ലൂർ എത്തും വരെ ഒന്ന് ക്ഷമിക്കു, നമുക്കെന്തെങ്കിലും വഴി ഉണ്ടാക്കാം."

"ചന്ദ്രേട്ടന്റെ മരുമകളല്ലേ? ഈ കുട്ടിയെ എനിക്കറിയാലോ" ചോദ്യം കേട്ട് വേണി ഒന്ന് ഞെട്ടി. തന്നെ അറിയാവുന്നവരാരോ കൂട്ടത്തിലുണ്ട്. രണ്ടാമത്തെ ബാഗ് കയ്യിലെടുത്ത് ഒന്നുകൂടെ അവൾ തന്നോട് ചേർത്ത് പിടിച്ചു മുന്നോട്ട് നടന്നു.

നിർത്തിയിട്ടിരുന്ന കാറിൽ സിജൊക്കൊപ്പമിരുന്ന ചെറുപ്പക്കാരൻ അവന്റെ മുഖത്തേക്ക് ആഞ്ഞടിച്ചു. "കഴുവേറി മോനെ...ആ പൊതി നഷ്ടമായാൽ, You'll be slayed!!! കണ്ണ് പൊത്തിക്കൊണ്ട് സിജോ പുറകോട്ട് ചരിഞ്ഞു."

ലാൽബാഗ് എക്സ്പ്രസ്സ് ബാംഗ്ലൂർ സെൻട്രൽ എത്തിച്ചേർന്നു. മുത്തശ്ശി തന്ന ആഭരണങ്ങൾ.... ജോലി.... ഇനിയെന്ത്? വേണി മനസ്സ് കൊണ്ടാഗ്രഹിച്ചത് ഒന്നേയുണ്ടായിരുന്നുള്ളു. താനേറെ പ്രണയിക്കുന്ന സിജോയുമൊത്തുള്ള ഒരു ജീവിതം. അതിന് വേണ്ടി മാത്രമാണ് ഞാൻ ഇന്ന് ഇതിനൊക്കെ ഇറങ്ങിത്തിരിച്ചത്. ഇല്ല... വിവാഹം എന്ന ഒന്നുണ്ടെങ്കിൽ അത് സിജോക്കൊപ്പം മാത്രമേ കാണൂ. തന്നെയും കാത്ത് സിജോ അവിടെ ഉണ്ടെന്ന പ്രതീക്ഷയിൽ അവൾ സ്റ്റേഷനിലിറങ്ങി പ്ലാറ്റ്ഫോമിലൂടെ നടന്നു. ഭയമോ സങ്കടമോ അതോ രണ്ടും കലർന്ന മറ്റേതോ ഒരു മുഖഭാവവുമായി.

തീവണ്ടിയിൽ ലഹരിമരുന്നുകൾ ബാംഗ്ലൂരിലേക്ക് കടത്താൻ ശ്രമിക്കുന്ന യുവതിയെക്കുറിച്ചുള്ള രഹസ്യവിവരം ലഭിച്ച പോലീസ് സ്റ്റേഷന് പുറത്തു അവളെ കാത്തിരിക്കുന്നുണ്ടായിരുന്നു.

സഞ്ജയ്

ഏതോ ദുസ്വപ്നം കണ്ടു ഞെട്ടിയുണർന്ന സഞ്ജയ് അൽപ്പ നേരം പരിസരബോധം കിട്ടാതെ ഭീതിയോടെ ചുറ്റുപാടും നോക്കി. താൻ ഇപ്പോഴും ട്രെയിനിൽ യാത്ര ചെയ്തു കൊണ്ടിരിക്കുകയാണെന്ന് മനസ്സിലായി. തൊട്ടടുത്ത് ഒന്നുരണ്ട് യാത്രക്കാർ ഇരുന്ന് ഉറങ്ങുന്നുണ്ട്. കൂകി പായുന്ന തീവണ്ടിയേക്കാൾ വേഗതയിൽ ലാവ കണക്കെ പുറത്തേക്കൊഴുകുന്ന ചിന്തകൾ തലച്ചോറിലൂടെ ഇരച്ചു പാഞ്ഞു. സ്വബോധത്തിലേക്ക് തിരികെവന്ന സഞ്ജയ് കഴിഞ്ഞ കുറെ മണിക്കൂറുകളായി ജീവിതത്തെ തല കീഴായി മാറ്റിമറിച്ച നടുക്കുന്ന ഓർമകളിലേക്ക് തിരിച്ചു പോയി.

'മരണത്തിന്റെ കാവൽക്കാരൻ' അങ്ങിനെയാണ് സഞ്ജയ് എപ്പോഴും അച്ഛൻ കുമാരനെക്കുറിച്ചു പറയാറുള്ളത്. റയിൽവേ സ്റ്റേഷന് തൊട്ടടുത്തുള്ള വിക്ടോറിയ ഹോസ്പിറ്റൽ മോർച്ചറിയുടെ രാത്രി സൂക്ഷിപ്പുകാരനായ കുമാരൻ. പകൽ ഉറങ്ങുന്നതോ ഒന്ന് ചിരിക്കുന്നതോ കണ്ടിട്ടില്ല. കണ്ണുകൾ എപ്പോളും ചുവന്നു കലങ്ങിയിരിക്കും. എന്നാൽ അയാൾ മദ്യപിക്കുന്നതോ ലഹരി ഉപയോഗിക്കുന്നതോ അവൻ കണ്ടിട്ടില്ല. തന്നോട് ഇതുവരെ ഒരുവാക്കുപോലും മിണ്ടാത്ത അച്ഛന്റെ അടുത്തു പോകാൻ അവനു ഭയമായിരുന്നു. പലപ്പോഴും ആ ഭീതിയേകുന്ന തുറിച്ചുനോട്ടം ഉറക്കമില്ലാത്ത രാത്രികളാണ് സമ്മാനിച്ചിരുന്നത്. കുമാരൻ എന്നും ഏകനായിരുന്നു. ഇങ്ങനെയൊരു മകൻ ഉണ്ടെന്നു പോലും ഓർക്കാത്ത രീതിയിലുള്ള പെരുമാറ്റം. മറ്റു കുട്ടികളെ അച്ഛനമ്മമാർ ലാളിക്കുന്നതും, അവരോടൊത്ത് കളിക്കുന്നതുമെല്ലാം കാണുമ്പോൾ കുഞ്ഞു സഞ്ജയ് കൊതിയോടെ നോക്കിയിരുന്നു. അച്ഛന്റെ കണ്ണിൽ പെടാതെ ഒഴിഞ്ഞു മാറി നടക്കാൻ അവൻ പരമാവധി ശ്രമിച്ചിരുന്നു. അമ്മയായിരുന്നു അവനെല്ലാം. അമ്മ അവനെ ആവോളം സ്നേഹിച്ചു. പക്ഷേ അച്ഛനുള്ളപ്പോൾ അത് പ്രകടിപ്പിക്കില്ല. അമ്മക്കും അച്ഛനെ വല്ലാത്ത ഭയമായിരുന്നു. അച്ഛനും അമ്മയും ഒരിക്കലെങ്കിലും അയൽക്കാരുമായി സംസാരിക്കുകയോ സഹകരിക്കുകയോ ചെയ്തിരുന്നില്ല. അതുകൊണ്ടു തന്നെ, വീടിനടു

ത്തൊന്നും സുഹൃത്തുക്കളുമുണ്ടായിരുന്നില്ല. കൂടെ പഠിക്കുന്ന ചില സഹപാഠികൾ മാത്രമാണവന് സുഹൃത്തുക്കളായുണ്ടായിരുന്നത്

അച്ഛനിൽ എന്നുമൊരു നിഗൂഢത നിറഞ്ഞു നിൽക്കുന്നു. 'ജീവനില്ലാത്തവരുടെ ഇടയിലെ ജീവനുള്ളവനായത് കൊണ്ടായിരിക്കാം ചിലപ്പോൾ ഇങ്ങനെ ആയത്', എന്നു വിശ്വസിക്കാനായിരുന്നു അവനിഷ്ടം. ഇടക്കിടെ മൂന്നും നാലും ദിവസമൊക്കെ അച്ഛൻ വീട്ടിൽ വരാതിരിക്കുമ്പോൾ അമ്മയിരുന്നു കരയുന്നത് കണ്ടിട്ടുണ്ട്. പക്ഷെ എന്തിനാണ് കരയുന്നതെന്നു എത്ര ചോദിച്ചാലും ഒരിക്കലും വ്യക്തമായൊരുത്തരം നൽകിയിരുന്നില്ല. പിന്നെ അവൻ അമ്മയോട് അതിനെക്കുറിച്ചൊന്നും ചോദിക്കാതെയായി. അച്ഛന് ജോലിക്കൂടുതലുള്ളത് കൊണ്ടാണ് വീട്ടിലേക്ക് വരാത്തതെന്ന് അവൻ വിശ്വസിച്ചു. അതാകട്ടെ അവന് ഏറെ സന്തോഷമുള്ള കാര്യവും.

കോളേജ് പഠനം കഴിഞ്ഞു. വീടുവിട്ട് കൂട്ടുകാരൊപ്പം എവിടെക്കെങ്കിലും പോകണമെന്നും ജോലിക്ക് കയറണമെന്നും അമ്മയ്ക്ക് ആശ്വാസമേകണമെന്നും ആഗ്രഹം അതിയായ കാലം.

ചിന്തകൾ ഉറങ്ങാത്ത രാത്രി. കതകിൽ തുടരെത്തുടരെയുള്ള തട്ടു കേട്ട് സഞ്ജയ് എണീറ്റു. മുറ്റത്ത് മങ്ങിയ നിലാവെളിച്ചത്തിൽ ഒരാൾ. അവൻ മുറ്റത്തേക്ക് ഇറങ്ങി. അപരിചിതൻ അസമയത്ത് വന്നത് അച്ഛനെത്തേടി. വഴി അയാൾക്ക് തെല്ലും പരിചയമില്ല. അവസാനം സഞ്ജയ് വിക്ടോറിയ ഹോസ്പിറ്റൽ ലക്ഷ്യമാക്കി മങ്ങിയവെട്ടത്തിൽ നടന്നു. ആരാണിയാൾ? അച്ഛനുമായി എന്ത് ബന്ധം? അറിയില്ല. നിഗൂഢതകളുടെ ഹിമാലയമാണ് പിതാവിന്റെ രൂപം. ഹോസ്പിറ്റലിന്റെ റിസപ്ഷനിൽ അയാളെ ഇരുത്തിയ ശേഷം അച്ഛനെ നോക്കുവാനായി മോർച്ചറിയിലേക്ക് അവൻ നടന്നു. മോർച്ചറി പ്രവർത്തിച്ചിരുന്നത് പ്രധാന കെട്ടിടസമുച്ചയത്തിൽ നിന്നും മാറി ആശുപത്രിയുടെ പിന്നിലുള്ള ചെറിയ കുറ്റിക്കാടിനിടയിൽ തീർത്തും ഒറ്റപ്പെട്ട പഴയ കെട്ടിടത്തിലായിരുന്നു. ബ്രിട്ടീഷ് ഭരണകാലത്തു പ്രവർത്തനമാരംഭിച്ച ആശുപത്രിയിൽ ഇന്നും ആധുനികതയുടെ ഒരു സ്പർശനവും ഏൽക്കാതെ നിൽക്കുന്നത് ആ മോർച്ചറി കെട്ടിടം മാത്രമാണ്.

മോർച്ചറിയിൽ ആരെങ്കിലുമുള്ളതായ ഒരു ലക്ഷണവുമുണ്ടായിരുന്നില്ല. കയ്യിലുള്ള മൊബൈൽ വെളിച്ചത്തിൽ വരാന്തയിൽ കയറി ചില്ലുജാലകത്തിലൂടെ ഉള്ളിലേക്ക് നോക്കി. മോർച്ചറിയുടെ ഉള്ളിൽ എന്തോ ശബ്ദം. സത്യമോ, അതോ തോന്നൽ മാത്രമോ? കൺമുന്നിലെ ജനാലയിലൂടെ അവ്യക്തമായി എന്തോ നിഴൽ രൂപം അനങ്ങുന്നു!! പൂട്ടാതെ കിടന്ന മുൻവാതിലിലൂടെ അവൻ ഉള്ളിലേക്ക് കടന്നു. മു

ന്നിൽ നടുക്കുന്ന കാഴ്ച്ച. വല്ലാത്തൊരുന്മാദാവസ്ഥയിൽ ഒരാൾ ലഹരിക്ക് അടിമപ്പെട്ടപോലെ വേഗത്തിൽ ഉലാത്തുന്നു, പിറുപിറുക്കുന്നു, നിലത്തിരുന്നെന്തോ സൂക്ഷിച്ചു നോക്കുന്നു. മങ്ങിയ വെളിച്ചത്തിൽ കാഴ്ച്ച വ്യക്തമല്ല. സഞ്ജയ് വാതിൽ ശബ്ദമുണ്ടാക്കാതെ തുറന്ന് അകത്തേക്കു ചുവടുകൾ വച്ചു മുന്നിൽ കണ്ട അലമാരകൾക്കിടയിലായി മറഞ്ഞിരുന്നു.

കൺമുന്നിൽ ജീവിതത്തിലെ ഏറ്റവും ഭീകരമായ കാഴ്ച്ച! ഒരു പൈശാചിക രൂപം പൂർണ്ണ നഗ്നനായി ഉലാത്തുന്നു. അല്പ നേരത്തിനു ശേഷം നിലത്തു തണുത്തു വിറങ്ങലിച്ചു കിടക്കുന്ന സ്ത്രീ ശരീരങ്ങളിലൊന്നിനെ അയാൾ ഭ്രാന്തമായി ഭോഗിക്കുന്നു. ഒരുന്മാദിയെ പോലെ പുലമ്പുന്നു. മനസ്സു മരവിക്കുന്ന കാഴ്ച്ചയിൽ തരിച്ചിരുന്നു പോയ അവന് സ്വബോധം കിട്ടാൻ കുറച്ചു സമയമെടുത്തു. അൽപ്പനേരം കൂടി ആ കാഴ്ച്ച കണ്ടിരുന്ന സഞ്ജയന് മനം പുരട്ടി ഛർദ്ദിക്കാൻ വന്നു. വായ് പൊത്തി പിടിച്ചവിടെ നിന്നുമെഴുന്നേൽക്കാൻ ശ്രമിച്ചപ്പോൾ അറിയാതെ ശബ്ദം പുറത്തേക്ക് തെറിച്ചു. ആ പൈശാചികരൂപം ശബ്ദം കേട്ട് സഞ്ജയ്യുടെ നേർക്കു മുഖം തിരിച്ചു. തീ പാറുന്ന രണ്ടു കണ്ണുകൾ തന്റെ നേർക്കു നീളുന്നതവൻ അറിഞ്ഞു. അപ്പോൾ അവൻ ആ മുഖം വ്യക്തമായി കണ്ടു. അച്ഛൻ!!? ഞെട്ടി വിറങ്ങലിച്ച് ജീവനറ്റ പോലെ നിശ്ചലമായി അവന്റെ ശരീരം. ഒരു വിറയൽ ദേഹമാകെ പടരുന്നു. കുമാരൻ അവനെ കണ്ടെന്നുറപ്പായി. കാട്ടുമൃഗത്തെ പോലെ ചാടിയെഴുന്നേറ്റ് പാഞ്ഞു വന്ന ആ ഭീകരരൂപം ഒന്നു നിന്നു. എന്തോ തിരയുന്നത് പോലെ ചുറ്റിലും കണ്ണുകൾ പായിച്ചു. ആ ഒരു നിമിഷം മതിയായിരുന്നു അവനിൽ ജീവൻ തിരികെ ആവേശിക്കുവാൻ. ഭീതിയുടെ ഉൾക്കയത്തിൽ നിന്നും അവൻ എടുത്തുചാടി. കാലുകൾക്ക് വേഗതയേറി അവനോടി. മോർച്ചറിയോട് ചേർന്നു കിടക്കുന്ന റയിൽവേ ലൈനിലൂടെ തിരിഞ്ഞു പോലും നോക്കാൻ ധൈര്യപ്പെടാതെ. വീടും, റിസപ്ഷനിൽ കാത്തിരിക്കുന്ന അപരിചതനും എല്ലാം മറന്നുള്ള ഓട്ടം. തെല്ലകലെ റെയിൽവേ സ്റ്റേഷൻ. വെളിച്ചം പരത്തിക്കൊണ്ട് ഒരു ട്രെയിൻ വന്നു നിൽക്കുന്നതും, അതിലേക്ക് ചാടിക്കയറിയതും അവനോർമ്മയുണ്ട്.

യാത്ര....

അസഹ്യമായ ഒരു ഗന്ധം മൂക്കിലോട്ടു അടിച്ചു കയറിയതവനറിഞ്ഞു. ഞെട്ടി വിറച്ചു ചുറ്റിലും നോക്കിയ അവൻ നടുങ്ങി. അധികം യാത്രക്കാരെയൊന്നും കാണുന്നില്ല. പകരം കറുത്ത കമ്പളം കൊണ്ട് മൂടി പുതച്ച കുറെ വൃദ്ധന്മാർ ചുറ്റും. അവരെല്ലാം തന്നെ സൂക്ഷിച്ചു

നോക്കുന്നു. അവരുടെ കണ്ണുകൾ തീഗോളം പോലെ ജ്വലിക്കുന്നുണ്ടായിരുന്നു. ഭയം കൊണ്ടു തരിച്ചു പോയ സഞ്ജയന് അവിടെ നിന്നുമെഴുന്നേറ്റ് ഓടണമെന്നുണ്ടെങ്കിലും അനങ്ങാൻ പോലും കഴിയുന്നുണ്ടായിരുന്നില്ല. പെട്ടെന്ന് ആ വൃദ്ധരിൽ ഒരാൾ അവന്റെ മുന്നിൽ വന്ന് നിന്നു. ആ മുഖത്തേക്ക് നോക്കിയ സഞ്ജയ് പേടിച്ചു വിറച്ചു പോയി. അയാളുടെ മൂടുപടം താഴേക്ക് വീണു. അച്ഛൻ!!?? കണ്ണുകളിൽ നിന്നും തീ പാറുന്നു. ക്രോധം തിരയടിക്കുന്നു. പെട്ടെന്ന് വലിയ ഒരു ശബ്ദം കാതുകളിൽ മുഴങ്ങി. ട്രെയിൻ വല്ലാതെ ആടിയുലഞ്ഞു. അവന്റെ കണ്ണിൽ ഇരുട്ടു കയറുന്നത് പോലെ തോന്നി. പെട്ടെന്നവൻ ഇരുളാഴങ്ങളിലേക്കു വീണു.

ഞെട്ടിയുണർന്നു നോക്കുമ്പോൾ കണ്ട കാഴ്ച്ചകൾ എല്ലാം അപ്രത്യക്ഷം. ഭീകരതയുടെ ആഘാതത്തിൽ, മരണത്തെ മുഖാമുഖം കണ്ടതിന്റെ ഞെട്ടലിൽ തളർന്നു പോയ കണ്ണുകൾ വീണ്ടും താനെ അടഞ്ഞു. ട്രെയിൻ കുതിച്ചു പാഞ്ഞു. പിന്നെ സ്വബോധം വീഴുമ്പോൾ ആളുകളുടെ സംസാരത്തിൽ നിന്നും ആ ട്രെയിൻ ചെന്നൈയിലോട്ടാണ് പോകുന്നതെന്നു മനസ്സിലായി. ചെന്നൈ സ്റ്റേഷനിൽ ഇറങ്ങി. ഒരു ജോലി. അതാണ് ആദ്യ ലക്ഷ്യം. പിന്നെ വീട്ടിലേക്ക് പോകണം, അമ്മയെ കൂടെകൂട്ടണം. ആ പിശാചിന്റെ കയ്യിൽ നിന്നും എന്നത്തേക്കുമുള്ള മോചനം.

മാസങ്ങൾക്ക് ശേഷം ചെന്നൈയിൽ നിന്നും ലാൽബാഗ് എക്സ്പ്രസ് വഴി ബാംഗ്ലൂരിലേക്ക്. അവിടെ ഹെഡ് ഓഫിസിൽ റിപ്പോർട്ട് ചെയ്തിട്ട് തിരികെ വീട്ടിലേക്ക് പോകണം. ഒരിക്കൽ താൻ അമ്മയ്ക്ക് കൊടുത്ത വാക്ക് പാലിക്കുന്നതിനുള്ള യാത്ര. അമ്മയെക്കൂട്ടി തിരികെ ചെന്നൈയിൽ വന്ന് ഇനിയെങ്കിലും സമാധാനത്തോടെ ഉറങ്ങണം. ജനലിലൂടെ തണുത്ത കാറ്റു തഴുകി കടന്നു പോകുന്നു. സഞ്ജയ് എഴുന്നേറ്റ് ട്രെയിനിന്റെ വാതിൽക്കലേക്കു നടന്നു. പുറത്തേക്കു നോക്കി അൽപനേരം നിന്നു. അങ്ങകലെ അമ്മയും താനും മാത്രമുള്ള ലോകം പച്ചവിരിച്ചുകിടക്കുന്ന കാഴ്ച്ച. താമസിയാതെ ട്രെയിൻ ബാംഗ്ലൂർ എത്തിച്ചേരും. അവിടെ ഒരു ദിവസം തങ്ങി, പിന്നെ അമ്മയുടെ സവിധത്തിലേക്ക് വീണ്ടുമൊരു യാത്ര.

കാത്തിരിപ്പിന്റെ പ്രതിരൂപം മനസ്സിൽ തുളുമ്പുമ്പോൾ ദൂരെ സ്റ്റേഷൻ തെളിഞ്ഞു തുടങ്ങി. കയ്യ്, കാല്, കണ്ണ്..... ഒരു മനുഷ്യരൂപം പോലെ ബാംഗ്ലൂർ സ്റ്റേഷൻ പൂർണ്ണരൂപം കൈക്കൊള്ളുന്നു. അപ്പോൾ എവിടെയോ സന്തോഷത്തിന്റെ മഞ്ഞുപെയ്യുന്നുണ്ടായിരുന്നു.

യാത്ര

ദിവസം : 28 ഡിസംബർ 2019
യാത്ര : ലാൽ ബാഗ് എക്സ്പ്രസ്സ്
ചെന്നൈ (പുറപ്പെടുന്ന സമയം) 15:35
ബാംഗ്ലൂർ (എത്തിച്ചേരുന്ന സമയം) 21:35

അനിരുദ്ധ് ബാല

'പോതും പാ, രാസ്നാദി പോട്രതുക്ക് നാൻ ചിന്ന പിളൈള ഇല്ലൈ' പാതി ഉണർന്നു വരുന്ന കണ്ണുകൾ തിരുമ്മികൊണ്ടു അനിരുദ്ധ് പറഞ്ഞു. പെട്ടെന്ന് അവൻ ചുറ്റിനുംനോക്കി. ആരെയും കാണാനില്ല. അറിയാതെ തന്റെ കൈകൾ അയാൾ നെറുകയിൽ തിരുമ്മി. 'അപ്പാ', അനിരുദ്ധ് ഉറക്കെ വിളിച്ചു.

ഉള്ളിലൊരു തണുപ്പ് അവശേഷിപ്പിച്ചു കൊണ്ട് അച്ഛനെന്ന നിത്യസത്യം മരണമെന്ന മഹാസത്യത്തിൽ അലിഞ്ഞു ചേർന്നിട്ട് ഏഴു മാസം പിന്നിട്ടിരിക്കുന്നു. സ്വന്തം വിയർപ്പിൽ പോലും സ്നേഹത്തിന്റെ ഗന്ധം പേറിയിരുന്ന മനുഷ്യൻ. അച്ഛന്റെ ചിന്തയും, ഭാഷയും, പ്രവർത്തിയും എല്ലാം സ്നേഹത്തിൽ തുടങ്ങി സ്നേഹത്തിൽ അവസാനിച്ചിരുന്നു, നിറകണ്ണുകളോടെ അയാളോർത്തു.

തന്റെ കോളേജ് പഠന കാലത്താണ് അദ്ദേഹത്തിന് ചെന്നൈയിൽ നിന്നും ബാംഗ്ലൂരിലേക്ക് ട്രാൻസ്ഫർ ലഭിച്ചത്. അങ്ങിനെ ജീവിതം ബാംഗ്ലൂരിലേക്ക് പറിച്ചുനടപെട്ടു. സ്റ്റേഷൻ മാസ്റ്റർ എന്നതിലുപരി സഹപ്രവർത്തകർക്കെല്ലാം അച്ഛൻ ജ്യോതിറാം, പ്രിയ റാം സാബ് ആയിരുന്നു. നാട്ടുകാർക്കും ബന്ധുക്കൾക്കുമെല്ലാം തണലായി കൂടെ എന്തിനുമൊപ്പം ഉണ്ടായിരുന്ന അദ്ദേഹം അവരുടെ സ്വന്തം രാമണ്ണയും. സഹായം അഭ്യർഥിച്ചു വരുന്നവരെ എന്നും ചേർത്ത് നിർത്തിയിട്ടുള്ള പ്രകൃതം. ആ സ്നേഹത്തിന്റെ വെളിച്ചം മരണം തൊടാതെ കാവലായി തന്റെ വഴികളിലുണ്ടെന്നു കേൾക്കുമ്പോഴെല്ലാം വേദനയോടൊപ്പം അഭിമാനവും കണ്ണുകളിൽ നിറഞ്ഞിരുന്നു.

ചെന്നൈയിലെ ഒരു എം.എൻ.സീയിൽ അഞ്ചക്ക ശമ്പളത്തോടെ ജോലി ചെയ്തിരുന്ന താൻ ഇന്ന് മുതൽ ചെന്നൈ റയിൽവേ സ്റ്റേഷനിൽ ടി.ടി.ഇ ആയി നിയമിതനാകുകയാണ്. സർവീസിലിരുന്നു അച്ഛൻ മരിച്ചതിന്റെ അടിസ്ഥാനത്തിൽ അനുവദിക്കപ്പെട്ട തസ്തിക. അച്ഛൻ സ്വപ്നം കണ്ടത് പോലെ തനിക്കു ലഭിച്ച കേന്ദ്ര സർക്കാർ ഉദ്യോഗം, ആ പുണ്യം മരിച്ച ശേഷവും തന്നിലൊരു തണലായി നിൽക്കുന്നതിന്റെ

ദൃഷ്ടാന്തം.

ആദ്യ ദിവസം ലാൽബാഗ് എക്സ്പ്രസ്സിലെ എസി കോച് ടി.ടി.ഇ ആയിട്ടാണ് നിയമനം. അയാൾ മൊബൈലിൽ സമയം നോക്കി. സമയം ആറു മണിയായിരിക്കുന്നു. നീറിപ്പുകയുന്ന ഓർമകളെ ഒരുവേള മനഃപൂർവം മാറ്റിനിർത്തി കൊണ്ട് തന്റെ ഉത്തരവാദിത്വങ്ങളെ പറ്റി കൂടുതൽ ബോധവാനായി. വേഗം പോയി കുളിച്ചു വന്നു പ്രാർത്ഥിച്ചു. ഇന്ത്യൻ റയിൽവെയുടെ യൂണിഫോം ധരിച്ചു വന്നപ്പോൾ അനിരുദ്ധ് ബാല എന്നെഴുതിയ ബാഡ്ജ് അമ്മ നിറകണ്ണുകളോടെ അയാളുടെ ദേഹത്ത് അണിയിച്ചു. 'അപ്പാ എപ്പോതും ഉൻ കൂടെ താൻ ഇരുപ്പാര് കണ്ണാ', തങ്കം അയാളുടെ തലയിൽ കൈവച്ചു അനുഗ്രഹിച്ചു.

അച്ഛൻ ഇതുപോലെ യൂണിഫോം ധരിച്ചു ജോലിയ്ക്കിറങ്ങുന്ന ദിവസങ്ങൾ മനസ്സിൽ നിറഞ്ഞു നിന്നു. ഇടതൂർന്ന മുടി വലതുവശത്തേക്ക് ചീകിയൊതുക്കി, കട്ടിമീശ ചെത്തിമിനുക്കി, കണ്ണിൽ നിറയെ സ്നേഹവും വാത്സല്യവുമായി തന്നോടും അമ്മയോടും യാത്ര പറഞ്ഞു പോകുന്ന അച്ഛൻ. എത്ര മായ്ച്ചാലും മായാത്തൊരു ശൂന്യതയായി അച്ഛൻ മാറിയിരിക്കുന്നു. കണ്ണീർച്ചൂടിൽവാടിയമുഖവുമായിനിന്നഅമ്മയുടെ നെറുകയിലൊരു മുത്തം നൽകി അയാൾ യാത്രപറഞ്ഞിറങ്ങി. ഹൃദയം വിങ്ങുന്ന ഗദ്ഗദം അമ്മയറിയാതിരിക്കുവാൻ അയാൾ നന്നേ പാടുപെട്ടു.

പെരമ്പൂർനിന്നും കാറിൽ പത്തുമിനിറ്റ് കൊണ്ട് അയാൾ ചെന്നൈ റെയിൽവേ സ്റ്റേഷനിലെത്തിച്ചേർന്നു. അച്ഛന്റെ റെയിൽവേയിൽ ഉണ്ടായിരുന്ന സൽപേരിന്റെ എല്ലാ ആനുകൂല്യങ്ങളും ആദ്യദിവസത്തെ സ്വീകരണത്തിൽതന്നെ പ്രത്യക്ഷമായിരുന്നു.

ജോലിയിൽ പ്രവേശിച്ച ശേഷമുള്ള നടപടിക്രമങ്ങളോരോന്നായി തീർത്ത ശേഷം അയാൾ സഹപ്രവർത്തകരെ പരിചയപെടുവാനിറങ്ങി.എല്ലാവരും സ്നേഹത്തോടെയും വാത്സല്യത്തോടെയും മാത്രം തന്നെ സമീപിച്ചു. അച്ഛനെ പോലെആയിത്തീരുവാൻ ആശംസിച്ചു.

സഹപ്രവർത്തകരോടൊപ്പം ഉച്ചയ്ക്ക് ഭക്ഷണം കഴിഞ്ഞ ശേഷം തന്റെ ആദ്യത്തെ യാത്രയ്ക്കായി അയാൾ തയ്യാറെടുത്തു. എവിടെ നിന്നൊക്കെയോ അച്ഛൻ എല്ലാം നോക്കി കാണുന്നുണ്ടെന്നു അയാൾക്ക് തോന്നി.

'അപ്പാ എനക്ക് തെരിയും, നീ എപ്പോതും എൻകൂടെ താൻ ഇരുപ്പിങ്കെ, നീങ്ക ആസപെട്ട മാതിരി നാൻ ഉന്ക പേരൈ എപ്പോതും കാപ്പാത്തുവേൻ'. നിറഞ്ഞു വരുന്ന കണ്ണുകൾ തുടച്ചുകൊണ്ട് ഒരിക്കൽ കൂടെ അച്ഛന്റെ ഓർമകൾക്ക് മുൻപിൽ കൈകൾ കൂപ്പി മനസ്സിൽ ദൃഢപ്രതിജ്ഞ

എടുത്തുകൊണ്ടയാൾ ലാൽബാഗ് എക്സ്പ്രസ്സിന്റെ എസി കോച്ചിലേക്ക് പ്രവേശിച്ചു.

ട്രെയിൻ നീങ്ങിത്തുടങ്ങി. വരച്ചിട്ട ലക്ഷ്മണ രേഖകൾ പോലെ നീണ്ടു കിടക്കുന്ന റെയിൽവേ പാളങ്ങൾ. റിസർവേഷൻ കംപാർട്ട്മെന്റിലേ ടിക്കറ്റുകൾ എല്ലാം ഓരോന്നായി പരിശോധിച്ചശേഷം അയാൾ തന്റെ വാച്ചിലേക്ക് നോക്കി. സമയം അഞ്ചു മണി, ഇനിയുമുണ്ട് നാല് മണിക്കൂറോളം ബാംഗ്ലൂർ എത്തിച്ചേരുവാൻ. ജനറൽ കമ്പാർട്ട്മെന്റിലെ ടിക്കറ്റ് പരിശോധന തന്റെ അധികാരപരിധിയിൽ വരുന്നതല്ലാത്തതിനാൽ അവിടേയ്ക്ക് പോകേണ്ടതില്ല. എങ്കിലും ജോലിയ്ക്ക് പ്രവേശിച്ചശേഷമുള്ള ആദ്യത്തെ യാത്രയെന്നപോലെ തന്നെ അതിലെ യാത്രക്കാരെയും കണ്ടറിയുവാനുള്ള മനസിന്റെ ആഗ്രഹം അയാളെ ജനറൽ കംപാർട്ട്മെന്റ് സന്ദർശിക്കുവാനായി പ്രേരിപ്പിച്ചു.

ഒരു പുഞ്ചിരിയുമായി ജനറൽ കംപാർട്ട്മെന്റിലേക്കു കയറി എല്ലാവരെയും ഒന്ന് നോക്കി. ഒറ്റയ്ക്കും, കുടുംബമായിട്ടും, സുഹൃത്തുക്കളുമായും പലതരത്തിൽപ്പെട്ട യാത്രക്കാർ. ചിലർ കഥ പറയുന്ന തിരക്കിലും ചിലർ കാഴ്ചകൾ കാണുന്ന തിരക്കിലുമാണ്. മറ്റുചിലർ സുഖമായി കാറ്റ് കൊണ്ടുറങ്ങുന്നു. കൂടുതൽപേരും തന്നെ ശ്രദ്ധിക്കുന്നതേ ഇല്ല എന്നയാൾ മനസിലാക്കി. എന്നാൽ കുറച്ചുപേർ തന്നെ രൂക്ഷമായി നോക്കുന്നതായും, മറ്റുചിലർ നിസ്സഹായതയോടെ നോക്കുന്നതും ഇനി ചിലർ തന്നെ നോക്കി നിശബ്ദമായി പുഞ്ചിരിക്കുന്നതും തന്റെ യൂണിഫോമിലെ ബാഡ്ജിൽ പേര് വായിക്കാൻ ശ്രമിക്കുന്നതായും അയാളുടെ ശ്രദ്ധയിൽപെട്ടു.

അയാൾ ചുറ്റുപാടും നോക്കി. ഇളം നീല നിറത്തിലുള്ള സ്കാർഫ് തലയിൽ കെട്ടിക്കൊണ്ടു ഒരു യുവതി വേഗത്തിൽ അടുത്തുകൂടി കടന്നു പോയി. അവരുടെ ആ നടപ്പിൽ എന്തോ പന്തികേടുള്ളത് പോലെ അയാൾക്ക് അനുഭവപെട്ടു. വേറൊരാൾ മടിയിലിരിക്കുന്ന ബാസ്കറ്റിനോട് മുഖം ചേർത്ത് ഇരിക്കുന്നു. അയാൾ ഉറങ്ങുകയല്ല എന്ന് ഒറ്റനോട്ടത്തിൽ തന്നെ മനസിലാവും. പലരുടെയും മുഖങ്ങൾ മനസ്സിൽ ശക്തമായി വന്നു പതിയുന്നത് അയാൾക്ക് അതിശയമായി തോന്നി.

'ആദ്യ ദിവസമല്ലേ, ഇതൊക്കെ തന്റെ തോന്നൽ ആകാം, അതുമല്ലെങ്കിൽ അപ്രതീക്ഷിതമായൊരു സന്ദർശനം നടത്തിയതിന്റെ പേരിലുമാവാം' അയാൾ മനസ്സിൽ പറഞ്ഞു. മനസിലപ്പോഴും അവിടെ കണ്ട ആ മുഖങ്ങൾ മാത്രമായിരുന്നു. അയാൾ വാതിലിന്റെ അടുത്തേയ്ക്ക് തിരികെനടന്നു. സമയം സന്ധ്യയോടടുക്കുന്നു. ചായയും കാപ്പിയുമായി

വെയ്റ്റർമാർ ഉള്ളിലൂടെ നടക്കുന്നുണ്ട്.

'അനിരുദ്ധ്?' ഒച്ചകേട്ടു അയാൾ തിരിഞ്ഞു നോക്കി.

'ഓർമ ഇരിക്കാ? എഞ്ചിനീയറിംഗ് എൻട്രൻസ് എക്സാം കോച്ചിംഗ് ക്ലാസ്സിലെ ബാക്ക് ബെഞ്ചർ?' മലയാളവും അറിയുന്ന തമിഴും കോർത്തിണക്കി ആ ചെറുപ്പക്കാരൻ സംസാരിച്ചു.

'ഡേയ് സഞ്ജയ്, എപ്പടി ഉന്നെ മറക്ക മുടിയും മച്ചാ, നല്ലാ ഇരിക്കീങ്കളാ?'

'ഒന്നുമില്ല, ഇങ്ങനെ പോകുന്നു.'

'അപ്പാ എന്ന പണ്ണ്ടാര്?'

'മോർച്ചറി സെക്യൂരിറ്റി ആണ്.'

'അമ്മാ നല്ലാ ഇരിക്കീങ്കളാ?'

'ഈ യാത്ര അമ്മയെ കൂടെ കൂട്ടാനാണ്. എനിക്ക് ചെന്നൈ ഒരു നല്ല ജോലി കിട്ടി. ഒരുദിവസമെങ്കിൽ ഒരുദിവസം മുൻപേ എനിക്ക് അമ്മയെ അച്ഛന്റെ അടുത്തുനിന്നും രക്ഷപെടുത്തണം. കരയാതെ എന്റെ അമ്മ സമാധാനമായി ഉറങ്ങണം. അമ്മ എന്നെ കാത്തിരിക്കുകയാണവിടെ', സഞ്ജയ് പറഞ്ഞു നിർത്തി.

'കവലപ്പെടാതെ, ഇനിമേൽ അമ്മാവേ നല്ലാ പാത്തുക്കോ, ഉന്നാലേ മുടിന്തവരേയും സന്തോഷമാ വച്ചുക്കൊ.'

'അതെ, അതിരിക്കട്ടെ എഞ്ചിനീയറിംഗ് പഠിച്ച താൻ എവിടെയോ ജോലിയ്ക്ക് കയറിയിരുന്നില്ലേ? പെട്ടെന്നെങ്ങിനെ ഈ പുതിയ ജോലി?'

'കൊഞ്ചം മാസത്തുക്ക് മുന്നാടി ഒരു റോഡ് ആക്സിഡെന്റിൽ അപ്പാ എരന്തിട്ടാര്, അവര് സെർവിസിൽ ഇരുന്തതിനാലെ ഇന്തവേല എനക്ക് കെടൈത്തത്"

'സോറി ടാ, ഞാൻ അറിഞ്ഞില്ല അത്.'

ട്രെയിൻ കൃഷ്ണരാജപുരം സ്റ്റേഷൻ കഴിഞ്ഞു അടുത്ത സ്റ്റേഷൻ ലക്ഷ്യമാക്കി നീങ്ങി തുടങ്ങി. 'സഞ്ജയ്, കൊഞ്ചം റിപ്പോർട്സ് തീർക്കവേണ്ടിയിറുക്കും. പ്ലാറ്റഫോം എത്തിസേർന്ത അപ്പുറമാ പാക്കലാം.' അനിരുദ്ധ് യാത്ര പറഞ്ഞു നടന്നു നീങ്ങി.

ട്രെയിൻ ബാംഗ്ലൂർ എത്തുമ്പോഴേക്കും രാത്രി ഒൻപതര മണി കഴിഞ്ഞിരുന്നു. സ്റ്റേഷനിൽ പോയി അന്നത്തെ ജോലികൾ തീർത്ത ശേഷം അയാൾ പുറത്തേക്ക് നടന്നു. ഡിസംബറിലെ തണുത്ത കാറ്റിനു നിഗൂഢത നിറഞ്ഞൊരു ഭംഗി അയാൾക്കപ്പോൾ അനുഭവപ്പെട്ടു. പെട്ടെന്നയാൾ സഞ്ജയോട് യാത്ര പറഞ്ഞില്ലെന്നുള്ള കാര്യമോർത്തു, പരസ്പരം ഫോൺ നമ്പറുകൾ കൈമാറുവാൻ മറന്ന സത്യം അപ്പോഴാണയാൾ

തിരിച്ചറിയുന്നത്.

പിന്നീട് ഫോൺ എടുത്തു ബാംഗ്ലൂറിലുള്ള സുഹൃത്ത് വിനായകനെ വിളിച്ചു. വിനായകനോടൊപ്പമാണ് അയാൾ അന്ന് തങ്ങുവാൻ തീരുമാനിച്ചിരിക്കുന്നത്.

'നീ എങ്കെ ഇരുക്ക് മച്ചാ' അനിരുദ്ധ് ചോദിച്ചു

'നാൻ ഇങ്കെ താൻ മജെസ്റ്റിക് ബസ്സ്സ്റ്റേഷനിൽ ഇരിക്കേൻ മച്ചാ. നീ സ്റ്റേഷനിൽ ഇരുന്ത് കെളമ്പിട്ടിയാ?'

'ഇപ്പൊ താ കേളമ്പപോരേണ്ടാ'

'സെരി, നീ മജെസ്റ്റിക് വാ നമ്പ പാക്കലാം'

മജെസ്റ്റിക് ബസ് സ്റ്റേഷനിലേക്ക് പോകും വഴിയുള്ള ഗണേഷ് ടീ സ്റ്റോൾ ലക്ഷ്യമാക്കി അയാൾ നടന്നു. ബാംഗ്ലൂർ ജോലി ചെയ്തിരുന്ന കാലത്തു എല്ലാ വൈകുന്നേരങ്ങളും ഇവിടെനിന്നും വാങ്ങുന്ന പലഹാരപ്പൊതിയുമായി വന്നുകയറുന്ന അച്ഛനെ അയാൾ ഓർത്തു.

വഴിവിളക്കുകളുടെ വെളിച്ചത്തിൽ നിരത്തുകളെല്ലാം വിജനമായി കിടക്കുന്നു. ബാംഗ്ലൂർ ഒരിക്കലും ഇങ്ങനെ ആവാൻ വഴിയില്ലല്ലോ? അയാൾ സ്വയം പിറുപിറുത്തു. അല്പസമയം മുൻപോട്ടു നടന്നപ്പോൾ പിന്നിൽ നിന്നുണ്ടായൊരു കാൽപ്പെരുമാറ്റം കേട്ടയാൾ തിരിഞ്ഞുനോക്കി. സിഗരറ്റ് കത്തിച്ചു കൊണ്ട് ഒരു മദ്ധ്യവയസ്കൻ തന്റെ അരികിലേക്ക് നടന്നടുക്കുന്നു.

'റാം സാബിന്റെ മകനാ?' അയാൾ ചോദിച്ചു.

'ആമാ, നീങ്കയാര്? ഉങ്കൾക്ക് എപ്പടി അപ്പാവെ തെരിയും?'

'എന്റെ പേര് കുമാരൻ, ഇവിടെ അടുത്ത് ഒരു ഹോസ്പിറ്റലിലെ മോർച്ചറി കാവൽക്കാരനാണ്. റാം സാബിനെ എനിക്ക് വർഷങ്ങളായി പരിചയമുണ്ട്. മോനിന്നു ലാൽബാഗ് എക്സ്പ്രെസ്സിൽ ചാർജെടുക്കുന്ന കാര്യം ഇന്നലെതന്നെ സ്റ്റേഷൻമാസ്റ്റർ എന്നോട് പറഞ്ഞിരുന്നു.'

'വീട്ടിലെയാരെല്ലാം ഇരിക്കാങ്കെ?' അനിരുദ്ധ് ചോദിച്ചു

'എനിക്ക് അങ്ങിനെ കുടുംബമെന്നു പറയുവാൻ ആരും ഇനി ബാക്കി ഇല്ല. പ്രിയപ്പെട്ടവരെല്ലാം ഈ ഭൂമിയിൽ നിന്നും മടങ്ങിപോയിരിക്കുന്നു കുഞ്ഞേ. എന്റെ മകൻ കഴിഞ്ഞ വർഷം മരിച്ചുപോയി. ജോലിയുടെ ഭാഗമായി സ്വന്തം മകന്റെ മൃതദേഹത്തിന് രാത്രി മുഴുവൻ കാവലിരുന്ന ഹതഭാഗ്യനായ ഒരച്ഛനാണ് ഞാൻ. മകൻ പോയ വേദനയിൽ അവന്റെ അമ്മയും ഈ ഭൂമി വിട്ടു പോയി. എല്ലാവരും എന്നെ ഒറ്റയ്ക്കാക്കി പോയ് കളഞ്ഞു.' അയാൾ വിതുമ്പി.

പലതും ഇനിയും അയാൾക്ക് തന്നോട് പറയുവാനുണ്ടെന്നു അനി

രുദ്ധിന് തോന്നി. മുൻപോട്ടു നടക്കവേ അനിരുദ്ധ് കുമാരനെ വെറുതെ ഒന്ന് ശ്രദ്ധിച്ചു. കണ്ണുനീർചാലുകൾ, ഉണങ്ങിപ്പിടിച്ച പാടുകൾപോലെ അയാളുടെ കവിളുകളിൽ കാണാം. ഒരായിരം അനുഭവങ്ങൾ പഴകിക്കഴിഞ്ഞ ജീവിതത്തിൽ ഏറ്റവും നിസ്സംഗമായത് ആ മിഴികളും നോട്ടവും മാത്രമാണെന്ന് തോന്നി. മറ്റാർക്കും ഒരു കാലത്തും നികത്താനാവാത്ത വേർപാടുകൾ സമ്മാനിക്കുന്ന ശൂന്യത. കൂടുതലൊന്നും അയാളോട് ചോദിയ്ക്കാൻ തോന്നിയില്ല. വാക്കുകൾപതറിപ്പോകുന്നു. അൽപനേരം നിശബ്ദമായി നടന്ന ശേഷം ടി സ്റ്റാളിലേക്കു തിരയുന്ന വഴിയിൽ വച്ചു അയാൾ അനിരുദ്ധിനോട് യാത്ര പറഞ്ഞു.

'കുഞ്ഞിനെ കണ്ടതിൽ ഒരുപാടു സന്തോഷം. കുറച്ചു നേരത്തേക്ക് ഞാൻ എന്റെ മകന്റെയൊപ്പം നടന്നത് പോലെ തോന്നിപ്പോയി'. വീണ്ടുമൊരു സിഗരറ്റ് കത്തിച്ചുകൊണ്ടയാൾ നടന്നകന്നു.

കുമാരന്റെ ചിന്തകളിൽ മുഴുകി മുൻപോട്ടു നടക്കവേ ഗണേഷ് ടീ സ്റ്റാളിന്റെ മഞ്ഞ ബോർഡ് വഴിയിൽ തെളിഞ്ഞു വന്നു. അവിടെനിന്നും ഒരു ചായയും വാങ്ങി അടുത്തുള്ള ബെഞ്ചിൽ ഇരുന്നുകൊണ്ട് അയാൾ ഫോണിൽ അന്ന് തനിക്ക് വന്ന ഈമെയിലുകൾ ഓരോന്നായി പരിശോധിച്ചു. വരുന്ന ദിവസം രാവിലെ പതിനൊന്നു മണിക്ക് ഓഫീസിൽ എത്തിച്ചേരണം എന്ന് അഡ്മിനിസ്ട്രേഷൻ ഡിപ്പാർട്മെന്റിൽനിന്നുമുള്ള അറിയിപ്പ് അയാളുടെ ശ്രദ്ധയിൽ പതിഞ്ഞു. പോയ വർഷം ഇതേ ദിവസം ബാംഗ്ലൂർ റെയിൽവേ സ്റ്റേഷനിൽ ഉണ്ടായൊരു മാവോയിസ്റ്റ് ആക്രമണത്തിൽ മരിച്ചുപോയ യാത്രക്കാരെ അനുസ്മരിക്കുന്ന ചടങ്ങിലേക്കാണ് ക്ഷണം. അറിയിപ്പിന്റെ അവസാനം ആക്രമണത്തിൽ മരിച്ചവരുടെ പേരും ഫോട്ടോയും കൊടുത്തിട്ടുണ്ട്. വഴിവിളക്കിന്റെ വെളിച്ചത്തിൽ അയാൾ ആ പേരുകൾ ഓരോന്നായി വായിച്ചു.

അലക്സ്, കോകില, മൈഥിലി, മീര, കാർത്തിക്, അബ്ദു, സാം, ഹരി, ജയദേവൻ.... ഏകദേശം മുപ്പത്തഞ്ചോളം പേരടങ്ങുന്ന ഒരു നീണ്ടപട്ടിക. അമ്പരപ്പോടെ അയാൾ വീണ്ടും ആ ചിത്രങ്ങളിലേക്ക് കണ്ണിമയ്ക്കാതെ നോക്കി. അഞ്ചാറ് പേരൊഴിച്ചാൽ ബാക്കി എല്ലാവരെയും ഇന്നത്തെ യാത്രയിൽ താൻ കണ്ട അതേ മുഖങ്ങൾ!! ഏറ്റവും അവസാനം കണ്ട മുഖം പ്രിയ സുഹൃത്തു സഞ്ജയുടെതെന്നു കൂടെ തിരിച്ചറിഞ്ഞപ്പോൾ ഉള്ളിലൂടെ ഒരു കൊള്ളിമീൻ പാഞ്ഞു പോയതയാൾ അറിഞ്ഞു .

'എന്താണ് ഈ സംഭവിക്കുന്നത്. ഇവരെല്ലാം ഇന്ന് ലാൽബാഗ് എക്സ്പ്രെസ്സിൽ തന്റെ ഒപ്പം യാത്ര ചെയ്തവർ അല്ലെ? താൻ ശ്രദ്ധിച്ച, തന്നെ

ശ്രദ്ധിച്ച മുഖങ്ങൾ? ഇന്ന് താൻ കണ്ട ഇവരെങ്ങിനെയാണ് ഒരു വർഷം മുൻപ് മരണപ്പെടുക? ഇനി ഓഫീസിൽ നിന്നും അയച്ച വിവരങ്ങൾ തെറ്റിപ്പോയതാകുമോ? മനസ്സിൽ മാറി മാറി വരുന്ന ചോദ്യങ്ങൾ ഓരോന്നായി വകഞ്ഞു മാറ്റിക്കൊണ്ട് ആ ചിത്രങ്ങിലേക്കു വീണ്ടും വീണ്ടും അയാൾ നോക്കി. തന്റെ ഹൃദയമിടിപ്പിന്റെ താളത്തെ നിയന്ത്രിക്കാനാവാതെ നിസ്സഹായനായി അങ്ങിനെ തന്നെ അയാളാ ബെഞ്ചിൽ ഇരുന്നു.

'സർനെ മുൻപ് ഇവിടെ കണ്ടിട്ടില്ലാലോ. പുതിയ ആളാണോ?'

ഒരു ഞെട്ടലോടെ അനിരുദ്ധ് അയാളെ തിരിഞ്ഞു നോക്കി, പിന്നീട് സ്ഥലകാലബോധം വീണ്ടെടുത്ത് കൊണ്ട് അയാൾ മറുപടി നൽകി.

'ആമാ, നാൻ ഇപ്പൊ താൻ പുതുസാ ടിക്കറ്റ് ചെക്കറാ ജോയിൻ പണ്ണീരിക്കെ.'

'സാറിന് തരാൻ പലഹാരമൊന്നും ബാക്കി ഇല്ല. ഇവിടുണ്ടാക്കുന്ന പലഹാരങ്ങൾ സ്റ്റേഷനിലെ എല്ലാവർക്കും വലിയ ഇഷ്ടമാണ്. വൈകുന്നേരം അവരെല്ലാം ഓരോ പലഹാര പൊതിയുമായിട്ടാണ് വീട്ടിൽ പോകുക. നാളെ രാവിലെ ഒരനുസ്മരണ ചടങ്ങു സ്റ്റേഷനിൽ നടക്കുന്നുണ്ട്, അതിനുള്ള പലഹാരങ്ങളും നൽകുന്നത് ഇവിടെ നിന്നുമാണ്. നാളെ സാർ കഴിച്ചു നോക്കു' അയാൾ പറഞ്ഞു നിർത്തി .

'അപ്പടിയാ' പകുതി ശ്രദ്ധിച്ചും പകുതി ശ്രദ്ധിക്കാതെയും അനിരുദ്ധ് മറുപടി നൽകി.

'അന്ന് ട്രെയിനിൽ യാത്ര ചെയ്തവരിൽ ഇരുപത്തെട്ടുപേരും പ്ലാറ്റ് ഫോമിൽ ഉണ്ടായിരുന്ന ഏഴുപേരും ആ മാവോയിസ്റ്റ് ആക്രമണത്തിൽ മരണപ്പെട്ടു. കൂടാതെ ട്രെയിനിൽ ഉണ്ടായിരുന്ന നൂറിൽപരം ആൾക്കാർക്ക് പരിക്കേറ്റു.'

'ഹ്മ്മ്' അയാൾ മൂളിക്കേട്ടു.

'അപകടം നടന്ന ദിവസം പ്ലാറ്റ്ഫോമിൽ നിന്നും പോലീസിനൊരു ബാസ്കറ്റ് കിട്ടിയിരുന്നു. അതിൽ ഒരു കൊച്ചു കുട്ടിയുടെ മൃതദേഹം ആയിരുന്നുപോലും. അന്ന് മരിച്ച ഏതോ യാത്രക്കാരന്റെ കയ്യിൽ ഉണ്ടായിരുന്നതാണത്രേ.' അനിരുദ്ധ് ചിത്രങ്ങിലേക്ക് വീണ്ടും കണ്ണോടിച്ചു നോക്കി. ഒരുവേള ഗഗൻദീപിന്റെ ചിത്രത്തിലേക്ക് അയാളുടെ കണ്ണുകളുടക്കി. ട്രെയിനിൽ ബാസ്കറ്റിലേക്ക് മുഖം ചേർത്തിരുന്ന അതെ മുഖം.

'ഇവിടെ എന്നും വരാറുള്ള കുമാരൻ ചേട്ടന്റെ മകനും ആ അപകടത്തിൽ മരിച്ചു പോയിരുന്നു. ആ പയ്യൻ ജോലി കിട്ടിയ ശേഷം ചെന്നൈ നിന്നും അമ്മയെ കൂട്ടാൻ വരുന്ന ദിവസമായിരുന്നു ഈ അപകടം.' ആരോ ചോദിച്ചിട്ടെന്നപോലെ അയാൾ ആ അപകടത്തെപ്പറ്റി വിശദീകരിച്ചു.

'അവൻ പേര് സഞ്ജയ്യാ?' അനിരുദ്ധ് അയാളെ നിർവികാരമായി നോക്കികൊണ്ട് ചോദിച്ചു .

'അതെ സഞ്ജയ്. ഭാര്യയും മകനും മരിച്ചതോടെ കുമാരേട്ടൻ ജോലിയ്ക്കു പോകാതായി. എന്നും ഈ സ്റ്റേഷനിൽ ലാൽബാഗ് എക്സ്പ്രസ്സ് വരുന്ന വരെ അയാൾ കാത്തിരിക്കും. അതിനുശേഷം ഇവിടെ വന്നിരുന്നു മകന്റെ കാര്യങ്ങൾ പറഞ്ഞു ഉറക്കെ കരയും. താൻ ചെയ്ത തെറ്റുകളുടെ ഫലം ആണ് മകന്റെ ശവശരീരത്തിനു കാവൽ നിൽക്കേണ്ടി വന്നത് എന്ന് സ്വയം ശപിക്കും. ഞങ്ങൾ നിർബന്ധിച്ചാൽ മാത്രം എന്തെങ്കിലും ആഹാരം കഴിക്കും.'

'നാ ഇപ്പൊ താ അവരെ പാർത്തേൻ'

'ആരെ കുമാരേട്ടനെയോ?'

'ആമാ അവരെ താൻ'

'എയ് സർ മറ്റാരെയെങ്കിലുമാവും കണ്ടത്'

'ഇല്ലെങ്കെ നാൻ അവർ കൂടെ താൻ പേസിട്ടു വന്തേൻ' അനിരുദ്ധ് തറപ്പിച്ചു പറഞ്ഞു

'അതെങ്ങിനെ ശെരിയാവും? വർഷങ്ങളായി കുമാരേട്ടൻ ഞങ്ങളുടെ അയല്പക്കകാരനാണ്. സഞ്ജയ് ഞങ്ങളുടെ മുറ്റത്ത് കളിച്ചു വളർന്ന കുട്ടിയും. ഇന്ന് സന്ധ്യക്ക് ലാൽബാഗ് എക്സ്പ്രസ്സ് എത്തിച്ചേരും മുൻപേ അദ്ദേഹം വിഷം കഴിച്ചു ആത്മഹത്യ ചെയ്തു. പോലീസ് വന്നു നടപടികൾ ഒക്കെ കഴിഞ്ഞു അൽപനേരം മുൻപാണ് കുമാരേട്ടന്റെ ശവശരീരം മോർച്ചറിയിലേക്ക് മാറ്റിയത്. ഞാൻ ഇപ്പോൾ കടയടച്ചിട്ടു അങ്ങോട്ടേക്ക് പോകുകയാണ്.'

ഒരു കൊടുങ്കാറ്റുപോലെ അലഞ്ഞു നടന്നതിനൊടുവിൽ തന്റെ സത്തയെ വലിച്ചെടുക്കാനെന്ന മട്ടിൽ എത്തിച്ചേർന്ന നോട്ടങ്ങൾ മുതൽ നിരാലംബനായ കുമാരേട്ടന്റെ നിസംഗമായ നോട്ടംവരെ ഒരോരോന്നായി അയാളുടെ ഹൃദയത്തിലേക്ക് തുളഞ്ഞിറങ്ങി. സിരകളിൽ അരിച്ചു കയറുന്ന ഭീതിയുടെ തണുപ്പ്! തണൽമരങ്ങൾക്കിടയിലൂടെ അരിച്ചു വന്ന തണുത്ത കാറ്റിൽ അയാൾ ഭയന്ന് വിറച്ചു. അങ്ങകലെ നടന്നകലുന്നൊരു സിഗരറ്റ് വെളിച്ചം ആ കണ്ണുകളിൽ അപ്പോഴും നിറഞ്ഞു നിന്നു.

*** ***

'അമേയ'

മഞ്ജുശ്രീകുമാർ

തൃശൂർജില്ലയിലെ വെള്ളാങ്ങല്ലൂർ സ്വദേശം. 1998 മുതൽ കുടുംബത്തോടൊപ്പം ദുബായിൽ താമസം. സാഹിത്യകൂട്ടായ്മകളിലും, വ്ളോഗിങ്ങിലും, ഡെസേർട് ഡ്രൈവിലും, സാമൂഹ്യപ്രവർത്തനങ്ങളിലും സജീവം. ഇരുപത്തിയൊന്ന് വാരിയെല്ലുകൾ എന്ന ചെറുകഥാസമാഹാരത്തിന്റെ പിന്നിൽ പ്രവർത്തിച്ച അഞ്ച് വനിതകളിൽ ഒരാൾ.

Email: menonmanjsuree@gmail.com

'പോൾ അലക്സ്'

ജോയ് ഡാനിയേൽ

പത്തനംതിട്ട ജില്ലയിലെ കൂടൽ സ്വദേശി. 2020ലെ പാം അക്ഷരതൂലിക കഥാപുരസ്കാരം ലഭിച്ചിട്ടുണ്ട്. 'പുക്രൻ' ആദ്യനോവൽ. ദുബായിൽ ജോലിചെയ്യുന്നു.

Email : joydanie@gmail.com Whatsapp : +971507495290

'കോകില'

ദിവ്യ മധു

കൊല്ലം ജില്ലയിലെ കുന്നിക്കോട് സ്വദേശിനി. 2010 മുതൽ യു.എ.ഇ. യിൽ പ്രവാസിയായി തുടരുന്നു. കഥകൾ, വായനാസ്വാദനം എന്നിവകളാൽ സമൂഹമാധ്യമങ്ങളിൽ സജീവം. 2017 മുതൽ മഷി അക്ഷരകൂട്ടായ്മയുടെ എഡിറ്റോറിയൽ ബോർഡ് മെമ്പർ ആയി പ്രവർത്തിച്ചു വരുന്നു.

Email : divyamadhu49@gmail.com

‘അനാമിക’

അനുജ സനൂബ്

എറണാകുളം ജില്ലയിലെ ഇടപ്പള്ളിയിൽ നിന്നും പ്രവാസജീവിതത്തിലേക്ക് കടന്നു വന്നിട്ട് 9 വർഷങ്ങൾ. കഥകളും കവിതകളും സംഗീതവുമായി സമൂഹ മാധ്യമങ്ങളിൽ സജീവം. 2017 മുതൽ മഷി അക്ഷരകൂട്ടായ്മയുടെ എഡിറ്റോറിയൽ ബോർഡ് മെമ്പർ ആയി പ്രവർത്തിച്ചു വരുന്നു.

Email: smartanns@gmail.com

‘മൈഥിലി’

പ്രീജ അഖിൽ

പാലക്കാട് ജില്ലയിലെ വള്ളുവനാടിൻ പുണ്യം പേറുന്ന ശ്രീകൃഷ്ണപുരം ഗ്രാമത്തിൽനിന്നും 2015ൽ ദുബായിലെത്തി. പ്രവാസജീവിതത്തിന്റെ ചൂടിലും കഥകളും, കവിതകളുമായി സൗഹൃദകൂട്ടായ്മകളിലും, സോഷ്യൽ മീഡിയായിലും സജീവം.

Email : preeja.v.nair@gmail.com

‘ശാരദ’

ആതിര സന്ദീപ്

ആതിര സന്ദീപ്എറണാകുളം ജില്ലയിൽ പട്ടിമറ്റം സ്വദേശിനി. പതിനൊന്നു വർഷമായി കുടുംബത്തോടൊപ്പം ദുബായിൽ താമസം. കഥകളും, കവിതകളും, അനുഭവക്കുറിപ്പുകളുമായി സമൂഹമാധ്യമങ്ങളിൽ സജീവ സാന്നിദ്ധ്യം. 2018ൽ ‘മീരാമാധവം’ എന്ന ആദ്യ ചെറുകഥാസമാഹാരം പ്രസിദ്ധീകരിച്ചു.

Email : athiramukund0484@gmail.com
Facebook/Athira Avanthika Sandeep

'സുബൈദ'

സജ്ന അബ്ദുള്ള

തൃശ്ശൂർ ജില്ലയിലെ കൊടുങ്ങല്ലൂർ സ്വദേശിനി. മൂന്നു പതിറ്റാണ്ടിലേറെയായി ദുബായിൽ കുടുംബത്തോടൊപ്പം താമസം. സാമൂഹ്യപ്രവർത്തക, ബ്ലോഗർ, വോയിസ് ഓവർ ആർട്ടിസ്റ്റ് എന്നിങ്ങനെ വിവിധ മേഖലകളിൽ വ്യക്തിമുദ്ര പതിപ്പിച്ചിട്ടുണ്ട്. ആനുകാലികങ്ങളിൽ കഥകളും യാത്രാവിവരണങ്ങളും എഴുതാറുണ്ട്. 2019ൽ 'സജ്നയുടെ കഥകൾ' എന്ന ഒരു കഥസമാഹാരം പ്രസിദ്ധീകരിച്ചു. 2021ൽ പുറത്തിറങ്ങിയ 21 വാരിയെല്ലുകൾ എന്ന കഥാസമാഹാരത്തിന്റെ പിന്നിൽ പ്രവർത്തിച്ച അഞ്ചു വനിതകളിൽ ഒരാൾ.

Email : sajanaabdulla@gmail.com
Ph. No. 00971502132825

'ഗഗൻദീപ്'

ലേഖ ജസ്റ്റിൻ

പത്തനംതിട്ട ജില്ലയിലെ പന്തളം സ്വദേശിനി. ഇപ്പോൾ യു.എ.ഇ യിൽ പ്രവാസജീവിതം. എഴുത്ത്, Art & amp; Craft, സംഘടനാ പ്രവർത്തനങ്ങൾ തുടങ്ങിയ മേഖലകളിൽ സജീവം. 2021 ഷാർജ ബുക്ക്ഫെയറിൽ പ്രകാശനം ചെയ്ത 'ഇരുപത്തിയൊന്ന് വാരിയെല്ലുകൾ' എന്ന പുസ്തകത്തിന്റെ എഡിറ്റർ ആയി പ്രവർത്തിച്ചു.

Email : lekha.justin@gmail.com
Whatsapp: 00971-503811942

'രുദ്ര'

ശ്രീരഞ്ജിനി രാജേഷ്

ആലപ്പുഴ ജില്ലയിലെ കുട്ടനാട്ടിലെ, ചമ്പക്കുളം എന്ന കൊച്ചുഗ്രാമത്തിൽ നിന്നും 2007ൽ കുടുംബത്തോടൊപ്പം പ്രവാസജീവിതം തുടങ്ങി. പ്രവാസജീവിതത്തിൽ കലാസാമൂഹിക രംഗങ്ങളിൽ സജീവം.

Email :s rmrenjini@gmail.com

‘റിയ’

പ്രീതി രഞ്ജിത്ത്

കുടുംബത്തോടൊപ്പം ദുബായിൽ താമസിക്കുന്നു. ഗണിതാധ്യാപികയാണ്. മലപ്പുറം ജില്ലയിലെ വളാഞ്ചേരി സ്വദേശിനി. U.A.Eയിലെ കലാ സാഹിത്യ സാംസ്കാരിക പ്രവർത്തനങ്ങളിൽ സജീവം. ദൈവത്തിന്റെ നൂറാമത്തെ പേര് (കഥാസമാഹാരം, സൈകതം ബുക്സ്)

Email : preethi.ranjit@gmail.com

‘മുരളി’

രാഹുൽ ആർ. നാഥ്

സ്വദേശം ആലപ്പുഴ ജില്ലയിലെ നീരേറ്റുപുറം എന്ന ഗ്രാമം. കഥകൾ കേൾക്കാനും പറയാനും ഉള്ള ഇഷ്ടം എഴുത്തിലേക്കെത്തിച്ചു. എഴുതാൻ പ്രിയം ചെറുകഥകളും തിരക്കഥകളും. അക്ഷരങ്ങളെ കൂട്ടുപിടിച്ച് സ്വപ്നത്തിലേക്കുള്ള യാത്ര തുടരുന്നു.

Email : rahulnath669@gmail.com

‘നീരവ്’

ധന്യ രാജ്

തിരുവനന്തപുരം ജില്ലയിൽ കല്ലമ്പലം സ്വദേശിനി. 20 വർഷത്തെ പ്രവാസജീവിതം, 17വർഷം ദുബായിലും ഷാർജയിലും താമസം ഇപ്പോൾ 4 വർഷം ആയി ഫുജൈറയിൽ താമസം. എഴുത്തും വായനയും നൃത്തവും താല്പര്യം.

E-mail dhanyarajanrj@gmail.com

Whatsapp :00919995907106

'മീര'

ഡോ. പ്രീയുഷ സജി

കൊല്ലം കടപ്പാക്കട സ്വദേശിനി. കേരള ഗവണ്മെന്റ് ഹോമിയോപ്പതിക് മെഡിക്കൽ ഓഫീസർ. കുടും ബത്തോടൊപ്പം 23 വർഷമായി ദുബൈയിൽ താമസം. സ്കൈലാർക് ഇന്റീരിയർസ് LLC എന്ന സ്ഥാപനത്തിന്റെ മാനേജിങ് ഡയറക്ടർ. 'ഓർമയുടെ നീല ശംഖുപുഷ്പങ്ങൾ' എന്ന കവിത സമാഹാ രവും 'ചിങ്ങക്കാറ്റ്', 'ഒരുപാട് കാതം' എന്നീ മ്യൂസിക് ആൽബങ്ങളും പുറത്തിറക്കിയിട്ടുണ്ട്. കലാ സാംസ് കാരിക നൃത്തവേദികളിലും ചിത്ര രചനയിലും സജീവം. ഭരതനാട്യത്തിൽ തന്റേതായ വ്യക്തി മുദ്ര പതിപ്പിച്ചിട്ടുണ്ട്. ഭരതനാട്യത്തിൽ ഡിപ്ലോമയും യോഗയിൽ ഇന്റർനാഷണൽ ട്രൈനെർ സെർറ്റിഫി ക്കേഷനും നേടിയിട്ടുണ്ട്.

Email : preyusha@hotmail.com

'കാർത്തിക്'

ലൂക്കോസ് ചെറിയാൻ

അക്ഷരനഗരമായ കോട്ടയം ജില്ലയിലെ മാന്നാനം സ്വദേശി. മലയാള മണ്ണിന്റെ ഗന്ധമുള്ള സർഗാത്മക രചനകളെ പരിപോഷിപ്പിക്കാനും, പരിപാലിക്കാനും ഏറെ താൽപ്പര്യം. 'നിഴലുകൾ' എന്ന നോവൽ ഷാർജ ഇന്റർ നാഷണൽ ബുക്ക് ഫെയറിൽവച്ച് പ്രകാശനം ചെയ്തിട്ടുണ്ട്. സോഷ്യൽ മീഡിയ യിൽ കഥകൾ എഴുതിക്കൊണ്ടിരിക്കുന്നു

Email : lukosecherian@gmail.com.com
Whatsapp: 00971 50 8485191

'നിമ'

ജീന ഷൈജു

കൊല്ലം ജില്ലയിലെ പത്തനാപുരം സ്വദേശിനി. പത്തു വർഷമായി കുടുംബമായി കുവൈറ്റിൽ പ്രവാസജീ വിതം നയിക്കുന്നു. ആരോഗ്യ മേഖലയിൽ നഴ്സ് ആയി ജോലി ചെയ്യുന്നതോടൊപ്പം കലാ സാമൂഹിക രംഗങ്ങളിൽ സജീവമായി വർത്തിക്കുന്നു.

Email :diyajanus@gmail.com

'അബ്ദു'

രമ്യ മണി

മലപ്പുറം ജില്ലയിലെ പെരിന്തൽമണ്ണ സ്വദേശിനി. കുടുംബത്തോടൊപ്പം ഇരുപതു വർഷമായി പ്രവാസജീവിതം. ദുബായിലെ ഒരു സ്വകാര്യ സ്ഥാപനത്തിൽ ജോലി ചെയ്യുന്നു. എഴുത്തിനും വായനക്കുമൊപ്പം ശാസ്ത്രീയ നൃത്തത്തിലും താല്പര്യം.

Email : remyamaninair@gmail.com

'ജ്യോതി'

ഇബ്രു ചെറുകുന്ന്

കണ്ണൂർ ജില്ലയിലെ ചെറുകുന്ന് സ്വദേശി. 2006 മുതൽ യു.എ.ഇ യിൽ പ്രവാസിയാണ്. ചെറുകഥയാണ് ഇഷ്ടവിഷയം. ലേഖനങ്ങളും കഥകളുമായി ആനുകാലികങ്ങളിലും സോഷ്യൽ മീഡിയയിലും എഴുതി വരുന്നു

Email : acibru@gmail.com
Whatsap :9895494255

'ഹരി'

പ്രവീൺ ശ്രീനിവാസ്

ഗുരുപവനപുരിയ്ക്കടുത്തുള്ള എളവള്ളി ദേശം. എങ്ങോ കത്തിയമർന്ന കനലുകൾ പ്രവാസത്തിന്റെ ചൂളയിൽ വീണ്ടും ജ്വലിച്ചപ്പോൾ.

Email : pravi_vs@yahoo.co.in

‘സാം’

ബിനു വർഗീസ്

ആലപ്പുഴ ജില്ലയിലെ മാവേലിക്കരയിൽ നിന്നും 2005 മുതൽ 2015 വരെ ദുബായിൽ പ്രവാസജീവിതവും ശേഷം ദുബായ് എമ്മാർ ഗ്രൂപ്പിന്റെ NCR ഡൽഹി ഓഫീസിൽ സേവനത്തിൽ തുടരുന്നു... കലാസാമൂഹിക രംഗങ്ങളിൽ സജീവം ഡൽഹി മലയാളി അസോസിയേഷൻ പ്രവർത്തനത്തോടൊപ്പം ഡൽഹി മലയാളികളുടെ കൈത്താങ്ങായി വിവിധ സാമൂഹിക സംഘടനകളിൽ പ്രവർത്തിച്ചുവരുന്നു.

Email : binuchriston@gmail.com
Whatsapp : 0091-9711662297

‘അരുന്ധതി’

മഞ്ജു ദിനേശ്

മഞ്ജു ദിനേശ്, കോട്ടയം ജില്ലയിലെ ഈരാറ്റുപേട്ട സ്വദേശിനി. ഷാർജയിൽ ഭർത്താവും മക്കളുമായി പതിമൂന്ന് വർഷമായി താമസിക്കുന്നു. നൃത്തത്തിലും എഴുത്തിലും താല്പര്യം

Email : manjudinne@gmail.com

‘അരുൺ’

ജയൻ കീഴ്പേരൂർ

തിരുവനന്തപുരം ജില്ലയിൽ കിളിമാനൂരിനടുത്ത് കീഴ്പേരൂർ സ്വദേശം. 2018 മുതൽ അബുദാബിയിൽ ഒരു മീഡിയ കമ്പനിയിൽ Video Editor and camera man ആയി ജോലി ചെയ്യുന്നു, ചെറുകഥ, നോവൽ, കവിത എഴുതാനാണ് ഇഷ്ടം. നൂറ്റിയൊന്നിൽ ഒരുവൾ എന്ന പുസ്തകം 2021ൽ സൈകതം പ്രസിദ്ധീകരിച്ചിട്ടുണ്ട്.

Email : jayan_mk@ymail.com
Whatsapp : +971 523449240

'സമീറ'

ദീപക് നമ്പ്യാർ

തിറയുടെയും തറിയുടെയും നാട് എന്നറിയപ്പെടുന്ന കണ്ണൂരിലെ മൊറാഴ എന്ന ഗ്രാമത്തിൽ ആണ് ജനിച്ചു വളർന്നത്. ബാംഗ്ലൂരിൽ ഇലക്ട്രിക്കൽ എഞ്ചിനീയർ ആയി ജോലി ചെയ്യുന്നു. യാത്രകളും സംസ്കാരവും സിനിമയും ഏറെ ഇഷ്ടപെടുന്ന ദീപക്, മഷിയുടെകൂടെ ഖിസ്സയ്ക്കു വേണ്ടി ഇത് മൂന്നാമത്തെ കഥ.

Email : nambiardeeps@gmail.co

'ജയദേവൻ'

ബിജു ജോസഫ് കുന്നുംപുറം

എറണാകുളം ജില്ലയിലെ പിറവം ആണ് സ്വദേശം. ഷാർജയിൽ ജോലി ചെയ്യുന്നു.

കൃതികൾ: മഴനീരുറവ (നോവൽ), തുപ്പൽകുന്ന് (ചെറുകഥാ സമാഹാരം), നോവളക്കുന്നോർ (നോവൽ).

പുരസ്കാരങ്ങൾ: സമസ്യ പ്രഥമ പ്രവാസി കഥ പുരസ്കാരം 2021, മനസ്സ് യുവ സാഹിത്യപുരസ്കാരം 2022. ഗിന്നസ്സ് വേൾഡ് റെക്കോർഡ് 2019.

Mob : 050 3642522
Email : biju8473@yahoo.com

'വേണി'

അജിത് വള്ളോലി

പാലക്കാട് കണ്ണാടി സ്വദേശി. പത്തു വർഷമായി ദുബായിൽ ജോലി ചെയ്യുന്നു. എഴുത്തും വായനയും ഏറെ ഇഷ്ടപ്പെടുന്നു. ചെറുകഥകളും, സോഷ്യൽ മീഡിയയിൽ പലവിധ ലേഖനങ്ങളും എഴുതി വരുന്നു.

Email : ajith.valloli@gmail.com

'സഞ്ജയ്'

അഖിൽ ജയചന്ദ്രൻ

പാലക്കാട് ജില്ലയിലെ കോങ്ങാട് എന്ന ഗ്രാമത്തിൽ നിന്നും വന്ന് 2014 മുതൽ ദുബായിൽ പ്രവാസം ആരംഭിച്ചു. കഥകളും, കവിതകളുമായി സോഷ്യൽ മീഡിയായിൽ സജീവമാണ്.

Email : akhiljayachandran@gmail.com

'അനിരുദ്ധ് ബാല'

സജ്ന പണിക്കർ

ആലപ്പുഴ ജില്ലയിലെ ചാത്തങ്കരി സ്വദേശിനി. ദുബായിലെ ഒരു സ്വകാര്യ സ്ഥാപനത്തിൽ ജോലി ചെയ്യുന്നു. യു.എ.ഇ.യിൽ സാഹിത്യ സാംസ്കാരിക പ്രവർത്തനങ്ങളിൽ സജീവം. 2017 മുതൽ മഷി അക്ഷരകൂട്ടായ്മയുടെ എഡിറ്റോറിയൽ ബോർഡ് മെമ്പർ ആയി പ്രവർത്തിച്ചു വരുന്നു.

Email : sajinaspanicker@gmail.com
Whatsapp :00971529855177

www.ingramcontent.com/pod-product-compliance
Lightning Source LLC
LaVergne TN
LVHW100301051026
849517LV00006B/2158
* 9 7 8 9 3 9 4 4 7 2 1 1 2 *